தலித்துகளும் தண்ணீரும்

தலித்துகளும் தண்ணீரும்

கோ. ரகுபதி (பி. 1975)

கோ. ரகுபதி, தூத்துக்குடி மாவட்டம் சாத்தான்குளம் வட்டம், பிடாநேரி கிராமம், டிகேசி நகரைச் சேர்ந்தவர். தென்னிந்தியத் திருச்சபையின் T.D.T.A. நடுநிலைப் பள்ளியில் தொடக்கக் கல்வியையும் நாசரேத் மர்காஷியஸ் மேல்நிலைப் பள்ளியில் மேல்நிலைக் கல்வியையும் பயின்றார். நாசரேத் மர்காஷியஸ் கல்லூரியில் இளங்கலைப் பட்டத்தையும் திருநெல்வேலி மனோன்மணியம் சுந்தரனார் பல்கலைக்கழகத்தில் முதுகலை, முனைவர் பட்டங்களையும் பெற்றார். தமிழ்த் தினசரி ஒன்றில் மதுரையிலும் சேலத்திலும் 1999 – 2000ஆம் ஆண்டில் நிருபராக வும் மேற்குறிப்பிட்ட பல்கலைக் கழகத்தில் 2008–2011ஆம் ஆண்டுகளில் சமூக விலக்கல் - உட்கொணர்வு கொள்கை ஆய்வு மையத்தில் இணை ஆராய்ச்சியாளராகவும் பணியாற்றினார். தமிழ்நாடு அரசுக் கல்லூரிப் பணிக்கு 2011ஆம் ஆண்டு தேர்வாகி சேலம் மாவட்டம் ஆத்தூர் வடசென்னிமலை அறிஞர் அண்ணா அரசு கல்லூரியிலும், திண்டிவனம் திரு.ஆ. கோவிந்தசாமி அரசினர் கலைக் கல்லூரியிலும், சென்னை மாநிலக் கல்லூரி யிலும் வரலாற்றுத் துறையில் உதவிப் பேராசிரியராகப் பணியாற்றித் தற்போது மாற்றுப் பணியில் தமிழ்நாடு ஆதிதிராவிடர் மற்றும் பழங்குடியினர் மாநில ஆணையத்தில் உறுப்பினராகப் பணியாற்றுகிறார். ஹிந்து ஜாதியக் கட்டமைப்பின் பரிணாமத்தையும் பரிமாணத்தையும் ஆய்வு செய்கிறார்.

மின்னஞ்சல்: ko.ragupathi@gmail.com

கோ. ரகுபதி

தலித்துகளும் தண்ணீரும்

காலச்சுவடு பதிப்பகம்

● அன்பார்ந்த வாசகருக்கு,

வணக்கம்.

காலச்சுவடு நூலை வாங்கியமைக்கு நன்றி.

நூலின் உள்ளடக்கம், உருவாக்கம், அட்டைப்படம் இன்ன பிற அம்சங்கள் பற்றிய உங்கள் கருத்துகளையும் ஆலோசனைகளையும் காலச்சுவடு வரவேற்கிறது. தகவல், எழுத்து, வாக்கியப் பிழைகள் தென்பட்டால் கட்டாயம் தெரிவித்து உதவுங்கள். நூல் தயாரிப்பில் கடும் குறைபாடு இருப்பின் மாற்றுப் பிரதி உங்களுக்குக் கிடைக்கக் காலச்சுவடு ஏற்பாடு செய்யும்.

மின்னஞ்சல்: *publisher@kalachuvadu.com*

காலச்சுவடு நாகர்கோவில் தலைமையகத்துக்கும் கடிதம் அனுப்பலாம்.

தங்கள்
எஸ்.ஆர். சுந்தரம் (கண்ணன்)
பதிப்பாளர் — நிர்வாக இயக்குநர்

தலித்துகளும் தண்ணீரும் ◆ ஆய்வு நூல் ◆ ஆசிரியர்: கோ. ரகுபதி ◆ © கோ. ரகுபதி ◆ முதல் பதிப்பு: டிசம்பர் 2011, எட்டாம் பதிப்பு: ஜூலை 2023 ◆ வெளியீடு: காலச்சுவடு பப்ளிகேஷன்ஸ் (பி) லிட்., 669 கே.பி. சாலை, நாகர்கோவில் 629001

talittukaLum taNNiirum ◆ Research Work ◆ Author: Ko. Ragupathi ◆ © Ko. Ragupathi ◆ Language: Tamil ◆ First Edition: December 2011, Eighth Edition: July 2023 ◆ Size: Demy 1 x 8 ◆ Paper: 18.6 kg maplitho ◆ Pages: 152

Published by Kalachuvadu Publications Pvt.Ltd., 669, K.P. Road, Nagercoil 629001, India ◆ Phone: 91-4652-278525 ◆ e-mail: publications @kalachuvadu.com ◆ Printed at Adyar Students xerox Pvt. Ltd., No. 275 Habibullah Road, Triplicane high Road, Opp Triplicane Post Office, Triplicane, Chennai 600005

ISBN: 978-93-80240-96-1

07/2023/S.No. 441, kcp 4565, 18.6 (8) uss

ஈவிரக்கமற்ற சாதிநெஞ்சங்களால் வறட்சியான
தலித்தொண்டைகளின் தாகம் தீர்த்த
ஈரத்தியாகி
ஆர். வீரையன் அவர்களுக்கு

பொருளடக்கம்

முகவுரை	13
நன்றியுரை	15
முன்னுரை: வாழ்வினைத் தீர்மானிக்கும் படிநிலைத் தரவரிசை	19
I. இயற்கையான தண்ணீர் செயற்கையான சமூகத்தில்	**33**
நீரின்றி அமையாது, தலித் உயிர்களும்தாம்	34
புலன் அறியாத தீட்டும் பாவம் நீக்கும் சவர்க்காரமும்	36
நீராதார உரிமையில் புனிதமும் தீட்டும்	38
தண்ணீர் இருந்தும் இல்லாமை	42
நிலமின்மையால் நீரின்மை	43
தண்ணீர் அபகரிக்கப்படுதல்	44
மாறுகின்ற வர்க்க நிலையும் மாறாத சாதியும்	46
தூரம் தரும் துன்பம்	47
அசுத்தமானோருக்கு அசுத்தமான குடிநீர்	49
ஒடுக்குமுறைக்கான ஆயுதம்	56
வன்புணர்ச்சிக்கான ஆயுதம்	58
தண்ணீர் இல்லாமை: ஒரு வரலாற்றுப் பார்வை	60
நீராதாரங்களில் சுயசார்பு: ஒரு குற்றம்	60
இயற்கை நீராதாரம் பொதுச் சொத்தல்ல!	62
1950களில் நிலைமை	62
1960களில் நிலைமை	63

1970களில் நிலைமை	65
1990களில் நிலைமை	66
இன்றைய நிலைமை	67
II. குடிநீருக்காகத் தலித்துகளின் போராட்டம்	73
குடிநீர்ப் போராளிகள்: சிறு குறிப்பு	74
தொடர் போராட்டம்	75
பொதுப் போராட்ட நிலை 1	77
முதல் கோரிக்கை (1881)	77
ஆதிதிராவிடர் மாநாட்டுத் தீர்மானம் (1921)	79
பொதுப் போராட்ட நிலை 2	80
சட்ட அங்கீகாரத்திற்கான குரல்	80
திரும்பப் பெற நிர்ப்பந்திக்கப்பட்ட எம்.சி.ராஜாவின் தீர்மானம்	81
எதிர்ப்பாளர்கள்: உரிமை ஆபத்தானது	82
ஆதரவாளர்கள்: இது குடிமக்கள் உரிமை	84
இரட்டைமலை சீனிவாசனின் வெற்றிபெற்ற தீர்மானம்	86
சமூக இயலாமை அகற்றும் சட்டம்	88
உக்கிரமான உள்ளூர்ப் போராட்டம்	90
நஞ்சைமகத்துவாழ்க்கை (1925)	90
ஜோலார்பேட்டை (1926)	91
ஏனாத்தூர் (1932)	92
மேலஅரசூர்: தலித்துகளுக்கு உதவ மறுத்த காந்தி (1933)	93
தலித் பிரதிநிதி மற்றும் அரசு ஊழியர் போராட்டம்	98
பொதுப் போராட்ட நிலை 3	99
கேள்வி எழுப்புதல்	99
சுயமரியாதை இயக்கம்	101
இந்து மகா சபை	102
ஹரிஜன சேவா சங்கம்	102

காலனியாட்சிக்குப் பிந்தைய போராட்டங்கள்	103
பொதுப் போராட்ட நிலை 2	103
உக்கிரமான உள்ளூர்ப் போராட்டங்கள்	106
கீழவளவு (1952)	106
தேரிப்பனை (1970)	106
அரசூர் (1986)	107
புதுப்புத்தூர் (2003)	107
வர்க்க நிலை மாறிய தலித்துகளின் போராட்டம்	108
பொதுப் போராட்ட நிலை 3	109
தலித்துகளுக்கிடையேயான சிக்கல்	111
III. மரபைப் பேணும் ஜனநாயக அரசு	**117**
அரசாங்க ஆதரவினை வேண்டுதல்	118
கொள்கையில் இரட்டைநிலை	119
தெளிவான கொள்கை	120
முரணான செயல்பாடு	122
சட்ட ரீதியான போராட்டத்தில் அரசின் நிலைப்பாடு	127
தொழில்நுட்பத்தின் நுட்பமான செயல்	130
பொது நீராதாரங்களும் சாதி ஒழிப்பும்	134
முடிவுரை	139
ஆதாரங்கள்	145

முகவுரை

உயிர் வாழ்வதற்குரிய தண்ணீரைப் பெறுவதற்கான போராட்டம் தலித் இயக்க வரலாற்றில் மிகவும் முக்கியத்துவம் வாய்ந்தது. இயற்கை வளங்கள் அனைத்தும் வணிகமயமாகிக் கொண்டிருக்கும் உலகமயமாக்கல் சூழலில், தண்ணீர் விற்பனைச் சரக்காகிவிட்டது. தண்ணீர் வணிகமயமாவதற்கு முன்னர் அனைவருக்குமான பொதுச் சொத்தாக இருந்தது; உலகமயமாக்கல் தண்ணீரைப் பெறுவதற்குப் பணம் கோருகிறது என்று உலகமயமாக்கலை எதிர்ப்போர் வாதிடுகின்றனர். தண்ணீர் வளம் கொழிக்கும் வணிகமென்பதால் இயற்கை அதிகமாகச் சுரண்டப்படுவதாகவும் இதனால் எதிர்காலச் சந்ததியினருக்குத் தண்ணீர் இல்லாமற் போகும் நிலை உருவாகும் என்றும் அவர்கள் கவலைகொள்கின்றனர். உலகமயமாக்கலுக்கு முன்னர் தண்ணீர் வணிகமயமாக்கப்பட்டிருக்கவில்லை என்பது உண்மைதான்; ஆனால், அசமத்துவப் படிநிலை கொண்ட சாதியச் சமூகத்தில் தண்ணீர் அனைவருக்குமான பொதுச்சொத்தாக இருந்திருக்கவில்லை. சாதியச்சமூகத்தில் பல சாதி உடல்களுக்குப் புனிதத் தன்மையும், சில சாதி உடல்களுக்கு அசுத்தத் தன்மையும் கற்பிக்கப்பட்டிருக்கின்றன. தண்ணீருக்குப் புனிதம், பாவம் நீக்குதல், தீட்டுக் கடத்துதல் போன்ற தன்மைகள் கற்பிக்கப்பட்டிருக்கின்றன. தண்ணீரும் தலித் உடலும் எதிரெதிர் கருத்து நிலையில் வைக்கப்பட்டிருக்கின்றன. புனிதமான, சுத்தமான, பாதுகாப்பான பொது நீராதாரங்கள் எப்போதும் சுத்தமான ஆதிக்கச்சாதியினரின் ஏகபோகக் கட்டுப்பாட்டிற்குள் இருந்து வருகின்றன. ‘தீட்டு’க்குரிய தலித்துகள் புனிதமான தண்ணீரை அனுபவிப்பதிலிருந்து விலக்கப்பட்டிருக்கின்றனர். அவர்களுக்கு அசுத்தமான தண்ணீரே வழங்கப்பட்டிருகிறது.

ஆதிக்கச்சாதியினரின் ஏகபோகக் கட்டுப்பாட்டில் இருந்து வருகின்ற புனிதமான, சுத்தமான, பாதுகாப்பான பொது நீராதாரங்களை அணுகும் அனுபவிக்கும் உரிமையினைப் பெறுவதற்காகத் தலித்துகள் ஒரு நூற்றாண்டுக்கும் மேலாகப் போராடி வருகின்றனர். இதன் விளைவாக ஜனநாயக அரசு, அதன் கோட்பாட்டுக்கு முரணான கொள்கை மூலம் தலித்துகளுக்கெனத் 'தனி நீராதார முறை'யினை அமல்படுத்தி வருகிறது. இச்சூழலில் 'தண்ணீர் தனியார்மயமாகிவிட்டது'. பணம் இருப்பவர்களுக்குத்தான் தண்ணீர் என்பது தனியார் மயத்தின் கோட்பாடாக இருக்கிறது. வருந்தத்தக்க நிலைமை என்னவென்றால் மிகப் பெரும்பாலான தலித்துகள் வறுமையில் உழல்கின்றனர். தண்ணீர்த் தனியார்மயம் என்பது தலித்துகள் மீது மேலும் ஒரு பெருஞ்சுமையை ஏற்றி வைத்துள்ளது. ஆதிக்கச்சாதியினரின் ஏகபோகக் கட்டுப்பாட்டிற்குள் இருந்து வருகின்ற பொது நீராதாரங்களில் உரிமைக்காக ஒரு நூற்றாண்டுக்கும் மேலாகப் போராடி வருகின்ற தலித்துகள் இப்போது தண்ணீர் தனியார்மயமாக்கலுக்கு எதிராகவும் போராட வேண்டிய நிர்ப்பந்தத்திற்கு ஆளாகிவிட்டனர் என்பதை இந்நூல் விவாதிக்கிறது.

28, செப்டம்பர் 2010.   கோ. ரகுபதி.

நன்றியுரை

முனைவர்பட்ட ஆராய்ச்சியில் நான் ஈடுபட்டிருந்த போது என் நெறியாளர் பேராசிரியர் கா.அ. மணிக்குமார் பல்வேறு தரவுகளை அடையாளப்படுத்தித் தந்தார். இந் நூலுக்கான பெரும்பகுதித் தரவுகள் அப்போது சேகரிக்கப் பட்டவை. அவற்றினை ஆதாரமாகக்கொண்டு கட்டுரை எழுதியபோது அதனை வாசித்து மேலும் வளப்படுத்தப் பட வேண்டுமென்று வழிகாட்டினார். 'தமிழ்நாட்டில் தண்ணீருக்கான போராட்டத்தில் (1924 – 2003) அரசும் தீண்டாமையும்' என்ற கட்டுரை கனடாவில் இருந்து வெளி வந்த உரைமொழிவு (தொகுதி: 1, எண்: 1, அக்டோபர் – நவம்பர் 2003, பக். 13 – 15) இதழில் வெளியிடுவதற்கு உறுதுணையாயிருந்தவர் அவ்விதழின் தமிழ்நாட்டு ஒருங்கிணைப்பாளர் பே. சாந்தி. மனோன்மணியம் சுந்தரனார் பல்கலைக்கழகத்தில் செயல்பட்டு வரும் அம்பேத்கர் ஆய்வு மையம் குறு ஆய்வினை மேற்கொள் வதற்கு நிதி உதவியினை அறிவித்திருந்தது. இந்நூலின் கருப்பொருள் குறித்து உரையாடியபோது இது குறித்து ஆய்வறிக்கை எழுதுவதற்குக் குறு ஆய்வுத் திட்டத்தின் கீழ் நிதி உதவி அளித்தார் அம்மையத்தின் இயக்குநர் பேராசிரியர் அ. ராமசாமி. பின்னர் சில ஆண்டுகள் இந்த ஆய்வு அறிக்கை கிடப்பிலேயே கிடந்துவிட்டது. அதனைச் செழுமைப்படுத்தி நூலாக வெளியிடுவதற்கு முயன்று தோற்றுப் போனேன். இச்சூழலில் சமூகவிலக்கல் மற்றும் உட்கொணர்வுக் கொள்கை ஆய்வு மையத்தில் பணிக்குச் சேர்ந்த பின்னர் மீண்டும் முயன்றேன். அதனை நூலாக் கம் செய்து வெளியிடுமாறு அறிவுறுத்தினார் ஆய்வு மையத்தின் இயக்குநர் பேராசிரியர் பொ. கண்ணப்பன்.

ஆவணம் சேகரித்தல் நிமித்தமாக சென்னை செல்லும் போதெல்லாம் நான் சென்னை வளர்ச்சி ஆராய்ச்சி நிறுவனத் தின் இணைப் பேராசிரியர் இலட்சுமணன் இல்லத்தில் தங்கி னேன். அவரிடம் தண்ணீர் உட்பட தலித்துகளின் பல்வேறு சிக்கல்கள் குறித்துப் பலமுறை உரையாடியபோது அதனை முறையான ஆய்வுக்குட்படுத்துவதற்கு ஆலோசனைகள் வழங்கினார். நூலின் முதல் பிரதியை வாசித்து அது செம்மை பெறுவதற்கு ஆலோசனை வழங்கினார் சமூக விலக்கல் மற்றும் உட்கொணர்வுக் கொள்கை ஆய்வு மையத்தின் உதவிப் பேராசிரியர் இரா. பவணந்திவேம்புலு. என்னுடைய கட்டுரை களை நெருக்கடியான பணிகளுக்கு இடையில் வாசித்து ஆய்வு செழுமை பெறுவதற்கு அவர் தருகின்ற ஆலோசனைகள் மிகவும் மதிப்பு வாய்ந்தவை.

பிழைகள் மலிந்த இந்நூலின் முதல் பிரதியைச் சிரத்தை எடுத்து பொறுமையாக மெய்ப்பு திருத்தம் செய்தார் பேராசிரியர் நா. ராமச்சந்திரன். மிகக் குறுகிய காலத்தில் கல்லூரிப் பணிக் கிடையில் தடைகளற்ற வாசிப்புக்கு ஏற்றவாறு இந்நூலைச் செம்மையாக்கம் செய்தார் பேராசிரியர் க. காசி மாரியப்பன். இந்நூலின் ஒரு பிரதியை பேராசிரியர் நஞ்சுண்டன் மெய்ப்பு திருத்தினார். பேராசிரியர் பெருமாள்முருகன் மெய்ப்பு திருத்தப் பணிக்கு உதவினார்.

இந்த ஆய்வு குறித்து என் பேராசிரியர் ஆ.இரா. வேங்கடா சலபதியிடம் (சென்னை வளர்ச்சி ஆராய்ச்சி நிறுவனம்) தெரிவித்தபோது நூலாக அது வெளியிடப்படுவதற்குத் தேவை யான உதவிகளை அளித்தார். இந்நூல் வெளியிடுவதற்குக் கவிஞர் சுகிர்தராணி துணை புரிந்தார். முக்கியமான தரவுச் சேகரிப்பில் உதவினார் பிரேமா ரேவதி. ஆவணங்கள் சேகரிப்புப் பணியில் ஈடுபட்ட காலத்தில் முனைவர். சி. ஜெரோம் சாம்ராஜ், திரு. ஜெ. பாலசுப்பிரமணியம் ஆகியோர் எனக்குப் பெரிதும் உறுதுணையாக இருந்தனர். இந்நூலுக்கான தரவுகள் சென்னை ஆவணக் காப்பகம், திருநெல்வேலி மாவட்ட ஆட்சியர் ஆவணக் காப்பகம், வளர்ச்சி ஆராய்ச்சி நிறுவனம் (திருவனந்தபுரம்), சென்னை வளர்ச்சி ஆராய்ச்சி நிறுவனம் ஆகியவற்றில் சேகரிக்கப்பட்டன. மேற்குறிப்பிட்ட ஆவணக் காப்பக ஆணையாளர்கள், நிறுவனங்களின் இயக்குநர்கள், நூலகர்கள், பணியாளர்கள் ஆகியோருக்கு நன்றி.

என் எழுத்துக்களின் முதல் வாசகராகவும் விமர்சகராகவும் ஆராய்ச்சி ஈடுபாட்டிற்குத் தூண்டுகோலாகவும் உந்து சக்தி யாகவும் இருப்பவர் என் மனைவி முனைவர் ப. சித்திரலேகா. அறிவியல் துறையைப் போல் சமூக அறிவியல், இலக்கியம்

போன்ற துறைகளிலும் ஈடுபாடுடைய அவர் எப்போதும் போலவே இந்நூலினை வாசித்துச் செம்மை பெறுவதற்கு வழிகாட்டினார். எங்கள் இருவரின் ஆய்வு ஆர்வத்தினைப் புரிந்துகொண்டு பல்வேறு சுமைகளைச் சுமந்துகொண்டிருப்பவர்கள் என் அத்தை பத்மாதேவி, மச்சான் சரத்சந்திரன். இவர்களின் அரவணைப்பில் எங்களின் அன்பு மகள் அதுல்யா ஜோதி வளர்ந்துகொண்டிருப்பது நான் ஆராய்ச்சியில் ஈடுபடுவதற்குப் பெரும் சகாயமாயிருக்கிறது. என் உடன் பிறந்த மூத்த சகோதரர்கள் கோ. பாரதி, கோ. பசுபதி, இளைய சகோதரர் கோ. லால்பதி, மதினிகள் பா. சாந்தி, ப. ராதா, பிள்ளைகள் ராஜ விக்னேஷ்பதி, சஞ்சய்பதி, ராம்ஜிபதி, இந்துமதி ஆகியோரின் அன்பு என் ஆராய்ச்சிக்கு உதவியாய் இருக்கிறது. சென்னை ஆவணக் காப்பகத்தில் தரவு சேகரிப்பில் உதவினர் நீலகண்டன், சுரேசு ஆகியோர். இந்நூலாக்க முயற்சியில் ஈடுபட்டிருந்த போது உதவிகள் செய்து தந்தனர் சமூக விலக்கல் மற்றும் உட்கொணர்வுக் கொள்கை ஆய்வு மையத்தின் பணியாளர்கள் ம. மதிசேகரன், இரா. ஸ்ரீதேவி, சி. ரஞ்சித்குமார், ஞா. ஷீலா செல்வக்குமாரி, ப. சுப்பிரமணியன் ஆகியோர். இந்நூலின் தட்டச்சுப் படியை வாசித்து வெளியிடத்தகுந்தது என மதிப்பீடு செய்து இந்நூல் நேர்த்தியடைவதற்கான ஆலோசனைகளை வழங்கினார் முகம் தெரியாத அறிஞர். நூல் வடிவமைப்புப் பணியைச் செய்தனர் ஷாலினி, சுபா. காலச்சுவடு பதிப்பகம் இந்நூலை வெளியிடுவதில் பெருத்த மகிழ்ச்சி. இவர்களனை வருக்கும் என் மனமார்ந்த நன்றி.

முன்னுரை

வாழ்வினைத் தீர்மானிக்கும் படிநிலைத் தரவரிசை

சாதியச் சமூக அமைப்பில் தலித்துகள் தீண்டாமை, சமூக விலக்கல், வறுமை போன்ற இன்னல்களை அனுபவித்து வருகின்றனர். இத்தகைய சிக்கல்களைக் கோட்பாட்டு அடிப்படையில் புரிந்துகொள்வதற்கு ஆய்வாளர்கள் முற்படுகின்றனர். ஆய்வாளர்களிடம் வகையான அணுகுமுறைகளைக் காணமுடிகிறது. அவை: 1) கருத்தியல், 2) பொருளியல் 3) கருத்தியல் மற்றும் பொருளியல். சாதிய ஆய்வாளர்களிடம் பெரும் வரவேற்பினையும் விமர்சனத்தையும் எதிர்கொண்டது லூயி தூமோவின் கோட்பாடு.[1] இவர், புனிதம் x தீட்டு என்ற எதிர்மறைக் கருத்தாக்கங்களே சாதிய அமைப்பின் அடிப்படைக் கொள்கை என்ற கோட்பாட்டினை முன் வைத்தார். இதனை ஜான்மென்சர், மேல்சாதியினரின் பொருளாதார மேன்மை, அரசியல் அதிகாரம் ஆகியவையே தலித்துகளைக் கீழ்நிலையில் வைத்திருக்கிறது என்று விமர்சிக்கிறார்.[2] இது ஒருவகையான பொருளாதாரச் சுரண்டல் என்கிறார். லூயி தூமோ, ஜான்மென்சர் ஆகியோர் கோட்பாட்டு அடிப்படையில் வேறுபட்டிருப்பினும் அவர்களிடத்தில் ஒற்றுமை இருக்கிறது. இருவரும் இரு எதிரெதிர் புள்ளிகளுக்கிடையேயான முரண்பாடாகச் சாதியச் சிக்கலினைப் புரிந்துகொள்கின்றனர். லூயிதூமோ, பிராமணர் x தலித்துகள் என்றும் ஜான்மென்சர் நிலவுடைமையாளர் x பண்ணையாட்கள் என்றும் எதிரெதிர்

1. Louis Dumont, *Homo Hierarchicus: The Caste System and Its Implications* (New Delhi: OUP, 1998).
2. J. Mencher, 'The Caste System Upside Down, or the Not – So – Mysterious East', *Current Anthropology*, 15 (1974), p. 478.

புள்ளிகளுக்கிடையேயான முரணாகப் புரிந்திருப்பதே அவர்களுக்கிடையேயான ஒற்றுமை. இவ்விரண்டு புள்ளிகளும் ஒன்றிணைந்து இணக்கமாகவே இயங்குகின்றன என்றும் தலித்துகளுக்குச் சடங்கியல் கீழ்நிலை வழங்கப்பட்டிருப்பினும் அவர்களுக்குப் பொருளாதாரப் பாதுகாப்பு வழங்கப்பட்டிருக்கிறது; எனவே தலித்துகள் சுரண்டப்படுவதாகக் கூறமுடியாது என்று விவாதிக்கிறார் எம்.என். ஸ்ரீநிவாஸ்.[3] இவ்வாய்வாளர்களின் ஆய்வு முடிவுகளிலிருந்து வேறுபட்டு கருத்தியல், பொருளியல் காரணிகள் தலித்துகள் மீதான ஒடுக்குமுறையில் முக்கியப்பங்காற்றுவதாகக் கூறுவோரும் உண்டு. சடங்கியல் தாழ்நிலை, வறுமை, அதிகாரமின்மை ஆகிய மூன்றும் தலித்துகளின் ஏதுமற்ற நிலைக்குக் காரணமென்கிறார் டி.கே. உம்மன்.[4] சமூகவியலாளர் ஜி.எஸ். குரே, ஒரு நபரின் தகுதி அவருடைய உடைமையைச் சார்ந்திருக்கவில்லை; அது பிறப்பின் அடிப்படையில் இருக்கிறது என்கிறார். மேலும் அவர், "சாதியப் படிநிலையில் ஒரு உட்சாதியின் தரவரிசை, சாதியின் நிலைமையை அடிப்படையாகக் கொண்டிருக்கிறது; பல்வேறு குடிமை, மத உரிமைகள் மறுக்கப்படுவது சாதியப் படிநிலையை அடிப்படையாகக் கொண்டிருக்கிறது"[5] என்கிறார். அம்பேத்கரின் பல்வேறு ஆய்வுக் கட்டுரைகளும் பேச்சுகளும் பல தொகுதிகளாகத் தொகுக்கப்பட்டிருக்கின்றன. இவை அவருடைய அனுபம், தலித் மக்களின் அனுபவம், கற்றறிவு ஆகியவற்றிலிருந்து உருவானவை. அம்பேத்கரை வாசிக்கும்போது தலித்துகளின் தாழ்த்தப்பட்ட நிலைக்குக் கருத்தியல், பொருளியல் காரணிகள் செயல்படுவதை அவர் விளக்குகிறார் என்பதைப் புரிந்துகொள்ள முடிகிறது. அவர் சாதிய அமைப்பினை இரண்டு எதிரெதிர் புள்ளிகளுக்கு இடையேயான முரண்பாடு என்று அணுகவில்லை; சாதியமைப்புப் படிநிலையில் அசமத்துவம் இருக்கிறது என்ற கோட்பாட்டினை முன்வைக்கிறார். இந்த அசமத்துவப் படிநிலையில் சமூக மத உரிமைகள் பலருக்கு அதிகமாகவும் சிலருக்கு குறைவாகவும் வழங்கப்பட்டிருக்கின்றன என்கிறார்.[6] தமிழ்ச் சமூகம், பிராமணர், பிராமணரல்லாத இடைநிலைச்சாதிகள், தலித்துகள் என மூன்றாகப் பிரிந்திருப்பதாகக் கூறுகிறார் ஆந்தரே பெத்தேல்.[7] இம்மூன்று பிரிவிற்குள்ளும் பலபடிநிலை

3. M.N. Srinivas, 'Some Reflections on the Nature of Caste Hierarchy', *Contributions to Indian Sociology (NS)*, 18 (1984), pp. 151 – 167.

4. T. K. Oommen, 'Sources of Deprivation and Styles of Protest: The Case of the Dalits in India', *Contributions to Indian Sociology (NS)*, 18 (1984), pp. 45 – 61.

5. G.S. Ghurye, *Caste and Race in India* (Bombay: Popular Prakashan, 1994), p. 20.

6. B.R. Ambedkar, 'Caste in India', in Ghanshyam Shah (ed.), *Caste and Democratic Politics in India* (Delhi: Permanent Black 2002), pp. 83 – 107.

7. A. Beteille, 'Caste and Political Group Formation in Tamil Nad', in R. Kothari (ed.), *Caste in Indian Politics* (Poona: Orient Longman, 1970).

அசமத்துவம் இருக்கிறது. ஆந்த்ரே பெத்தேல் கூறும் முப்பிரிவுகள் அம்பேத்கரின் படிநிலை அசமத்துவக் கோட்பாட்டோடு முரணற்று இருப்பதைக் காணமுடிகிறது. இந்தியச் சாதிய அமைப்பின் சிக்கலினைப் புரிந்துகொள்வதற்கு அம்பேத்கரின் படிநிலை அசமத்துவக் கோட்பாடு நமக்குத் துணைபுரியும். அம்பேத்கரிய நோக்கில் சாதியச் சமூகத்தை அணுகினால் சடங்கியல், பொருளியல் மீதான உரிமையில் படிநிலை அசமத்துவம் செயல்படுவதனைக் காணமுடியும். சடங்கியல், பொருளியலில் பிராமணர்களுக்கு இருந்த அதே உரிமைகள் பிராமணரல்லாத உயர்சாதி இந்துக்களுக்கோ அல்லது பிராமணரல்லாத இடைநிலைச் சாதிகளுக்கோ இருக்கவில்லை. பின்னவர் இருவருக்கும் இருக்கின்ற உரிமைகள் தலித்துகளுக்கு மறுக்கப்பட்டுள்ளன. தலித்துகளுக்கு இருந்த உரிமைகள் அவர்களுக்குச் சேவை செய்த சாதிகளுக்கு இருந்ததில்லை. எனவே, சடங்கியல், பொருளியல் உரிமைகளில் சாதியமைப்பின் மேலிருந்து கடைநிலைவரை படிநிலை அசமத்துவம் இருப்பது தெளிவு. இயற்கைப் பொருளான நீராதாரங்களை அணுகுவதிலும் அனுபவிப்பதிலும் படிநிலை அசமத்துவம் செயல்படுவதைக் காணலாம்.

தாவரங்கள், பறவைகள், விலங்குகள், சமூக விலங்குகள் எனப்படும் மனிதர்கள் மட்டுமின்றி இயற்கையின் சீரான இயக்கத்திற்குத் தண்ணீர் அவசியம். தண்ணீர் இயற்கையின் கொடை. ஆனால் அது சாதிய அசமத்துவப் படிநிலைச் சமூகத்தில் அனைவருக்கும் பொதுவானதாக இல்லை. சமூகத்தின் உச்சத்தில் இருப்பவர்களுக்குப் பாதுகாப்பான குடிநீர் போதுமான அளவிற்குக் கிடைக்கிறது. கீழ்நிலையில் இருப்பவர்களுக்கு அசுத்தமான குடிநீர் கிடைக்கிறது, பற்றாக்குறைக் காலங்களில் கிடைப்பதில்லை. குடிமை, மத உரிமைகள் வழங்கப்படுவதும், அவ்வுரிமை மறுக்கப்படுவதும் சாதிய அமைப்பின் ஒரு பண்பு என்று விவாதிக்கிறார் ஜி.எஸ். குரே.[8] இந்தியா முழுமைக்கும் தீண்டத்தகாத சாதியினர் கிராமக் கிணற்றில் தண்ணீர் எடுப்பதிலிருந்து விலக்கப்பட்டிருப்பதைக் குடிமைஉரிமை மறுக்கப்படுதலாகக் கொள்கிறார். குரே, பொதுமைப்படுத்திக் கூறியிருப்பதனை அம்பேத்கர் தம்முடைய அனுபவத்திலிருந்தும் தலித் மக்களின் அனுபவத்திலிருந்தும் எழுதியிருக்கிறார்.[9] சாதித்தரவரிசை காரணமாகப் பொதுக் கிணற்றிலிருந்து தண்ணீர் எடுக்கின்ற உரிமை தலித்துகளுக்கு

8. G.S. Ghurye, *Caste and Race in India*, p. 12.

9. *அம்பேத்கர்: பேச்சும் எழுத்தும் நூல் தொகுதி 9* (புது டில்லி: டாக்டர் அம்பேத்கர் பவுண்டேசன், 1999), பக். 59 – 64.

மறுக்கப்படுகிறது என்ற புரிதல் இடதுசாரிகளிடம் 1930களில் இருந்ததைக் காணமுடிகிறது.[10] தண்ணீர் மறுக்கப்படுதலைக் குரே, 'குடிமை உரிமை மறுக்கப்படுதல்' என்றும் அம்பேத்கர் 'சமூக உரிமை மறுக்கப்படுதல்' என்றும் அணுகியிருக்கின்றனர். ஆனால் நீராதாரங்களிலிருந்து தலித்துகளை விலக்குதல் என்பது குடிமை, சமூக உரிமை மறுக்கப்படுதல் என்பதை விடவும் 'உயிர்வாழும் உரிமை மறுக்கப்படுதல்' என்றே கொள்ள வேண்டும். ஆய்வாளர்கள் உருவாக்கியிருக்கும் சாதியக் கோட்பாடு குறித்த மதிப்பீடுகளிலிருந்து சாதிய அசமத்துவப் படிநிலை நீராதாரங்களை அணுகும் உரிமையினையும் அனுபவ உரிமையினையும் தீர்மானிக்கிறது என்பது தெளிவு. ஆனால் உலகமயமாக்கல் கொள்கையின் விளைவால் தண்ணீர் தனியார் மயமாக்கப்பட்டிருப்பதனை எதிர்ப்பவர்களிடம் இத்தகைய புரிதல் இல்லாததைக் காணமுடிகிறது.

நிலம், நீர், காற்று ஆகியவை உயிர் இயக்கத்தின் அச்சாணிகள். நிலத்தின் மீதான உரிமை தலித்துகளுக்கு மறுக்கப்பட்டிருந்தது. அது ஆதிக்கச்சாதியினரின் தனியுடைமையாய் இருந்தது. நிலத்திற்குப் பொருளாதார மதிப்பு வழங்கப்பட்டு கூறுபோட்டு விற்கப்பட்டு வருகிறது. கட்டுப்படுத்த இயலாத காற்று எப்போது பொருளாதார மதிப்பிற்கு உள்ளாகப் போகிறதோ? அது நிகழ்ந்தால் பலூன்களில் அடைத்து விற்கப் படக்கூடும். உலகமயமாக்கல் கொள்கையினால் தண்ணீருக்குப் பொருளாதார மதிப்பு வழங்கப்பட்டிருக்கிறது. அது இன்று குப்பிகளில் அடைத்து விற்பனை செய்யப்படுகிறது. ஆறுகள் பன்னாட்டு வணிக நிறுவனங்களுக்கு விற்கப்படுகின்றன. இதனால் பொருள் இல்லாதவர்களுக்குத் தண்ணீர் இல்லை என்ற நிலை உருவாகிவிட்டது. பொருளற்றவர்களின் ஆரோக்கியமும் உயிர் வாழும் உரிமையும் மறுக்கப்படுகின்றன. தண்ணீர்த் தனியார்மயமாக்கம் பெரும் சிக்கலினை உருவாக்கிக்கொண்டிருக்கின்ற காரணத்தினால், இந்தியா உட்பட உலகின் பல்வேறு நாடுகளிலும் அது தொடர்பான ஆராய்ச்சிகள், விவாதங்கள், எதிர்ப்புப்போராட்டங்கள் நடைபெற்றுக்கொண்டிருக்கின்றன. தண்ணீருக்குப் பொருளாதாரமதிப்பு வழங்கப்பட்டது, மாநிலங்களுக்கிடையேயான தண்ணீர்ப் பங்கீட்டில் இருந்து வருகின்ற சிக்கல்கள் ஆகியவற்றின் பின்னணியிலிருந்து தண்ணீர் தொடர்பான ஆராய்ச்சிகள், விவாதங்கள், எதிர்ப்புப் போராட்டங்கள் நிகழ்ந்துகொண்டிருக்கின்றன. தண்ணீர்ப்பற்றாக்குறை, தண்ணீர் இல்லாமை குறித்துப் பல்வேறு நூல்களும் கட்டுரைகளும் இலக்கியங்களும் படைக்கப்பட்டிருக்கின்றன.

---

10. As cited in B.T. Ranadive, 'Caste, Class and Property Relations', in Ghanshyam Shah (ed.), *Caste and Democratic Politics in India* (Delhi: Permanent Black, 2002), p. 140.

'ராஜஸ்தான் மாநிலம் சாக்வாடா கிராமத்தில் தீண்டாமைக்கு எதிரான தலித்துகளின் கலகம்' என்ற கட்டுரை பெலா பாற்றியா என்பவரால் எழுதப்பட்டிருக்கிறது.[11] இக்கட்டுரை தலித்துகளுக்கு நீராதாரங்களை அணுகும் உரிமை, பயன்பாட்டு உரிமை மறுக்கப்பட்டதையும் அதனைப் பயன்படுத்துவதற்கு அவர்கள் நடத்திய போராட்டத்தையும் அடிப்படையாகக்கொண்டிருக்கிறது. சாக்வாடா கிராமக்குளத்தில் நான்கு படித்துறைகள் இருக்கின்றன. அவற்றைப் பயன்படுத்துவதற்குத் தலித்துகளுக்கு உரிமை மறுக்கப்பட்டு வருகிறது. தலித்துகளின் படித்துறை மேடான இடத்தில் இருப்பதால் சாதி இந்துக்கள் பயன்படுத்தும் படித்துறையினை விடவும் குறைவாகவே தண்ணீர் இருக்கும். எனவே தலித்துகள் தண்ணீருக்காகப் பெரும் சிரமப்பட வேண்டிய சூழல் தொடர்ந்து இருந்து வருகிறது. இந்நிலையில் 2001ஆம் ஆண்டில் அங்கிருக்கின்ற கோவிலருகே ஆழ்துளைக் குழாய் ஏற்படுத்தப்பட்டது. இதிலும் தலித்துகளுக்கு அனுமதி மறுக்கப்பட்டது. கோவிலில் வழிபடுகின்றவர்களுக்கே அந்த ஆழ்துளைக் குழாயிலிருந்து தண்ணீர் எடுத்துக்கொள்வதற்கு உரிமையிருந்தது. அக்கோவிலில் வழிபடுவதற்கு அனுமதி இல்லாத தலித்துகளுக்கு ஆழ்துளைக் குழாயிலிருந்து தண்ணீர் எடுக்க உரிமை மறுக்கப்பட்டது. இப்பின்னணியில் தலித்துகள், சாதி இந்துக்கள் பயன்படுத்தும் குளத்தைத் தாங்களும் அணுகுவதற்கு 2001ஆம் ஆண்டு திட்டமிட்டு முயற்சி செய்து நடத்திய போராட்டத்தினையும் அதன் விளைவுகளையும் விவாதித்திருக்கிறார் பெலா.

பொருளாதாரத்தில் முன்னேற்றம் கண்டிருக்கும் குஜராத் மாநிலத்தில் மானிட வளர்ச்சி எவ்வாறு இருக்கிறது? என்ற கேள்வியினை எழுப்பும் ஜெயஸ்ரீ சோனி, அக்கேள்விக்கான பதிலைத் தேடுவதற்கு நீர்நிலைகளிலுள்ள தண்ணீரைப் பயன்படுத்தும்போது தலித்துகள் சந்திக்கின்ற சிக்கல் குறித்து ஆய்வு செய்திருக்கிறார்.[12] மிகக் குறைந்த அளவு தண்ணீர் பெறுதல், ஆதிக்கச்சாதியினரிடமிருந்து அவமதிப்புகளையும் ஒடுக்குமுறைகளையும் எதிர்கொள்ளுதல், தண்ணீரை அனுபவிப்பதனை ஏற்றுக்கொள்ள மறுக்கும் சாதி இந்துக்களின் மனப்பான்மை ஆகிய சிக்கல்களைத் தலித்துகள் அனுபவித்து வருவதற்குப் புனிதம் X தீட்டு என்ற கருத்தாக்கம், சமூக அமைப்பில் அவர்களின் படிநிலை ஆகியவை அடிப்படைக் காரணங்கள் என்கிறார்.

---

11. Bela Bhatia, 'Dalit Rebellion againt Untouchability in Chakwada, Rajastan', *Contribution to Indian Sociology*, 40, 1 (2006), pp. 29 – 61.
12. Jayashree Soni, 'Water Accessibility and Marginalisation of Dalits: Some Observation of Rural Gujarat', Paper prepared for the workshop entitled *'Water, Law and the Commons'* organized in Delhi from 8 to 10 2006 by International Environmental Law Research Centre.

சாதி இந்துக்களின் கட்டுப்பாட்டிலிருக்கும் நீராதாரங்களிலிருந்து தலித்துகள் தண்ணீரைப் பகிர்வது இயலாத காரியமாக குஜராத் மாநிலத்தின் பல பகுதிகளிலும் இருந்து வருவதனை அவ ருடைய கட்டுரையிலிருந்து புரிந்துகொள்ள முடிகிறது.

அஞ்சல் பிரகாஷ், ஆர்.கே. சாமா ஆகியோர் குஜராத் மாநிலத்திலுள்ள கிராமம் ஒன்றில் தண்ணீர்ப் பற்றாக்குறை சமூகப் படிநிலையின் கீழ்நிலையில் இருக்கின்ற தலித்துகளை எந்த அளவிற்குப் பாதிக்கிறது என்பதை விவாதிக்கின்றனர். தண்ணீர்ப் பற்றாக்குறை சாதி இந்துக்களைப் பாதிப்பதில்லை. ஏனென்றால், அவர்களிடம் நிலம் இருக்கிறது. தண்ணீர்ப் பற்றாக் குறைக் காலத்தின்போது அந்நிலத்தில் விவசாயம் செய்வதற்குத் தண்ணீர் இல்லை என்றாலும் குடிப்பதற்குத் தண்ணீர் கிடைக் கும். பற்றாக்குறைக் காலங்களில் ஆதிக்கச்சாதியினர் தங்க ளுடைய தோட்டங்களுக்குச் சென்று வசிக்கின்றனர். கிராமத் தில் இருப்பதில்லை. தண்ணீர்ப் பற்றாக்குறை நிலமற்ற தலித்து களைப் பாதிக்கிறது; இதனால் அவர்கள் சாதி இந்துக்களைச் சார்ந்திருக்கவேண்டியிருக்கிறது. இச்சார்புநிலை தலித் பெண் களை நலிவுற்றவர்களாக மாற்றுகிறது. இதனால் அவர்கள் சாதி இந்துக்களின் பாலியல் இச்சைகளுக்கு ஆட்படுகின்றனர். பற்றாக் குறைக் காலங்களில் குஜராத் மாநிலக் குடிநீர் வாரியம் ஒப்பந்த தாரர்கள் மூலம் தண்ணீரை விநியோகிக்கிறது. ஒப்பந்ததாரர்கள் பெரும்பாலும் நிலமுடைய ஆதிக்கச்சாதியினர் ஆவர். பற்றாக் குறைக் காலங்களில் தண்ணீர் விநியோகம் மூலம் ஆதிக்கச் சாதியினரான ஒப்பந்ததாரர்கள் பயனடைவதால் பற்றாக்குறை யினைத் தீர்ப்பதற்கு அவர்கள் முட்டுக்கட்டைகளாக இருக்கின் றனர் என்ற உண்மை இக்கட்டுரையில் வெளிப்படுத்தப்பட்டுள் ளது. மேலும் பற்றாக்குறையைத் தீர்ப்பதற்கான மாற்று குறித்து விவாதிக்கும் கூட்டங்களில் தலித்துகளின் குரல் மறைமுக மாகவே உள்ளது; சார்புநிலையின் காரணமாக அவர்களால் துணிச்சலாகக் கருத்துக்களை வெளிப்படுத்த இயலவில்லை என்று கட்டுரை ஆசிரியர்கள் குறிப்பிடுகின்றனர்.[13]

வாழ்க்கையின் அடிப்படைத் தேவையான தண்ணீரைப் பயன்படுத்துவதிலிருந்து தலித்துகள் விலக்கப்படுவதாக ஜெயஸ்ரீ மங்குபாய், அலோய்சியஸ் இருதயராஜ் ஆகியோர் கருதுகின் றனர்.[14] இந்தியக் கிராமங்களில் தனித்துக் குடியமர்த்தப்பட் டிருக்கும் தலித்துகளுக்குத் தண்ணீரும் தனியாகவே வழங்கப் படுகிறது. தண்ணீருக்காக நீண்ட தூரம் செல்ல வேண்டிய

13. Anjal Prakash & R.K. Sama, 'Social Undercurrents in Water-Scarce Village', *Economic and Political Weekly* (18 February 2006), pp.577 – 79.

14. Jayshree Mangubhai & Aloysius Irudayam, 'Water Battlegrounds on Caste'.

அவலம், கிடைக்கின்ற தண்ணீரின் தரமற்ற தன்மை, பொதுக் குளத்தில் குளிப்பதற்குத் தடை, தண்ணீர்ப் பற்றாக்குறையினால் அதிகரிக்கும் சாதிய வெறுப்புணர்வு, தண்ணீருக்காகத் தலித் பெண்கள் பாலியல் வன்புணர்ச்சிக்கு உள்ளாதல் போன்றவை குறித்து விவாதித்திருக்கும் கட்டுரையாசிரியர்கள் தண்ணீர், சமூக அதிகாரத்தோடு இணைந்திருப்பதாகக் கருதுகின்றனர். உள்ளூரளவில் அதிகாரத்திலிருக்கின்ற சாதியினர்தான் தண்ணீர் மீதான கட்டுப்பாட்டினையும் பயன்பாட்டு உரிமையையும் வைத்துக் கொண்டிருப்பதாகக் கூறுகின்றனர்.

தலித்துகள் தண்ணீரை அணுகுவதில் சந்திக்கின்ற ஒதுக்கல், ஒடுக்குமுறை குறித்த கட்டுரையை ராகேஷ் திவாரி, சஞ்சிவ் பன்சல்கர் ஆகியோர் எழுதியுள்ளனர்.[15] பொது நீராதாரங் களை நம்பியிருக்கும் தலித்துகள், அவை வெகு தூரத்தில் அமைந்திருக்கின்ற காரணத்தினால் பல்வேறு ஒடுக்குமுறை, ஒதுக்குதல்களைச் சந்திப்பதனை விவரிக்கின்றனர். பொதுவாக ஒரு நபருக்கு அன்றாடம் தேவைப்படும் அளவை விடவும் குறைவான அளவு தண்ணீரைப் பெறுகின்ற தலித்துகள் பற்றாக் குறைக் காலங்களில் வெளிப்படையாகத் தீண்டாமையினைச் சந்திப்பதாகக் கூறுகின்றனர். மேலும், தண்ணீர் எடுப்பதில் தலித் பெண்கள் பல்வேறு இன்னல்களை அனுபவிப்பதையும் கூறு கின்றனர்.

விருந்தாளிகளை முதலில் குடிநீர் கொடுத்து வரவேற்கும் பண்பாடுடைய நாட்டில் 'தண்ணீரைக் குடிக்காதே' என்று கூறுமளவிற்குத் தண்ணீர் வணிகமயமாக்கப்பட்டிருக்கிறது என்று தொடங்கும் பி. சாய்நாத், தனியார்மயத்தினால் ஏற்படுகின்ற பெரும் சிக்கலைக் கட்டுரை ஒன்றில் விவரிக்கிறார்.[16] பாசனம் மற்றும் குடிநீரில் சாதிய வரையறை இருக்கின்ற இந்தியாவில் பொது நீராதாரங்களைப் பயன்படுத்துவதிலிருந்து விலக்கப்பட் டிருப்பது தீண்டாமையினால் விளைந்த சமூகக் கொடுமை மட்டு மின்றி, முக்கியமான நீராதாரங்களை அணுகுவதிலிருந்தும் நசுக்குவதாகும் என்கிறார். விவசாயிகளுக்கெதிரான ஆயுத மாகத் தண்ணீர் இருக்கும் என்று கூறும் சாய்நாத், இதனால் மாநிலங்களுக்கிடையே தண்ணீருக்கான மோதல் நடப்பதனை யும் விவரிக்கிறார். இதன் தொடர்ச்சியாக மாநிலங்களுக்குள்ளே யேயும், கிராமங்களுக்கிடையேயும் மோதல் உருவாகும் என்று அறுதியிடுகிறார்.

---

15. Rakesh Tiwary & Sanjiv J. Phansalkar, 'Dalits' Access to Water: Patterns of Deprivation and Discrimination', *International Journal of Rural Management*, 3, (2007), pp. 43 – 67.

16. P. Sainath, 'Thirst for Profit', *Frontline* (21 April 2006), pp. 4 – 9.

வி. சுரேஷ், விபு நாயர் ஆகியோர் தண்ணீர் தொடர்பான கட்டுரை ஒன்றினை ஆங்கிலத் தினசரிப் பத்திரிகையில் எழுதியுள்ளனர்.[17] ஐயாயிரம் ஆண்டுகால வரலாற்றில் தண்ணீர் இயற்கையின் கொடை; விற்பனைச்சரக்கல்ல என்று கூறும் கட்டுரையாசிரியர்கள், உலகின் ஓர் அங்கமான தண்ணீர் அனை வரும் அணுகுவதற்கும் கிடைக்கப் பெறுவதற்குமானது என்று கூறுகின்றனர். கடுமையான தண்ணீர்ப்பற்றாக்குறையின் காரண மாக, மூன்றாம் உலகப் போர் தண்ணீருக்காக நடைபெறும் என்று அறுதியிட்டுக் கூறுகின்றனர். தண்ணீர்ப் பற்றாக்குறைக்கு இயற்கை, மக்கள் தொகைப் பெருக்கம், விவசாயிகள், ஏழைகள், சேரிவாசிகள் அனைவரையும் அனைத்தையும் விமர்சிக்கும் நாம் கடந்த 25 ஆண்டுகளாகத் தண்ணீர் மேலாண்மை செய்தது குறித்து விமர்சிப்பதில்லை என்ற குற்றச்சாட்டை முன்வைத் துள்ளனர். பாதுகாப்பற்ற தண்ணீர் விளைவிக்கின்ற நோய்கள் குறித்த புள்ளி விவரங்களைக் கோடிட்டுக்காட்டி 2025ஆம் ஆண்டில் உலக மக்கள் தொகையில் மூன்றில் இரண்டு பங்கு மக்கள் பாதுகாப்பான குடிநீரின்றி இருப்பர் என அனுமானிக் கின்றனர். தண்ணீர் மேலாண்மையில் உலகளாவிய அளவில் நடந்திருக்கின்ற மாற்றத்தினை 1950களிலிருந்து தொடங்கும் இவர்கள் 1990களில் அதிலும் குறிப்பாக 1992ஆம் ஆண்டு டப்ளின் மாநாட்டு அறிக்கையில் தண்ணீரை விற்பனைச் சரக்காக அறிவித்ததிலிருந்து பெரும் சிக்கல் உருவானதாகக் கருதுகின் றனர். இலவசக் குடிநீர் நிறுத்தம், பயன்பாட்டுக்குப் பணம், விற்பனை ஊக்கப்படுத்தல், தண்ணீர்ப் பயன்பாடு மறுநிர்மாணம் ஆகியவை தண்ணீருக்குப் பொருளாதார மதிப்பு கொடுத்ததன் விளைவுகளெனக் கருதுகின்றனர். தண்ணீர்த் தனியார்மயம் தோல்வியைச் சந்தித்திருக்கிறது என்ற முடிவுக்கு வருகின்ற அவர்கள் தண்ணீர்ப் பற்றாக்குறைக்குத் தனியார்மயம் மாற்றல்ல என வாதிடுகின்றனர். இதற்காக அவர்கள் முன்வைக்கின்ற மாற்று, உட்கொணர்தல், நிலைத்த தன்மை, நிறுவனப் பண்பாட்டு மாற்றம் போன்றவையாகும். இல்லாதவருக்குத் தண்ணீரை முதலில் கொடுக்க வேண்டும் என்று வலியுறுத்தும் கட்டுரை ஆசிரியர்கள் தமிழ்நாடு குடிநீர் வடிகால் வாரியத்தின் சாதனையினைக் குறிப்பாக அவ்வமைப்பின் செயல்பாட்டினால் 65% தலித் மற்றும் விளிம்புநிலை மக்கள் தண்ணீர் பெற்றிருப் பதனைக் குறிப்பிடுகின்றனர். தண்ணீரின் நிலைத்த தன்மைக்குத் தண்ணீர்ச் சுரண்டலுக்கு எதிரான நுகர்வு உணர்வினை உருவாக்குதல், உலகக் குடிமக்கள் தண்ணீர் ஜனநாயகப்படுத் தலுக்குப் போராடுதல் ஆகியவற்றின் மூலம் தண்ணீரைப்

---

17. V. Suresh & Vibhu Nayar, 'Needed a Padadigm Shift', *The Hindu Magazine* (26 October 2008).

பாதுகாத்து அதனை நம் மூதாதையர் நமக்கு விட்டுச் சென்றது போல் நாமும் நம்முடைய எதிர்காலத் தலைமுறைக்கு விட்டுச் செல்வோம் என்று வலியுறுத்தியுள்ளனர்.

தமிழ்ச் சூழலினை அடிப்படையாகக்கொண்டு சில ஆய்வு களும் மேற்கொள்ளப்பட்டிருக்கின்றன. 'தண்ணீர் சந்தைக்கல்ல மக்களுக்கே' என்ற நூல் பல கட்டுரைகளின் தொகுப்பு ஆகும்.[18] இந்நூலில் தொகுக்கப்பட்டிருக்கும் 'நீர் மேலாண்மையை ஜனநாயகப்படுத்துவதன் வழி பொது நீர்வளத்தை மீட்டெடுத் தல்: இந்தியாவில் தமிழ்நாட்டின் அனுபவம்' என்ற கட்டுரை நம்முடைய கவனத்தை ஈர்த்திருக்கிறது. தமிழ்நாடு குடிநீர் வடிகால் வாரியத்தின் செயல்பாட்டினை அடிப்படையாகக் கொண்டு எழுதப்பட்டிருக்கிற இக்கட்டுரை 'நீர்மேலாண்மையை ஜனநாயகப்படுத்தல்' என்ற மாற்றினை முன்வைக்கிறது. ஒதுக்கப்பட்ட மக்களான தலித்துகள், பழங்குடியினர், குடிசைப் பகுதி மக்கள் ஆகியோருக்குத் தண்ணீர் விநியோகம் இல்லா திருப்பது குறித்துக் கவலை கொள்கின்ற கட்டுரை ஆசிரியர்கள் அப்பிரச்சினைக்குத் தீர்வு காணப்பட வேண்டும் என்ற நிபந் தனையை முன்வைக்கின்றனர். நீர் வழங்கும் நிறுவனத்திடம் ஏற்பட்ட முதன்மையான மாற்றாக அக்கட்டுரையாசிரியர்கள் கருதுவது: 'சமூகநீதி நெறிகளை அடிப்படையாகக்கொண்டு நீரைப் பெறாதவர்களுக்கும் சரிசமமாக நீரை வழங்க உறுதி செய்வது' ஆகும். இக்கட்டுரையாசிரியர்கள் பயன்படுத்தியிருக் கின்ற ஒருசில பதங்களில் மாறுபட்ட கருத்துகள் இருக்கின்றன. ஒதுக்கப்பட்ட மக்களுக்கு நீர்விநியோகம் 'இல்லாதிருப்பது', 'நீரைப்பெறாதிருப்பது' என்ற பதங்கள், சம்பந்தப்பட்ட மக்களின் இயலாமையினால் விளைந்தவை என்ற தோற்றத்தினைத் தரு கின்றன. நீராதாரங்களைப் பயன்படுத்துவதிலிருந்து ஒதுக்கப் படுதல், மறுக்கப்படுதல், புறக்கணிக்கப்படுதல் என்பன போன்ற பதங்களே சரியானவையாக இருக்க முடியும்.

'தண்ணீர்: தாகத்திற்கா இலாபத்திற்கா?'[19] என்ற குறுநூலில் தண்ணீர் எல்லா உயிரினங்களுக்கும், இந்த மண்ணுக்கும் உரித் தான பொதுச் சொத்து, அது எந்த ஒரு தேசத்தின் தனிச் சொத்தல்ல; உலகின் பொதுச் சொத்து. தற்போது வாழும் தலைமுறைக்கு மட்டுமல்ல வரவிருக்கும் தலைமுறைக்கும் அதன்மீது உரிமை உண்டு என்று வலியுறுத்தப்பட்டிருக்கிறது. மேலும், தண்ணீர் தனியார்மயமாக்கப்படுவதினால் ஏற்படுகின்ற

---

18. பா. ஜீவசுந்தரி, (தொகுப்பாளர்), *தண்ணீர் சந்தைக்கல்ல மக்களுக்கே* (சென்னை: நியூ செஞ்சுரி புக் ஹவுஸ், 2007).

19. *தண்ணீர்: தாகத்திற்கா இலாபத்திற்கா ?* (சென்னை: மகஇக, விவிமு, புமாஇமு, புஜதொமு, 2005).

சிக்கல் விரிவாகப் பேசப்பட்டிருக்கிறது. 'தனியார்மயமாகும் தண்ணீர்' என்ற பிரசுரத்தில் தண்ணீர் எவ்வாறெல்லாம் தனியார் மயமாக்கப்படுகிறது, பன்னாட்டு நிறுவனங்கள் தண்ணீர் மீது செலுத்துகின்ற ஏகபோகம், இதனால் ஏற்படுகின்ற தண்ணீர்ப் பற்றாக்குறை, தண்ணீர் மாசுபடுதல் போன்றவை குறித்து விவரிக்கப்பட்டுள்ளது.[20] தண்ணீர்...தண்ணீர்...தண்ணீர்[21] என்ற குறுநூல் ஆர். சந்திரா என்பவரால் எழுதப்பட்டிருக்கிறது. பாதுகாப்பான குடிநீரின்றி இருக்கின்ற மக்களின் எண்ணிக்கை, பாதுகாப்பற்ற குடிநீரினால் ஏற்படுகின்ற நோய்கள், நீர் எந்த அளவிற்கு வணிகமயமாக்கப்பட்டிருக்கிறது ஆகியவை குறித்துப் பல புள்ளிவிபரங்களை எடுத்துக்காட்டுகின்ற சந்திரா, நீரை வீணாக்குதல், தனியார்மயம் ஆகியவற்றினால் ஏராளமான சிக்கல்கள் உருவாகியிருப்பதாகக் கூறுகிறார். வெள்ளத்தி லிருந்தும் அதன் அழிவிலிருந்தும் தன்னைக் காப்பாற்றிக் கொள்ளுதல், குடித்தல், உற்பத்தி செய்வதற்குச் சேகரித்தல், பயன்படுத்தல் என மனிதனுக்கும் நீருக்குமிடையே ஆரம்பகாலம் முதல் போராட்டங்கள் நடைபெற்று வருவதாகக் குறிப்பிடுகிறார். நீருக்காகக் கொலைகள் நடப்பதையும் சுட்டிக்காட்டுகிறார். நீர் தனியார்மயமாதல் கடந்த 15 ஆண்டுகளில் உருவான ஒன்று என்ற வரலாற்றினைக் காண்பதற்குப் பதில் 'திட்டமிட்டு உலகின் நீர் வளங்களை எப்படி பன்னாட்டு நிறுவனங்கள் தலையிட்டு வணிகமயமாக்கியுள்ளன?' எனப் பார்க்க வேண்டும் என்று 'வரலாற்றினை' காண்பதனைவிடவும் 'நிகழ்வுப் போக்கினைக்' காணவேண்டும் என்று வலியுறுத்துகிறார். 'நீர் பிறக்கும் முன்: தலித் மக்களின் தண்ணீருக்கான போராட்டம்' என்ற நூலினை இந்திரா எழுதியுள்ளார். ஊராட்சி ஒன்றியக் கவுன்சிலராக இருந்த ஜோதிமணி தன்னுடைய தொகுதி மக்களுக்குக் குறிப்பாகத் தலித்துகளுக்குச் செய்ய வேண்டிய கடமையினைச் செய்யும் போது அவர் சாதி இந்துக்களிடம் சந்தித்த இன்னல்களைப் பதிவு செய்துள்ளார் இந்திரா.[22] 'குடிநீரில்கூட சாதியத்தின் நிழல் படிந்து கிடக்கிறது' என்று கூறுகின்ற இந்திரா, அவருடைய சொந்தபந்தங்களான சாதி இந்துக்களிடமிருந்து பல்வேறு இன்னல்களை எதிர்கொண்டு அதுவரை குடிதண்ணீரே இல்லா திருந்த தலித்துகளுக்கு அதனைப் பெற்றுத் தந்திருக்கிறார். இதற்காக அவர் பெரும் போராட்டத்தை நடத்த வேண்டிய நிர்ப்பந்தம் ஏற்பட்டிருக்கிறது. இப்போராட்டம் சாதி இந்துக்கள்

---

20. *தனியார்மயமாகும் தண்ணீர்* (சென்னை: தமிழ்நாடு அறிவியல் இயக்கம், 2005).

21. ஆர். சந்திரா, *தண்ணீர், தண்ணீர், தண்ணீர்* (சென்னை: பாரதி புத்தகாலயம், 2005).

22. இந்திரா, *நீர் பிறக்கும் முன்: தலித் மக்களின் தண்ணீருக்கான போராட்டம்* (நாகர்கோயில்: காலச்சுவடு பதிப்பகம், 2007).

பயன்படுத்தும் பொது நீராதாரங்களிலிருந்து, தலித்துகளுக்குத் தண்ணீர் வழங்காததற்கு அல்ல; அவர்களுக்கென்று தனியாகக் குழாய் அமைத்துத் தண்ணீர் கொடுப்பதற்கு அவர் எதிர்கொண்ட இடர்பாடுகளையே நூலாக்கம் செய்திருக்கிறார். பொது நீராதாரங் களிலிருந்து மட்டுமின்றித் தனியாக நீராதாரத்தை ஏற்படுத்திக் கொள்வதற்கும் சாதி இந்துக்கள் தலித்துகளுக்கு இடையூறு செய்து வருகின்றனர் என்பதனை இந்திராவின் நூல் வெளிப் படுத்துகிறது.

சோ. தர்மன், 'தண்ணீரும் பண்பாடும்'[23] என்ற கட்டுரையில் அனைத்து வீடுகளிலும் மழை நீர் சேகரிப்புத் தொட்டி கட்ட வேண்டும் என்ற அரசாணை மூலம் தண்ணீர்ப் பிரச்சினையைத் தீர்த்துவிட முடியாது. மண்ணுக்கேற்ற விவசாயம் செய்வதன் மூலமே தண்ணீர்ப் பிரச்சினையைத் தீர்க்க முடியும் என்கிறார்.

தண்ணீர்ச் சிக்கல் குறித்து நாளேடுகள் தலையங்கம் எழுதி யிருப்பதனைக் காணமுடிகிறது. 'தண்ணீர் தண்ணீர்' என்ற தலைப்பில் தினமணிப் பத்திரிகையில் தலையங்கம் எழுதப்பட் டிருக்கிறது.[24] தண்ணீருக்காக ஒரு நாடு மற்ற நாட்டின்மீது படை யெடுக்கும் போக்கு அதிகரிக்கும் என்று கூறும் அத்தலையங்கம் இந்தியாவிலுள்ள மாநிலங்கள் ஒன்றுக்கொன்று மோதிக்கொள் ளும் நிலைமை ஏற்கனவே உள்ள நிலையில், இப்போக்கு மேலும் தீவிரமடைந்து தேசத்தின் ஒற்றுமைக்கு ஊறு விளைவிக் கும் அபாயம் அதிகரித்திருக்கிறது என்று கூறுகிறது.

தண்ணீர்ப் பற்றாக்குறை குறித்து இலக்கியங்களும் படைக்கப்பட்டிருக்கின்றன. அசோகமித்திரன் எழுதிய 'தண்ணீர்' என்ற நாவலையும், கோமல் சுவாமிநாதன் எழுதிய 'தண்ணீர் தண்ணீர்' என்ற நாடகத்தினையும் கூறலாம். சென்னையில் வசிக்கின்ற பிராமணக் குடும்பப் பெண்கள் தண்ணீர்ப் பற்றாக் குறையினால் அனுபவித்து வரும் இன்னல்கள் 'தண்ணீர்' நாவலின் கருப்பொருள். **1948**ஆம் ஆண்டு முதற்கொண்டு கவலைப்பட வேண்டிய ஒரு பொருளாகத் தண்ணீர் இருப்பதை நாவலின் முன்னுரையில் கூறும் அசோகமித்திரன், அன்றைய காலங்களில் 'தண்ணீருக்கென்று யாரும் தனியாகச் செலவழித் தது கிடையாது' என்கிறார்.[25] மேலும், மழை பெய்தாலும் பொய்த் தாலும் சென்னையில் வசித்து வருகின்ற குடிசை வாசிகள் முதற்கொண்டு அடுக்கு மாடிகளில் வசிக்கின்ற செல்வந்தர்கள் வரை தண்ணீருக்காக ஏராளமாகப் பணம் செலவழிக்க வேண்டியிருக்கிறது என்றும் கூறுகிறார்.

---

23. சோ. தர்மன், 'தண்ணீரும் பண்பாடும்', *புதிய பார்வை* (16 – 31, ஜனவரி 2005).
24. 'தண்ணீர், தண்ணீர்' (தலையங்கம்), *தினமணி* (14 மே 2008).
25. அசோகமித்திரன், *தண்ணீர்* (சென்னை: கிழக்கு, 2005).

'தண்ணீர் தண்ணீர்' நாடக நூலின் முன்னுரையில் 'இந் நாடகம் மனிதனின் அடிப்படைப் பிரச்சினையைப் பேசுகிறது' என்கிறார் கோமல் சுவாமிநாதன்.[26] திருநெல்வேலி மாவட்டம், கோவில்பட்டிக்கு அருகே உள்ள அத்திப்பட்டி என்ற கிராமத்தில் தண்ணீர் இல்லாமையினால் சாதி இந்துக்கள் அனுபவிக்கின்ற இன்னல்தான் நாடகத்தின் கருப்பொருள். "ஒருவனின் மனைவி யைக் கேட்பதனைவிடவும் அவனிடம் தண்ணீர் கேட்பது மகா பாவம்" என்ற உரையாடலினை நாடகத்தின் ஆரம்பத்தில் கூறுகிறார் கோமல். ஒருவனுடைய மனைவியை மற்றவன் மனதால் நினைப்பது, அவளைப் பார்ப்பது பாவம், தவறு என்று வலியுறுத்தப்படுகின்ற ஒழுக்க நெறிகளைத் தலைகீழாகப் புரட்டிப் போடுவதன் மூலம் தண்ணீரின் முக்கியத்துவத்திற்கு அழுத்தம் தருகிறார். நதிநீர் இணைப்புக் குறித்துப் பேசுகின்ற தினசரிப் பத்திரிகைகள் அத்திப்பட்டி கிராமவாசிகளின் தண்ணீர்ப் பிரச்சினையைப் பத்திரிகையில் வெளியிடாததைப் பகடி செய் கிறார் அவர். 'சென்னை நகரத்தில் தண்ணீர் வரவில்லை யென்றால் பக்கம் பக்கமாக பத்திரிகையிலே எழுதுறீங்க, ஆனால் ஐந்து வருடங்களாகத் தண்ணீரின்றி அவதிப்படும் இந்தியக் குடிமக்களாகிய அத்திப்பட்டி கிராமவாசிகளின் தண்ணீர்ப் பிரச்சினை பேசப்படவில்லை' என்ற குற்றச்சாட்டு பத்திரிகைகள் மீது வைக்கப்படுகிறது. அத்திப்பட்டி மக்கள் இந்தியக் குடிமக்களாக இருந்த போதிலும் அவர்கள் மீது பிறருக்கு 'மனிதாபிமானம்' இல்லை என்ற குற்றச்சாட்டும் நாடகத்தில் உண்டு. தண்ணீர் தொடர்பான நோய்கள் ஏற்படு வது குறித்தும் நாடகத்தில் கோமல் பேசுகிறார். பறையர் சாதி யைச் சேர்ந்தோரின் கிணற்றில் நோயை உருவாக்கும் தன்மை கொண்ட தண்ணீரால் நோய் ஏற்படுவதாக நாடகம் பேசுகிறது. 'தண்ணீர்' நாவல், 'தண்ணீர் தண்ணீர்' நாடகம் இவற்றினை ஒப்பீடு செய்கையில் முன்னது நகரத்துப் பிராமணர்களின் தண்ணீர்ப் பற்றாக்குறையினையும் பின்னது கிராமத்துச்சாதி இந்துக்களின் தண்ணீர் இல்லாமையையும் படைப்பாக்கம் செய்திருக்கின்றன. தண்ணீர்ப்பற்றாக்குறை, தண்ணீர் இல் லாமை ஆகியவற்றின் விளைவால் பிராமணர், சாதி இந்துக் கள் அனுபவித்து வந்த துன்ப துயரங்கள் படைப்பாக்கம் செய்யப் பட்டிருக்கின்றன.

தலித்துகளுக்கு தண்ணீர் மறுக்கப்படுவது குறித்த பாடல் களும் உள்ளன. "... காடு மலைகளை நாடு கடந்து கங்கை காவேரி பாயுதடா இன்னும் ஊர் கிணற்றுத் தண்ணி சேரி

---

26. கோமல் சுவாமிநாதன், *தண்ணீர் தண்ணீர்* (சென்னை: வானதி பதிப்பகம், 1997).

வந்து சேரலடா..." என்ற பாடலை மக்கள் கலை இலக்கியக் கழகம் படைத்துள்ளது.[27]

மேலே மதிப்பீடு செய்யப்பட்டுள்ள புத்தகங்கள், ஆய்வுக் கட்டுரைகள், படைப்புகள் ஆகியவற்றில் பெரும்பாலானவை தண்ணீர்ப் பற்றாக்குறை, தண்ணீர் தனியார்மயமாக்கப்பட்ட சூழலின் பின்னணியிலிருந்து எழுதப்பட்டிருக்கின்றன. குறிப்பிட்ட சில ஆய்வுகள் மட்டுமே தலித்துகள் அனுபவித்து வருகின்ற தண்ணீர் இல்லாமை மற்றும் தண்ணீரை அணுகுவதற்கும் அனுபவிப்பதற்குமான உரிமை மறுக்கப்படுவதனை விவாதித் திருக்கின்றன. தண்ணீருக்கான சண்டை கிராமங்களுக்கு இடையேயும் நடக்கும் என்ற பி.சாய்நாத்தின் ஊகம் உண்மை என்பதை ஜெயஸ்ரீ சோனி, தலித்துகளின் சிக்கலிலிருந்து எடுத்துரைத்திருக்கிறார். சாதியச் சமூகத்தில், சம்பந்தப்பட்ட சாதியினரின் படிநிலைக்கு ஏற்பவே தண்ணீரை அனுபவிக்க முடியும் என்பதையும் சுட்டிக்காட்டியுள்ளனர். கோடைக்காலங் களில் தண்ணீர்ப் பற்றாக்குறையினால் தலித்துகள் எதிர் கொள்ளும் பிரச்சினையினை விவாதித்திருக்கின்றனர்; ஆனால், பிற காலங்களில் தலித்துகள் பருகும் தண்ணீரின் தன்மை எத்தகையது? என்பது குறித்து விவாதிக்கவில்லை. தண்ணீருக் கான போராட்டம், தனியார்மயமாக்கம் ஏற்படுத்தி வருகின்ற பாதகமான விளைவுகளிலிருந்தே தோன்றுகிறது என்ற புரிதல் இருக்கிறது. ஆனால், தலித்துகள் தண்ணீரை அணுகுவதற்கும் அனுபவிப்பதற்குமான உரிமையினைப் பெறுவதற்குப் பல நூற் றாண்டுகளாகப் போராட்டம் நடத்திக்கொண்டிருப்பது கவனிக்கப் படவில்லை. பெலா பாற்றியா மட்டும் ராஜஸ்தான் மாநிலம் சாக்வாடா கிராமத்தில் ஆதிக்கச் சாதியினரின் கட்டுப்பாட்டிற் குள் இருந்த பொதுக்குளத்தை அனுபவிப்பதற்காகத் தலித்துகள் நடத்திய போராட்டத்தினை ஆய்வுக்குட்படுத்தியிருக்கிறார். உலக மயமாக்கல் சூழலில் தண்ணீர் ஓர் அரசியல் ஆயுதமாக மாறி யிருப்பதாகக் கூறுகின்ற ஆய்வாளர்கள் ஏற்கனவே அது தலித்து களுக்கு எதிரான அரசியல் ஆயுதமாக இருந்து வருவதனைக் கவனிக்கத் தவறிவிட்டனர். தண்ணீர் மாசுபட்டுக் கொண்டிருப்ப தாகவும் பாதுகாப்பான குடிநீர் தேவை என்பதையும் வலியுறுத்து கின்ற ஆய்வாளர்கள் சாதியச் சமூகத்தில் தலித்துகள் எப்போ தும் பாதுகாப்பற்ற தண்ணீரைக் குடித்து வாழவேண்டிய சூழல் இருப்பதைக் கவனத்தில் கொண்டிருக்கவில்லை. பெரும்பாலான ஆய்வாளர்கள், சமூக ஆர்வலர்கள், இயக்கச் செயல்பாட்டாளர் கள் போன்றோரிடம் தண்ணீர் இயற்கையின் கொடை, அது

---

27. பாடல் குறுந்தகடு : ஆண்ட பரம்பரையா அடிமைப் பரம்பரையா? (சென்னை: ம.க.இ.க).

ஒரு பொதுச் சொத்து. அதனை யார் வேண்டுமானாலும் பயன் படுத்திக் கொள்ளலாம் என்ற எண்ணம் இருக்கிறது. தண்ணீர் தனியார்மயமாக்கம் செய்யப்பட்டதனால் நீராதாரங்களை அணுகுவதற்கும் அனுபவிப்பதற்குமான உரிமை அபகரிக்கப் பட்டுவிட்டது என்ற நம்பிக்கை நிலவிக்கொண்டிருக்கிறது. தண்ணீர் மீதான பன்னாட்டு வணிக நிறுவனங்களின் ஏகபோகம் குறித்துப் பேசுகின்ற இவர்கள், அதே பொருள் மீது ஆதிக்கச் சாதியினர் செலுத்தி வருகின்ற ஏகபோகம் குறித்து விவாதிக்க வில்லை. அடுக்கடுக்கான சாதிப் படிநிலை ஏற்றத்தாழ்வினைக் கொண்டிருக்கும் இந்தியாவில் ஒரு பொருள் இயற்கையாய் கிடைக்கிறது என்ற காரணத்தினால் மட்டும் அதனை அனைத்துச் சாதியினரும் அணுகவோ அனுபவிக்கவோ இய லாது. இச்சாதியச் சமூகத்தில் ஒருவர் எந்தப் படிநிலையில் இருக்கிறாரோ? அதற்கேற்றபடிதான் அவர் இயற்கைப் பொருளையும் அனுபவிக்க இயலும். இதை வரலாற்று ரீதியாக விவாதிக்கலாம்.

ஆய்வு முறையியல்

நாம் மேற்பகுதியில் பரிசீலனை செய்திருக்கும் பல ஆய்வு கள் தனியார்மயமாக்கம் என்ற உலக அரசியல் பொருளாதாரப் பின்னணியிலிருந்து தண்ணீர்ச் சிக்கல் குறித்துப் புரிந்து கொண்டிருக்கின்றன. தனியார்மயமாக்கம் என்ன வகையான சிக்கல்களைத் தோற்றுவித்திருக்கிறதோ அவற்றைவிடவும் கூடுத லான சிக்கல்களை இந்துச் சமூக அமைப்பின் புனிதம் x தீட்டு என்ற கருத்தாக்கம் உருவாக்கியிருக்கக்கூடிய அசமத்துவப் படி நிலைச் சமூக அமைப்பு தோற்றுவித்திருக்கிறது. எனவே, நீராதாரங்கள் இருக்கின்ற பகுதியினை அணுகுதல், அனுபவித் தல் ஆகியவற்றினைத் தீர்மானிப்பதில் சாதியப் படிநிலையின் தரவரிசையே முக்கியப் பங்காற்றுகிறது என்ற அம்பேத்கர், ஜி.எஸ். குரே ஆகியோரின் கோட்பாட்டின் அடிப்படையில் இந்த ஆய்வு மேற்கொள்ளப்படுகிறது. மேலும், தண்ணீரைப் பயன் படுத்துவதில் தலித்துகள் அனுபவித்து கொண்டிருக்கும் சமூக விலக்கத்தின் மீது கூடுதல் சுமையினைத் தனியார்மயமாக்கம் ஏற்படுத்தும் என்று விவாதிக்கப்படுகிறது. இந்த விவாதத்திற்கான ஆதாரங்களாக முதன்மை, இரண்டாம் நிலைத் தரவுகள் பயன் படுத்தப்பட்டிருக்கின்றன. ஆவணக் காப்பம், நூலகம் மற்றும் கள ஆய்வு மூலம் தரவுகள் சேகரிக்கப்பட்டன.

I

இயற்கையான தண்ணீர் செயற்கையான சமூகத்தில்

எனக்குத் தண்ணீர் வழங்குவது அவருக்குப் பிடிக்கவில்லை. நான் தண்ணீர் கேட்க வருவதைப் பார்த்தால் அவர் அங்கிருந்து சென்றுவிடுவார். அப்போது எனக்குத் தண்ணீர் கிடைக்காது. இவ்வாறு பல நாட்கள் நான் குடிக்கத் தண்ணீர் இல்லாமல் இருக்க வேண்டியிருந்தது – அம்பேத்கர்[1]

இயற்கை தந்த நிலம், நீர், காற்று போன்றவையும் பொது மக்களின் நன்மைக்காக ஏற்படுத்தப்பட்ட கிணறு, குளம்... போன்றவையும் ஒரு சாரார் பயன்படுத்தக்கூடாது என்று தடுப்பது இந்திய ரிடையே இருந்து வரும் வழக்கமாகும் – அன்பு பொன்னோவியம்[2]

கனம் சபாநாயகர் அவர்களே, கோயம்புத்தூர் ஜில்லாவில் 119 சேரிகளில் கிணறுகள் கிடையாது 316 சேரிகளிலுள்ள கிணறுகள் சுத்தம் செய்யப்பட வில்லை. இச்சுதந்திர இந்தியாவில் ஹரிஜனங்கள் குடிதண்ணீர் கூட இல்லாமல் கஷ்டப்படுகிறார் கள் – பி.ஜி. மாணிக்கம்[3]

---

1. *அம்பேத்கர்: பேச்சும் எழுத்தும் நூல் தொகுதி 9* (புது டில்லி: டாக்டர் அம்பேத்கர் பவுண்டேசன், 1999), ப. 52
2. அன்பு பொன்னோவியம், *உணவில் ஒளிந்திருக்கும் சாதி* (சென்னை: சித்தார்த்தா பதிப்பகம், 2007), ப. 206.
3. Madras Legislative Council Debates (Hereafter *MLCD*), XIX (16 December 1954), p. 216.

சாதியச் சமூக அமைப்பின் அன்றாட வாழ்க்கை முறையில் பொருளியல், பண்பாடு ஆகிய இரண்டு நிலைகளில் தண்ணீர் தவிர்க்க இயலாத தேவையினையும் முக்கியத்துவத்தினையும் பெற்றிருக்கிறது. இத்தண்ணீருக்கு உலகமயமாக்கல் கொள்கை பொருளாதார மதிப்பு வழங்கியதால் விற்பனைச் சரக்காக அது மாறிவிட்டது. இதனால் பொருள் இல்லாதோருக்குத் தண்ணீர் எட்டாக்கனியாக மாறிவிட்டது என்ற எண்ணம் கல்வியாளர்கள், இயக்கச் செயல்பாட்டாளர்கள், தேசபக்தர்கள் போன்றோரிடம் பரவலாகவும் வலிமையாகவும் இருப்பதனைக் காணமுடிகிறது. இந்த எண்ணப் போக்கிற்கு மாறாக, தண்ணீர் சாதியச் சமூக அமைப்பில் ஏற்கனவே தனியார்மயமாக்கப் பட்டிருக்கிறது; சில சாதியினர் தண்ணீர் மீது தங்களின் ஏகபோகத்தினைச் செலுத்தி வருகின்றனர். தலித்துகளுக்கு நீர் நிலைகளை அணுகுவதற்கும் அனுபவிப்பதற்கும் உரிமை மறுக்கப்பட்டு வருகிறது என்ற வரலாற்றினையும் அந்நிலை இன்றும் தொடர்ந்து இருந்து வருவதனையும் மெய்ப்பிப்பதற்கு இந்த இயல் முயல்கிறது. முதலில், பொருளியல், பண்பாட்டுத் தளத்தில் தண்ணீருக்கு இருக்கின்ற முக்கியத்துவம் குறித்துக் காண்பது அவசியம். உயிர்களின் இயக்கத்திற்கு நீரைப் பருகுதல், உணவு உற்பத்தி போன்ற பொருளியல் தேவைகளுக்கு நீரைப் பயன்படுத்துவதனை பொருளியல் பயன்பாடு என்றும் தீட்டு பாவம் நீக்குவதற்கு நீரைப் பயன்படுத்துவதனைப் பண்பாட்டுப் பயன்பாடு என்றும் பொருள் கொள்வோம்.

நீரின்றி அமையாது, தலித் உயிர்களும்தாம்

இயற்கைப் பொருளாக இருக்கின்ற தண்ணீர், தாவரங்கள், மனிதர்கள் உட்பட அனைத்து உயிர்களுக்கு அக மற்றும் புறப் பொருளாக இருக்கின்றது. உலகின் மூன்றில் ஒரு பங்கு இருக்கிற தண்ணீர் மனித உடலில் 71 சதவீதம் இருக்கிறது.[4] ஓர் உயிருள்ள பொருளில் அதன் இயக்கத்திற்குத் தேவையான நீர் இருப்பது அதன் சீரான இயக்கத்திற்கு அத்தியாவசிய மானது. அதன் அளவு குறைகிற போதோ அல்லது இல்லாதிருந் தாலோ உயிருள்ள பொருளின் சீரான இயக்கத்தில் சிக்கல் உருவாகும். அது பலவீனத்தில் தொடங்கி உயிர்களின் இயக்க மற்ற நிலையை ஏற்படுத்தும். எனவே, உயிரின் இயக்கத்திற்கு நீர் அவசியம். நீர் கிடைக்கின்ற அளவினைப் பொறுத்தும் ஓர் உயிரின் வாழ்நாள் தீர்மானிக்கப்படுகிறது. நீரினை உண வென்று கூறுகின்ற மயிலை சீனி. வேங்கடசாமி நீரை மட்டும்

---

4. ப.பி. சொர்கேயெவ், *அனைவருக்குமான உடல் இயங்கு இயல்* (சென்னை: நியூ செஞ்சுரி புக் ஹவுஸ், 1983).

பருகி பல பத்து நாட்கள் உயிரோடு வாழ்ந்துவிட முடியும் என்கிறார்.[5] எனவே, நீர் என்பது உயிர்களின் இயக்கம் அல்லது இயக்கமற்ற நிலையோடு தொடர்புடையது. ஆதலால், நீரைப் பெறுவது அல்லது மறுப்பது ஓர் உயிரை, வாழ்வதற்கு அனுமதிப் பது அல்லது மறுப்பதாகும். 'நீர்: உயிர் வாழ்வதற்கே' என்ற முழக்கம் இன்று தண்ணீர் தனியார்மயமாக்கப்பட்டதன் பின்புலத்தில் வலியுறுத்தப்படுகிறது. ஆனால், இன்று வலியுறுத்தப் படும் அதே பொருளில் 1930களில் மயிலை சீனி.வேங்கடசாமி வலியுறுத்தி இருக்கிறார்.

நீரின் துணையோடு விவசாய உற்பத்தி செய்தல் அதன் மற்றொரு முக்கியமான பயன்பாடு ஆகும். விவசாயம் செய்யப் படுகின்ற நிலத்தின் மதிப்பு அதற்குக் கிடைக்கின்ற நீரினைப் பொறுத்ததே என்று டேவிட் லூடன் கூறுகிறார்.[6] இதனால் தான் விவசாயத்தில் ஈடுபட்டிருந்த சாதிகள் குறிப்பாகப் பிராமணரல்லாதோர் தண்ணீர்த் தேவையினை உணர்ந்திருக் கின்றனர். தண்ணீரின் முக்கியத்துவத்தை ஒடுக்கப்பட்ட மக்களின் தலைவர்கள் பலரும் புரிந்திருக்கின்றனர். புலே தண்ணீரின் இன்றியமையாமையினைப் பின்வருமாறு விவரித்துள்ளார்: "நீர் என்பது விவசாயிகளுக்கு உயிரளிக்கும் கொடை / வரப் பிரசாதம் ஆகும். அப்படிப்பட்ட வரம் / வசதி இல்லாத நிலையில் அவர் தவிர்க்க இயலாமல் நசிந்துபோகவே செய்வார். உழவர்க்கு இந்த வசதியை செய்து தந்துவிட்டால் அவரது பூமி எவ்வளவு தான் கரடுமுரடாக, தரிசாக, சரளைப் பூமியாக இருந்தாலும், விவசாயம் அவருக்கு உண்மையில் பொருளாதார ரீதியில் ஆதாயமாகவே இருக்கும். பாறைகள் நிரம்பியதோ, பாழ் பட்டதோ, பண்படுத்தப்படாததோ எப்படி இருந்தாலும், அவரது தோட்டத்துக்கு அபரிமித நீர் கிடைத்தால் விவசாயி அதில் பலவித பழ மரங்களையும் பயிர் வகைகளையும் பருவ மில்லாத பருவத்திலும்கூட (மழை பெய்யாத காலங்களிலும் கூட) வளர்த்து எடுத்துவிட முடியும் என்று கூறினால் அது மிகையாகாது."[7] தந்தை பெரியார், தண்ணீரின் முக்கியத்துவம் கருதி அதனைப் பாதுகாப்பது குறித்துப் பேசியிருக்கிறார். "நீர் பாய்ச்சும் விவசாயி தண்ணீர் அண்டை வயலுக்கோ அல்லது கறம்புக்கோ போகாமல் கண்காணிக்க வேண்டும்

---

5. மயிலை சீனி.வேங்கடசாமி, 'உடம்பும் உணவும்', *ஆரம்பாசிரியன்*, 5, 11 (1929).

6. David Ludden, *Early Capitalims and Local History in South India* (New Delhi: Oxford University Press, 2005), p. 94.

7. மகாத்மா புலே, *தேர்ந்தெடுக்கப்பட்ட படைப்புகள்* (சென்னை: பல்கலைப் பதிப்பகம், 2001), ப. 73.

இதுதான் விவசாயிக்கு முதல் பாடம்"[8] என்று வலியுறுத்தியிருக்கிறார். கூடுதலான உணவு தானியங்கள் விளைவிப்பதற்காகத் தண்ணீரைப் பாதுகாக்க வேண்டும் என்ற உணர்வு ஏற்பட்டிருக்கிற காரணத்தினால் ஏரி, குளங்கள் அமைப்பது இடைக்காலத்தின் முற்பகுதியில் தமிழகத்தில் நடைபெற்றதாகக் கூறுகிறார் மே.து. ராசுகுமார்.[9] தண்ணீரினைப் பாதுகாப்பதற்காகவே 'ஏரி வாரியம்' சோழர் காலத்தில் அமைத்திருந்ததாகக் கூறுகிறார் ஆ. பத்மாவதி.[10] இது தமிழ்ச் சமூக நீர் மேலாண்மையைக் காட்டுகிறது. தமிழ்ச் சமூகத்தில் தாயைப் போற்றும் வழமையை விட தண்ணீருக்கே முக்கியத்துவம் கொடுக்கப்பட்டிருப்பதனை, 'தாயைப் பழித்தாலும் தண்ணீரைப் பழிக்கக் கூடாது' என்ற பழமொழி உணர்த்துகிறது. பொருளியல் வாழ்க்கையில் தண்ணீரின் தேவையினைத் திருக்குறள் தெளிவாகக் கூறும். அக்குறள்,

> நீர் இன்று அமையாது உலகெனின் யார்யார்க்கும்
> வான்இன்று அமையாது ஒழுக்கு

என அமையும். இந்த உலகத்தில் நீரின்றி எவ்வுயிர்ப் பொருளும் இல்லை தலித் உயிர்கள் உட்பட என்பது தெளிவு. இனி, பண்பாட்டுத்தளத்தில் தண்ணீருக்கு வழங்கப்பட்டிருக்கும் இன்றியமையாமை குறித்துக் காண்போம்.

புலன் அறியாத[11] தீட்டும் பாவம் நீக்கும் சவர்க்காரமும்

தண்ணீருக்குப் பண்பாட்டு முக்கியத்துவம் ரிக் வேத காலத்திற்கு முன்பிருந்தே வருகிறது. நீரைப் பெண்ணாகப் பாவித்தலும், நதியின் பெயர் கொண்ட பெண்களைத் திருமணம் செய்யக்கூடாது என்பதும் மகாபாரதக் கதையிலும் மனுஸ்மிருதியிலும் உள்ளதாகக் கூறுகிறார் கோசாம்பி. நீரிலிருந்து பிறத்தல், அதிலேயே கொலை செய்தல் போன்ற விவகாரங்களும் அதிலிருப்பதாகக் கூறுகிறார். இன்றைய வழக்கமான விசர்ஜனம், உருவம் அல்லது இறந்தவர் சாம்பலை நீரில் கரைத்தல், மரணச் சடங்குகளின்போது நீர்ப் பானையுடன் செல்வது போன்றவை

8. மா. நன்னன், *பெரியாரியல்* (சென்னை: ஞாயிறு பதிப்பகம், 1993), ப. 29.
9. மே.து. ராசுகுமார், 'இடைக்காலத் தமிழகத்தில் வேளாண் வளர்ச்சியினால் ஏற்பட்ட சமூக – பொருளாதார மாற்றங்கள்', *நாவாவின் ஆராய்ச்சி*, 47 (ஜனவரி 1999), ப. 62.
10. ஆ. பத்மாவதி, *சோழர் ஆட்சியில் அரசும் மதமும்* (சென்னை: குமரன் பதிப்பகம், 2003), ப. 83.
11. இந்து மதத்தின் கருத்தாக்கமான புனிதம் x தீட்டு ஆகியவற்றை புலன்களால் காணவும் முடியாது உணரவும் முடியாது ஆதலால் அதனைப் புலன் அறியாத தீட்டு எனலாம்.

மிகப் பழங்காலத்திலிருந்தே இருந்து வருவதாகவும் கருதுகிறார். கங்கை நதிக்குப் புனிதத் தன்மை மகாபாரதக் கதையில் வழங்கப் பட்டிருப்பதனை அறியமுடிகிறது. பெண்ணாகக் கங்கை உருக் கொள்ளுதல், தனக்குப் பிறக்கும் குழந்தைகளை நீரில் போட்டுக் கொலை செய்தல், கங்கைக்கு மகனாகப் பீஷ்மர் பிறத்தல் என இறத்தல் பிறத்தல் தன்மை கங்கைக்கு வழங்கப்பட்டிருக்கிறது.[12] நதிகளுக்கு வழங்கப்பட்டிருக்கும் இத்தகைய புனிதத் தன்மை அதனை வழிபடுதல், அதில் குளித்தல், தற்கொலை செய்தல் போன்ற செயல்கள் நிகழ்வதற்குக் காரணமாக இருக்கிறது. கங்கை நதிக்கு வழங்கப்பட்டிருக்கின்ற புனிதத் தன்மையினால் அதில் குளித்தல், இறத்தல், பிணம் எரித்த சாம்பலைக் கரைத்து விடுதல் போன்ற செயல்கள் மோட்சத்திற்குச் செல்லும் 'நேர்' வழியென்று நம்பப்பட்டு வருகிறது. இதன் காரணமாக கோடிக் கணக்கான இந்துக்கள் 'புனித' நதிகளில், குறிப்பாகக் கங்கை நதியில் குளித்தல், நதியில் விழுந்து இறத்தல் (தற்கொலை), பிணமெரித்த சாம்பலைக் கரைத்தல் போன்ற செயல்களைச் செய்து வருகின்றனர்.

தண்ணீருக்கு வழங்கப்பட்டிருக்கும் வேறுசில முக்கிய மான பண்புகள் ஒருவரின் 'புனித'த் தன்மையினைப் பாதுகாத்தல் அல்லது அவருடைய பழைய நிலைமையினை மீட்டெடுத்தல், ஒருவருடைய உருவை மாற்றிக்கொள்ளுதல் போன்றவையாகும். இக்கற்பிதம், ரிக்வேதம் தொடங்கி மனுஸ்மிருதி வரை உள்ளது என்று தீபா ஜோஷி, பென் பாவெட் ஆகியோர் கூறுகின்றனர்.[13] ரிக்வேதப் பாடல் ஒன்று, நாரதர் புனித நீரில் குளித்துப் பெண்ணாக மாறியதைக் கூறுகிறது. இது கன்னித் தன்மையைப் புதுப்பித்துக் கொள்வதற்கான சடங்கேயாகும் என்று விளக்கம் தருகிறார் கோசாம்பி.[14] நீரில் குளிப்பதன் மூலம் கன்னித் தன்மையினை மீட்டெடுப்பது போல் புனிதமானோர் தங்களின் புனிதத் தன்மையினை மீட்டெடுத்துக் கொள்கின்றனர். சமூகப் பண்பாட்டுத் தளத்தில் தூய்மையானோர x அசுத்தமானோர் என்ற இரண்டு எதிரெதிர் பிரிவினையைக் கட்டமைப்பதில் நீர் முக்கியப் பங்காற்றுகிறது என்கிறார் கோபால் குரு. தீண்டாமையின் தொல்லியல் குறித்த கட்டுரையில் அவர் "சில உடல்களைச் சடங்கியல் ரீதியாகத் தூய்மையானதாகவும் சிலவற்றை என்றென்றைக்கும் அசுத்தமானதாகவும் ஆக்கும்

---

12. டி.டி. கோசாம்பி, *மாயையும் எதார்த்தமும்* (சென்னை: அலைகள் வெளியீட்டகம், 2005).

13. Deepa Joshi & Ben Fawcett, *'Water, Hindu Mythology and an Unequal Social Order in India.'*

14. டி.டி. கோசாம்பி, *மாயையும் எதார்த்தமும்,* ப. 91.

நிலையான பிரிவினையைக் கட்டமைப்பதற்கு நீர் பயன்படுத்தப் படுகிறது என்று கூறுகிறார்." "நீர் இல்லை என்றால் தீண்டாமை தோன்றி இருக்காது அல்லது நீர் ஆதாரங்கள் வறண்டு போயிருந் தால் தீண்டாமை காணாமல் போயிருக்கும்"[15] என்கிறார் கோபால் குரு. சுத்தமான, அசுத்தமான உடல்கள் என்ற முரணான பிரிவினையைப் பேணுகின்ற நீருக்குச் சுத்தம், அசுத்தம் ஆகியவற்றினைக் கடத்துகின்ற தன்மை இருக்கிறது என்ற ஆழ்ந்த கருத்தியல் நம்பிக்கை இந்துக்களிடம் இருந்து வருகிறது. எனவே, தெய்வம், பாவம், தீட்டு நீக்கி, தீட்டுக்கடத்தி போன்றவற்றைத் தண்ணீரின் பண்பாடு எனலாம்.

பண்பாட்டு முக்கியத்துவமுடைய 'புனித'மான நதிகள் இன்று பன்னாட்டு வணிக நிறுவனங்களுக்கு விற்பனை செய்யப் படுகிற போதும் இந்துக்களிடத்தில் தங்களின் 'புனித'மான நதியினைப் பாதுகாக்க வேண்டும் என்ற எண்ணம் இல்லா திருப்பது விந்தையாக இருக்கிறது. திருநெல்வேலியிலுள்ள தாமிரபரணி நதியிலிருந்து கோகோ கோலா நிறுவனத்திற்குத் தண்ணீர் எடுத்துக்கொள்ள அனுமதி கொடுக்கப்பட்டதனை எதிர்த்துப் பல இயக்கங்கள் போராடின. ஆனால், தாமிரபரணி நதியில் நீராடினால் பாவங்கள் நீங்கும் என்ற நம்பிக்கையில் ஆந்திராவிலிருந்து 'புனித'ப் பயணம் வந்திருந்த இந்துக்கள் 'புனித' நீராடிவிட்டுச் சென்றனர். அவர்களுக்குத் தேவையான ஏற்பாடுகளை ஆந்திர ஆர்ய வைசிய அறக்கட்டளை செய்திருந் தது. புனிதப் பயணமாக வந்திருந்த இந்துக்களோ அல்லது அவர்களுக்கான ஏற்பாடுகளைச் செய்திருந்த ஆந்திர ஆர்ய வைசிய அமைப்போ, தாமிரபரணி தனியாருக்குக் குத்தகைக்கு விடப்பட்டது குறித்து எந்தக் கருத்தையும் தெரிவிக்கவில்லை. தண்ணீரைக் கொட்டோ கொட்டென்று வருணபகவான் கொட்டுவான் என்ற நம்பிக்கை அவர்களுக்கிருக்கலாம். இனி, இந்துக்களின் புனிதம் x தீட்டு என்ற கருத்தாக்கமே, தலித்துகள் நீராதாரங்களை அணுகுவதையும் அனுபவிப்பதனையும் தீர்மானிக்கிறது, பொருளாதாரம் அல்ல என்பதை விவாதிக்க லாம்.

நீராதார உரிமையில் புனிதமும் தீட்டும்

உலகமயமாக்கல் கொள்கையினால்தான் நீராதாரம் தனியார்மயமாக்கப்பட்டுவிட்டது என்று கருதுகின்ற பிரிவினர் தண்ணீரைப் பெற்றிருத்தல், நீராதாரங்களை அணுகுதல், அனுபவித்தல் ஆகியவற்றைத் தீர்மானிப்பதில் ஒருவரிடம்

---

15. Gopal Guru, 'Arhceology of Untouchability', *Economic and Political Weekly*, 37, XLIV (2009).

இருக்கின்ற பொருளாதாரமே காரணம் என்று விவாதிக் கின்றனர். 1992ஆம் ஆண்டு பிப்ரவரி மாதம் டப்ளின் நகரில் நடைபெற்ற சர்வதேச நீர் மற்றும் சுற்றுச் சூழல் மாநாட்டில் நிறைவேற்றப்பட்ட தீர்மானம் அவர்களின் விவாதத்திற்கு ஆதாரமாக இருந்து வருகிறது. அத்தீர்மானம் "தேவைப்படும் அனைத்துப் பயன்பாடுகளிலும் பொருளாதார ரீதியான மதிப்பை நீர் பெற்றுள்ளது. நீரை அதன் பயன்பாட்டின் அடிப்படையில் மதிப்பிடுவதை, ஒரு பொருளாதார இலக்காக அங்கீகரிக்க வேண்டும்"[16] என்கிறது. உலகமயமாக்கத்தையொட்டி நடைபெற்ற மேற்குறிப்பிட்ட மாநாடு, அதன் தீர்மானம் போன்றவற்றின் பின்புலத்திலிருந்து தண்ணீர்ச் சிக்கலினை அணுகும் ஆய்வாளர் கள் இதற்கு முன்னர் இயற்கையின் கொடையாகவும் அனைவருக் கும் பொதுவானதாகவும் தண்ணீர் இருந்ததாகக் கருதுகின்றனர். மேலும், டப்ளின் மாநாட்டுத் தீர்மானம் தண்ணீருக்கும் நிதி செலவிட வேண்டிய நிலையினை ஏற்படுத்திவிட்டது என்று கூறுகின்றனர். உலகமயமாக்கம் தண்ணீரை விற்பனைச் சரக்காக மாற்றிவிட்டது என்பதில் மாற்றுக் கருத்து இல்லை. ஆனால் இந்தியச் சமூகத்தில் நீர் என்றைக்குமே 'பொதுவானதாக' இருந்ததில்லை.

இந்துச் சாதிச் சமூகக் கட்டமைப்பின் அடிப்படைக் கருத்தாக்கம் புனிதம் x தீட்டு என்று விவாதிக்கிறார் லூயி தூமோ. புனிதம் x தீட்டு என்ற கருத்தாக்கம் சமூகக் கட்டமைப் பின் உச்சியிலிருக்கும் பிராமணர் மற்றும் அடிமட்டத்திலிருக் கும் தலித்துகளுக்கு இடையே இயங்குவதாகக் கூறியிருப்பதில் போதாமை இருக்கிறது. இப்போதாமையினைச் சுட்டிக்காட்டி அதனை நிறைவு செய்வது இங்கு நோக்கமல்ல. இந்தப் புனிதம் x தீட்டு என்ற கருத்தாக்கம் தண்ணீரை அணுகுவதற்கும் அனுபவிப் பதற்குமான உரிமையினை எவ்வாறு தீர்மானிக்கிறது? என்று விவாதிப்பதே நோக்கமாகும். உணவு, குடிநீர் போன்ற பொருட் களின் பரிமாற்றம் புனிதமானவர்கள், தீட்டானவர்களுக் கிடையே தடைசெய்யப்பட்டிருப்பது புனிதம் x தீட்டு என்ற கருத்தாக்கத்தின் விளைவு என்பதைப் பலர் விவாதித்திருக் கின்றனர். இதனை மறுப்பதற்கில்லை. ஆனால், உண்மையில் புனிதம் x தீட்டு என்ற கருத்தாக்கம் இயற்கையாய் கிடைக்கின்ற பொருளினை அணுகுதல், அனுபவித்தலைத் தீர்மானிப்பதி லும் முதன்மையான பங்கினை வகித்து வருகிறது. சாதியச் சமூகத்தில் பிராமணச்சாதியின் உடல்களுக்குப் புனிதத்தன்மை யும், தலித் உடல்களுக்குத் தீட்டுத்தன்மையும் கற்பிக்கப்பட்

---

16. வீ. சுரேஷ் & பிரதீப் பிரபு, 'நீர் மேலாண்மையை ஜனநாயகப்படுத்துவதன் வழி'.

டிருக்கின்றன. தீட்டுக்குரிய தலித்துகள் தீட்டு நீக்கும் தண்ணீரினைத் தீண்டினால் அது தீண்டத்தகாததாகிவிடுகிறது என்ற நம்பிக்கை நிலவுகிறது. சாதியச் சமூக அமைப்பில் தலித்துகள், தண்ணீர் மீது தீட்டுக்குரியவர் x தீட்டுநீக்கி என்ற எதிரெதிர் கருத்தாக்கங்கள் கட்டமைக்கப்பட்டிருக்கின்றன. புனிதம் x தீட்டு என்ற கருத்தாக்கத்தின்மீது நம்பிக்கை கொண்டிருந்த சாதிகளைப் பொறுத்தமட்டிலும் பாதுகாப்பான குடிநீர் என்பது தண்ணீர் தீட்டுக்குள்ளாகிவிடாமல் இருப்பதாகும். எனவே, பயன்படுத்தும் நீராதாரங்களை அணுகுவதிலிருந்தும் அனுபவிப்பதிலிருந்தும் தலித்துகளை விலக்கி வைத்தனர். இவ்விடத்தில் ஜோதிகா என்ற ஆய்வாளரின் கூற்றினை எடுத்துரைப்பது அவசியம். அவர் "தலித்துகளின் வசிப்பிடம் பிராமணர் மற்றும் சாதி இந்துக்களின் குடியிருப்பிலிருந்து சற்றுத் தொலைவில் அமைக்கப்பட்டிருப்பதோடு; செழுமையான மற்றும் சுத்தமான நீராதாரங்களிலிருந்தும் தொலைவில் இருந்ததனால் குடிநீர் இல்லாமையைத் தலித்துகள் அனுபவித்தனர்"[17] என்கிறார். இதிலிருந்து தலித்துகள் 'புனிதமான' பிராமணர்களின் வசிப்பிடத்திலிருந்தும் 'சுத்தமான / பாதுகாப்பான' நீராதாரங்களிலிருந்தும் தொலைவிலேயே குடியமர்த்தப்பட்டிருக்கின்றனர் என்பது தெளிவு. தண்ணீருக்குப் பொருளாதாரமதிப்பு வழங்கப்பட்டதனாலோ அல்லது தலித்துகளுக்குப் பொருளாதாரம் இல்லாததாலோ அவர்கள் நீராதாரங்களை அணுகுவதிலிருந்தும் அனுபவிப்பதிலிருந்தும் விலக்கப்பட்டிருக்கவில்லை. மாறாக, தீபா, பென் ஆகியோர் கூறுவதுபோல், புனிதம் x தீட்டு என்ற எதிரெதிர் கருத்து நிலையின் அடிப்படையில் தீட்டுக்குரியவர்கள் என்று கருதப்பட்ட தலித்துகள் பொது நீராதாரங்களை அணுகுவதிலிருந்தும் அனுபவிப்பதிலிருந்தும் திட்டமிட்டே விலக்கப்பட்டிருக்கின்றனர் என்பது திண்ணம்.[18]

புனிதம் x தீட்டு என்ற கருத்தின் தாக்கம் தலித்துகளுக்கிடையேயும் இருந்தது. தலித்துகளுக்குச் சேவகம் செய்து வந்த புறத்து வண்ணார், தீண்ட வண்ணார், புதிரை வண்ணார் ஆகிய சாதியினர் தீண்டாமைக்குள் தீண்டாமையினை அனுபவித்தனர். இந்துக்களில் அனைத்துப் பெண்களும் அவர்களின் மாதவிலக்குக் காலத்தில் தீட்டுக்குரியவர் என்றே கருதப்பட்டனர். எனவே, இவர்களும் தண்ணீரை அணுகுவதற்கும் அனுபவிப்பதற்குமான உரிமையிலிருந்து விலக்கப்பட்டனரா? என்பது குறித்துத் தெளிவுபடுத்திக்கொள்வது அவசியம். ஒருசில

---

17. Surinder S Jodhka, 'Caste and Untouchability in Rural Punjab', *Economic and Political Weekly* (May: 2002), p. 1817.

18. Deepa Joshi & Ben Fawcett, 'Water, Hindu Mythology and an Unequal Social Order in India.'

இடங்களில் தலித்துகள் தங்களுக்கென நீராதாரங்களைக் கொண்டிருந்தனர்.[19] இப்பகுதிகளில் புதிரை வண்ணார்கள் நேரடியாகச் சென்று தண்ணீர் எடுத்துக்கொள்வதற்குத் தலித்துகள் அனுமதிக்கவில்லை என்பதைக் கள ஆய்வுகளிலிருந்து தெரிந்து கொள்ள முடிந்தது. பிராமணர் மற்றும் சாதி இந்துக்களிடமிருந்த புனிதம் x தீட்டு என்ற கருத்தியல் தலித்துகளிடத்திலும் தாக்கத்தினை ஏற்படுத்தியதன் விளைவாக, புதிரை வண்ணார்கள் தங்கள் நீராதாரங்களைத் தீண்டினால் அது தீட்டுக்குள்ளாகி விடும் என்ற நம்பிக்கைக்குத் தலித்துகளும் ஆட்பட்டிருக்கின்றனர். இதனால் புதிரை வண்ணார்கள் நேரடியாக தங்கள் நீராதாரங்களிலிருந்து தண்ணீர் எடுத்துக்கொள்வதற்குப் பதிலாக அவர்களின் பாத்திரங்களில் தலித்துகளே தண்ணீர் எடுத்து ஊற்றினர். இத்தகைய நடைமுறை இன்று பெரும்பாலும் மறைந்துவிட்டது. ஆனால் சில இடங்களில் மேற்குறிப்பிட்ட தீண்டாமை இருக்கக்கூடும்.

பெண்களைப் பொறுத்தமட்டிலும் அவர்களின் மாதவிலக்குக் காலங்களில் அவள் விலக்காகியிருக்கிறாள் என்று நடைமுறையில் கூறுவதுண்டு. இது சமூக விலக்கமே தவிர வேறல்ல. தலித் பெண்கள் உட்பட அனைத்து ஆதிக்கச்சாதிப் பெண்களும் மாதவிலக்குக் காலங்களில் அவர்கள் மீது கற்பிக்கப்பட்டிருந்த தீட்டுநிலையின் காரணமாக நீராதாரங்களை அணுகுவதிலிருந்து விலக்கப்பட்டிருந்தனர். தலித் பெண்கள் பிறப்பு அடிப்படையில் எப்போதுமே பொது நீராதாரங்களிலிருந்து விலக்கப்பட்டிருந்தனர். பிற பெண்கள் தீட்டுக்குரிய காலங்களில் மட்டும் விலக்கப்பட்டிருந்தனர். தீட்டுக்குரிய காலங்களில் மட்டும் விலக்கப்பட்ட பெண்கள் நீராதாரங்களிலிருந்து விலக்கப்படும் போது சம்பந்தப்பட்ட பெண்களுடைய குடும்ப உறுப்பினர் மூலம் அவர்களுக்குத் தண்ணீர் கிடைத்துவிடும். இன்றைய காலத்தில் தண்ணீர் சேமித்தல், உபயோகப்படுத்தும் முறை மாறிவிட்ட காரணத்தினாலும், மாதவிலக்குக் காலத்தில் பெண்களைத் தீட்டானவர்கள் என்று கருதும் நிலை பெரும்பாலும் மாறிவிட்டதாலும் ஆதிக்கச்சாதிப் பெண்களுக்கு நீராதாரங்களை அணுகுவதில் சிக்கல் இல்லை. ஆனால் பிறப்பு அடிப்படையில் தீட்டுக்குரிய தலித்துகள் எப்போதுமே பொது நீராதாரங்களிலிருந்து விலக்கப்பட்ட காரணத்தினால் அவர்களுக்குத் தண்ணீர் இல்லாமை என்ற நிலை இருந்து வருகிறது.

---

19. இத்தகைய நீராதாரங்களை அரிதாக ஒரு சில இடங்களில் தலித்துகள் சுயமாகவே தங்களுக்கென ஏற்படுத்தியிருக்கின்றனர். மேலும் ஓரிடத்திலிருந்து மற்றொரு இடத்திற்கு இடம்பெயர்ந்து குடியேறுகிறபோது அங்கு நீராதாரங்கள் ஏற்படுத்தியிருக்கின்றனர்.

எனவே, நீராதாரங்களை அணுகுவதிலும் அனுபவிப்பதிலும் தலித்துகளைப் பொறுத்தமட்டிலும் புனிதம் x தீட்டு என்ற கருத்தாக்கம் இன்று தீர்மானிக்கின்ற சக்தியாக இருந்து வருகிறது என்று கூற முடியும். மேலும், புனிதம் x தீட்டு என்ற கருத்தாக்கம் தலித்துகளைப் பொது நீராதாரங்களிலிருந்து விலக்கியது என்றால் அதே கருத்தாக்கம் தலித்தல்லாத ஆதிக்கச்சாதி யினரைப் பொது நீராதாரங்களின் மீது ஏகபோகம் செய்வதற்கு வழிவகுத்தது என்பதனையும் கூறவேண்டும். எனவே, இந்தியச் சாதியச் சமூகத்தில் இயற்கையாய் கிடைக்கின்ற நீராதாரங்கள் அனைவருக்கும் பொதுவானதாக இருந்திருக்கவில்லை. நீராதாரங் களின் மீது ஏகபோகம் செலுத்துவதும் அதிலிருந்து விலக்கு வதும் புனிதம் x தீட்டு என்ற கருத்தாக்கத்தின் அடிப்படையி லேயே என்பது மிகத் தெளிவு.

தண்ணீர் இருந்தும் இல்லாமை

தண்ணீருக்குப் பொருளாதார மதிப்பு வழங்கப்பட் டிருக்கின்ற காரணத்தினால் சில ஆய்வாளர்கள் மார்க்சியக் கோட்பாட்டு அடிப்படையில் தண்ணீர்ச் சிக்கலினைப் புரிந்து கொள்கின்றனர். "தண்ணீர் எங்கும் இருக்கிறது ஆனால் குடிப் பதற்கு இல்லை"[20] என்கிறார் குப்தா. மேலும் குப்தா, பாதுகாப் பான தண்ணீரின் தேவை மற்றும் பகிர்வு இவற்றிற்கு இடையே யான இடைவெளியின் விளைவு, தண்ணீர் உடையோர் x இல்லா தோர் என்ற மக்கள் பிரிவினரை உருவாக்கியிருக்கிறது; இப்பிளவு ஏழை, செல்வந்தர்; நகரவாசி, கிராமவாசி இவர்களுக்கிடையே மேலும் அதிகரித்திருப்பதாகக் கூறுகிறார். தண்ணீர் உடையோர் x இல்லாதோர் என்ற பிளவு உருவாகியிருப்பதனைக் குப்தா மார்க்சியக் கோட்பாட்டு அடிப்படையில் புரிந்து கொண்டிருக் கிறார். இப்புரிதல் சாதியச் சமூகத்திற்கு ஏற்புடையது அல்ல. சில சாதியினர் நீராதாரங்களை உடைமையாகக் கொண்டிருப் பதும் தலித்துகளுக்குத் தண்ணீர் மறுக்கப்படுவதும் அசமத்துவச் சாதியப் படிநிலை ஏற்றத்தாழ்வின் விளைவு ஆகும். புனிதம் x தீட்டு என்ற கருத்தாக்கத்தினை அடிப்படையாகக் கொண்டிருக் கிற அசமத்துவப் படிநிலையில் ஒரு சாதி எந்நிலையில் இருக் கிறதோ அதற்கேற்றவாறு தண்ணீர் மட்டுமின்றி அனைத்து இயற்கைப் பொருட்களும் நிறைவாக அல்லது குறைவாக வழங்கப்படுகின்றன அல்லது மறுக்கப்படுகின்றன. சாதியச் சமூகத்தில் ஒவ்வொரு சாதியின் வசிப்பிடமும் தனித்தனியாக இருக்கின்றது என்பது அவர்களுக்கு நீராதாரங்களும் தனித்

---

20. K.R. Gupta, 'Troubled Waters', in K.R. Gupta, (ed) *Water Crisis in India* (New Delhi: Atlantic Publishers, 2008), p.1.

தனியாக இருக்கின்றன என்ற பொருளைத் தரும். "சமூகப் படிநிலையின் உச்சத்திலிருக்கிற பிராமணர்கள், சாதி இந்துக் கள் ஆகியோரின் குடியிருப்புகள் செழுமையான, சுத்தமான நீராதாரங்களான பெருநதி, குளம் போன்றவற்றின் அருகில் இருக்கின்றன. இதன் காரணமாக அவர்களுக்கு அளவிற்கதிக மாக தண்ணீர் கிடைத்துக்கொண்டிருக்கிறது. இதனால் தண்ணீர் இல்லாமை அல்லது பற்றாக்குறை என்ற சிக்கலினை இப் பிரிவினர் அனுபவித்திருக்கவில்லை. இவர்களுக்கு நேரெதிராக தலித்துகளின் குடியிருப்பு நீராதாரங்களிலிருந்து தொலைவில் இருக்கின்றது இதனால் அவர்கள் தண்ணீர் இல்லாமையினை அனுபவிக்கின்றனர்" என்கிறார் ஜோதிகா.[21] சில தலித் குடியிருப்பு கள் நீராதாரங்களே இல்லாத இடமாக அல்லது மழைக் காலங்களில் அசுத்தமான தண்ணீர் சூழ்ந்து கொள்ளும் பகுதி யாக இருக்கிறது. எனவே, தண்ணீர் இருந்தும் இல்லாமை, தண்ணீர் அற்று இருத்தல் என்ற நிலை தலித்துகளுக்குப் புதிதான தல்ல. கடந்த கால வரலாற்றினை உற்றுநோக்கும்போது தண்ணீர் எங்கும் இருந்தும் குடிப்பதற்குத் தண்ணீர் இல்லாமையைத் தலித்துகள் பல நூற்றாண்டுகளாக அனுபவித்து வருகின்றனர். எனவே தண்ணீர் உடையோர் x இல்லாதோர் என்ற பிரிவு படிநிலைச் சமூக அமைப்பின் அடிப்படைப் பண்பு. இது தண்ணீருக்குப் பொருளாதார மதிப்பு வழங்கப்பட்டதனால் விளைந்ததல்ல. சாதியச் சமூகத்தில் தலித்துகள் நீராதாரங் களில் சுயசார்புடன் இருப்பதனைத் தடுப்பதற்கு ஆதிக்கச் சாதியினர் இரண்டு வழிமுறைகளைக் கையாண்டு வருகின்றனர். அவை: 1. நில உரிமையைத் தடுத்தல், 2. தலித்துகளுக்கென ஒதுக்கப்பட்டிருக்கும் அல்லது தலித்துகள் தங்களுக்கென உருவாக்கியிருக்கும் நீராதாரங்களை அபகரித்தல் ஆகும்.

நிலமின்மையால் நீரின்மை

தலித்துகளுக்குத் தண்ணீர் இருந்தும் இல்லாமை என்ற நிலையை ஏற்படுத்தியதில் நிலமின்மையின் பங்கு முதன்மை யானது. நீர் வேண்டும் என்றால் நிலம் வேண்டும். மழைநீரினைக் குளம் குட்டைகளில் சேமிக்க வேண்டும் என்றாலோ அல்லது பூமிக்கடியிலுள்ள நீரினைப் பெறுவதற்குக் கிணறு தோண்ட வேண்டும் என்றாலோ அதற்கு அடிப்படை தேவை நிலம். நிலமில்லையென்றால் தண்ணீரைச் சேமித்துக்கொள்வது இயலாத காரியம். தண்ணீரைப் போல் நிலமும் ஓர் இயற்கை யான பொருள். அது செயற்கையாக உருவாகக் கூடியது அல்ல. ஆனால் சாதியச் சமூக அமைப்பில் தலித்துகளுக்கு நிலவுடைமை

21. Surinder S Jodhka, 'Caste and Untouchability in Rural Punjab', p. 1817.

மறுக்கப்பட்டிருக்கிறது. விவசாயத்தில் அடிமைகளாகவும் கூலி களாகவும் இருந்த தலித்துகளில் பெரும்பாலானோர் நிலமற்றவர் களாகவே இருந்தனர்; அன்றைய காலத்தில் அவர்களின் குடியிருப்புகள்கூட பண்ணையார்களின் நிலங்களில் அமைக்கப் பட்டிருந்தன. தண்ணீர் இல்லாமையினால் பல இன்னல்களை அனுபவித்துக்கொண்டிருந்த தலித்துகள், நீராதாரங்களைக் கொண்டிருக்க வேண்டும் என்றால் அதற்கு முதலில் நிலம் வேண்டும் என்பதை உணரத் தொடங்கினர். நிலத்தைப் பெறு வதற்குத் தலித்துகளுக்கு இரண்டு வழிகள் இருந்தன. அவை: 1. அரசாங்கத்திடமிருந்து பெற்றுக்கொள்ளுதல், 2. பணம் கொடுத்து நிலம் வாங்குதல் என்பன. அரசாங்கத்திடமிருந்து நிலத்தினைப் பெற்றுக்கொள்வதற்காகத் தலித் பிரதிநிதிகள் சென்னை மாகாண அவையில் தங்களுக்கு நிலம் வேண்டும் என்று கோரினர். சில பகுதிகளில் பணம் கொடுத்து நிலம் வாங்க முயன்றனர். ஆனால் இம்முயற்சிக்கு ஆதிக்கச்சாதி யினர் முட்டுக்கட்டையாக இருந்திருக்கின்றனர்.[22] தமிழகத்தில் இராமநாதபுரம், திருச்சிராப்பள்ளி ஆகிய மாவட்டங்களில் ஆதிக்கச்சாதியினர் இவ்வாறு அறிவித்தனர்: "மிராஸ்தாரர் களிடமிருந்து நிலம் வாங்கி வாரத்திற்கோ குத்தகைக்கோ சாகுபடி செய்யக்கூடாது. சொந்த நிலங்களை மிராஸ்தாரர் களுக்குக் குறைந்த விலைக்கு விற்றுவிட வேண்டும். இல்லா விட்டால் பாசானத்திற்கு ஜலம் விடப்படமாட்டாது. மழைத் தண்ணீரில் பயிர்கள் விளைந்தால் அது கொள்ளையடிக்கப் படும்."[23] ஆதிக்கச்சாதியினரின் இந்த அறிவிப்பு தலித்துகளுக்கு நீராதாரம் மற்றும் நிலம் மறுக்கப்பட்டதை மிகத் தெளிவாக எடுத்துரைக்கிறது. தலித்துகள் நீரையும் நிலத்தையும் கொண்டிருப் பதைத் தீர்மானிப்பது பொருளாதாரம் அல்ல, சாதி என்பதில் மாற்றுக் கருத்து இருக்கமுடியாது.

தண்ணீர் அபகரிக்கப்படுதல்

தண்ணீரில் சுயசார்புத் தன்மையுடன் தலித்துகள் இருப் பதனைத் தடுப்பதற்குத் தலித்துகளுக்கென ஒதுக்கப்பட்டிருக்கும் அல்லது தாங்களாகவே உருவாக்கியிருக்கும் நீராதாரங்களைச் சாதி இந்துக்கள் அபகரித்துவிடுகின்றனர்.[24] 1930களில் பரோடா சமஸ்தானத்தில் தலித்துகள் தங்களுக்கெனத் தோண்டிய ஊற்றுக் கிணற்றைச் சாதி இந்துக்கள் அபகரித்தனர். சுதந்திர இந்தியா

---

22. *Harijan*, X (1946), p. 311.
23. 'தாழ்த்தப்பட்டோர் துயரம்', *ஆனந்தபோதினி*, 17, 1 (1931), பக். 7 – 8; Hutton, *Caste in India – Its Nature, Function and Origins* (Delhi: OUP, 1951), p. 206.
24. அம்பேத்கர்: *பேச்சும் எழுத்தும் நூல் தொகுதி 9*, பக். 62 – 63.

விலும் தலித்துகளிடமிருந்து தண்ணீரை அபகரிப்பது அவ்வப் போது நடைபெற்று வருவதனைக் காணமுடிகிறது. குஜராத் தில் நிகழ்ந்த சம்பவம் குறித்துச் சோனி விவரித்துள்ளார்.[25] பொதுக் குழாயில் தண்ணீர் எடுக்கும்போது ஆதிக்கச்சாதி யினரிடமிருந்து பல்வேறு இன்னல்களை அனுபவிப்பதனால் ஏற்படும் சச்சரவுளைத் தவிர்க்க வேண்டும் என்பதற்காகத் தலித் பெண்கள் தங்களுக்கென்று தனிக் குழாய் ஏற்படுத்திக் கொடுக்க வேண்டும் என்று கோரினர். இதனால் குஜராத்தில் பாவ்நகர் மாவட்டம் கன்பார் கிராமத்தினைச் சேர்ந்த தலித்து களுக்குத் தனிக் குழாய் அமைத்துக் கொடுக்கப்பட்டது. அக் குழாயிலிருந்து தலித்துகள் தண்ணீர் எடுத்துக்கொண்டிருந்த சூழலில் தலித்துகளுக்கு அதிக தண்ணீர் கிடைப்பதாக வதந்தி பரவியது. இதனைத் தொடர்ந்து ஆதிக்கச்சாதியினர் தலித்து களின் குழாயினை ஆக்கிரமித்தனர். அதனால் அக்குழாயில் தண்ணீர் பிடித்துக்கொள்வதற்காக ஆதிக்கச்சாதியினரைச் சார்ந்திருக்க வேண்டிய சூழல் நிலவிக்கொண்டிருக்கிறது. இதனையொத்த சம்பவம் தமிழகத்தில் ஈரோட்டுப் பகுதியில் நடந்திருக்கிறது. அப்பகுதியில் தலித்துகள் தங்களுக்கென ஏற்படுத்தியிருந்த நீராதாரம் சுவை மிக்கதாகவும் செழிப்பாக வும் இருந்ததை அறிந்த ஆதிக்கச்சாதியினர் அதனை அபகரித்து விட்டனர். இச்சம்பவம் 2003ஆம் ஆண்டில் நடைபெற்றிருக் கிறது. மேலே எடுத்துரைக்கப்பட்டிருக்கும் தரவுகள் தலித்துகள் நீராதாரங்களில் சுய சார்புடன் இருப்பதனை ஆதிக்கச்சாதி யினர் தடுத்து வருகின்றனர் என்பதைத் தெளிவுபடுத்துகின்றன. சாதியச் சமூகத்தில் ஒரு சாதியினர் நீராதாரத்தினைக்கொண் டிருப்பதும் கொள்ளாதிருப்பதும் சாதிய அடிப்படையிலேயே தீர்மானிக்கப்படுகின்றது என்பது எடுத்துரைக்காமலேயே விளங்கும். இவ்விடத்தில் தலித்துகள் தண்ணீர் பெறாதிருப்பதை உருவாக்கும் இன்னொரு நிகழ்வுப் போக்கினைச் சுட்டிக் காட்ட வேண்டும். இன்றைய காலத்தில் நவீன முறையில் மேல்நிலை குடிநீர்த்தேக்கத் தொட்டி அமைத்து அதன் மூலம் குடிநீர் வழங்கப்பட்டு வருகிறது. இத்தகைய தொட்டிகள் ஆதிக்கச்சாதியினரின் வசிப்பிடத்திலேயே அமைக்கப்பட்டு அவர்களின் கட்டுப்பாட்டிற்குள்ளே இருக்கிறது என்பதைக் கவனிக்க வேண்டும். இது, நீராதாரங்கள் பாரம்பரிய முறையில் இருந்தாலும் சரி அல்லது நவீன முறையில் இருந்தாலும் சரி அதனைக் கட்டுப்படுத்தும் அதிகாரம் ஆதிக்கச்சாதியினரின் கைகளில் ஒப்படைக்கப்படுவதன் மூலம் சாதிக் கட்டமைப்பு தொடர்ச்சியாகத் தக்கவைக்கப்பட்டுக் கொண்டிருக்கிறது என்பதை வெளிப்படுத்துகிறது. இதன் மூலம் சாதியப் படிநிலை

25. Sony, 'Water Accessibility and Marginalisation of Dalits', p. 18.

யில் கீழ்நிலையில் இருத்தி வைக்கப்பட்டிருக்கும் தலித்துகள் ஆதிக்கச்சாதியினரைச் சார்ந்திருக்க வேண்டும் என்ற சார்பு நிலை திட்டமிட்டு நிலைநிறுத்தப்பட்டு வருகிறது என்பது தெளிவாகிறது. குடிநீருக்கான இச்சார்புநிலை தலித்துகளுக்குப் பல்வேறு இன்னல்களைத் தொடர்ந்து கொடுத்துக் கொண்டிருக்கிறது.

மாறுகின்ற வர்க்க நிலையும் மாறாத சாதியும்

சாதியச் சமூகத்தில் வர்க்க நிலையில் ஏற்படுகின்ற மாற்றம் சாதிய நிலையில் எவ்வித மாற்றத்தினையும் ஏற்படுத்திவிடாது. தலித்துகள் சிலரின் வர்க்க நிலை மாறியபோதிலும் அவர்கள் 'அசுத்தமானவர்கள்' என்ற கருத்தே மேலோங்கியிருக்கிறது. இதனால் பொது நீராதாரங்களை அணுகுவதும் அனுபவிப்பதும் அவர்களுக்கும் மறுக்கப்பட்டன. வர்க்க நிலையில் மாற்றம் ஏற்பட்ட தலித்துகள், நகரங்களில் பணி நிமித்தமாக வசிக்க நேரிட்டது. அங்குப் பொது நீராதாரங்களைத் தலித்துகள் பயன்படுத்துவதிலிருந்து விலக்குவதற்கு நேரடியாகவும் மறைமுகமாகவும் சில உத்திகள் கையாளப்பட்டிருக்கின்றன. "ஆதி திராவிட வகுப்பைச் சேர்ந்தவர் இக்கிணற்றில் தண்ணீர் எடுக்க அனுமதியில்லை மீறினால் தண்டிக்கப்படுவர்" என்ற வாசகம் கோயம்புத்தூர் மாவட்டம் வெள்ளக்கோயிலிலுள்ள சுற்றுலா மாளிகையில் இருந்த கிணற்றில் எழுதப்பட்டிருந்தது. தன்னுடைய அலுவல் நிமித்தமாக அங்குத் தங்கியிருந்த தலித் பிரதிநிதி ஆர்.வீரையன் தனக்குத் தண்ணீர் எடுத்து வருவதற்கு அவருடைய தலித் உதவியாளரை அனுப்பியபோது அங்குத் தண்ணீர் எடுப்பதற்கு மறுக்கப்பட்டது.[26] தமிழ்நாட்டில் சேலம் காவல் நிலையத்தில் தலித் காவலர்களுக்கெனத் தனிக் கிணறும் பிற காவலர்களுக்கெனத் தனிக்கிணறும் இருந்தன. தலித்துகளின் கிணறு கோடைக்காலத்தில் வற்றிவிடும். இதனால் அவர்களால் தண்ணீர் எடுக்க இயலவில்லை.[27] இச்சம்பவங்கள் தலித்துகள் மீது நேரடியாக கடைபிடிக்கப்பட்ட பாகுபாடும் சமூக விலக்கலும் ஆகும். சூட்சுமமாக விலக்கப்படும் முறை எவ்வாறு அரசு அலுவலகங்களில் செயல்படுத்தப்பட்டது என்பதைத் தலித் ஒருவர் கூட்டமொன்றில் பின்வருமாறு விவரித்திருக்கிறார்: "அலுவலகத்தில் வேலை பார்த்தபோது தண்ணீர் பெறுவதற்கு நான் மிகவும் கஷ்டப்பட்டேன். அலுவலகத் தாழ்வாரத்தில் தண்ணீர்க் கேன்கள் தண்ணீர்க் காரர் ஒருவரின் பொறுப்பில் இருந்தன. அலுவலகத்தில் உள்ள

---

26. *MLCD*, XXXII (1926), pp. 218 – 219.

27. *MLCD*, IV (1947), pp.450 – 451.

எழுத்தர்களுக்குத் தேவைப்படும்போது தண்ணீர் ஊற்றுவது அவருடைய வேலை. தண்ணீர்க்காரர் இல்லாதபோது அவர்களே கேன்களிலிருந்து தண்ணீர் எடுத்துக் குடிக்கலாம். ஆனால் நான் அவ்வாறு செய்ய முடியாது. நான் தொட்டால் தண்ணீர் தீட்டாகிவிடும் என்பதால் கேன்களைத் தொடமுடியாது. எனவே நான் தண்ணீர்க்காரரின் தயவையே சார்ந்திருக்க வேண்டியிருந்தது. என்னுடைய உபயோகத்துக்காகத் துருப்பிடித்த சிறிய பானை ஒன்று வைக்கப்பட்டிருந்தது. என்னைத் தவிர வேறு யாரும் அதைத் தொடவோ சுத்தம் செய்யவோ மாட்டார்கள். அந்தப்பானையில்தான் தண்ணீர்க்காரர் எனக்குத் தண்ணீர் ஊற்றுவார். அதனால் தண்ணீர்க்காரர் இருந்தால்தான் எனக்குத் தண்ணீர் கிடைக்கும். எனக்குத் தண்ணீர் வழங்க அவருக்குப் பிடிக்காது. நான் தண்ணீர் கேட்க வருவதைப் பார்த்தால் அவர் அங்கிருந்து சென்றுவிடுவார். அப்போது எனக்குத் தண்ணீர் கிடைக்காது. இவ்வாறு பல நாட்கள் நான் குடிக்கத் தண்ணீர் இல்லாமல் இருக்க வேண்டியிருந்தது."[28]

பொது நீராதாரங்களைப் பயன்படுத்திக்கொள்வதில் எவ்வித சாதி மதப் பாகுபாடும் காட்டக்கூடாது என்ற விதி ஏற்படுத்தப்பட்ட பின்னரும் நகரங்களிலிருந்த அரசு நிறுவனங்களில் தலித்துகளுக்குத் தண்ணீர் மறுக்கப்பட்டது என்றால் கிராமங்களின் நிலை எவ்வாறு இருந்திருக்கும்? என்பதை ஊகித்துக்கொள்ளலாம். இன்றைய காலங்களில் அரசு அலுவலகங்களில் மேலே விவாதிக்கப்பட்டிருக்கின்ற பிரச்சினைகள் இருப்பதாகத் தெரியவில்லை. ஆனால் பாகுபாடு இல்லவே இல்லை என்று கூறவியலாது.

தூரம் தரும் துன்பம்

தங்களின் வசிப்பிடத்தில் தங்களுக்கெனத் தண்ணீர் இல்லாமை மற்றும் ஆதிக்கச்சாதியினரின் கட்டுப்பாட்டிற்குள் இருந்த பொது நீராதாரங்களை அணுகுவதிலிருந்து விலக்கப்படுதல் ஆகிய சூழ்நிலைகள் தண்ணீருக்காகத் தங்களின் உழைப்பினை அன்றாடம் தலித்துகள் செலவிட வேண்டிய நிர்ப்பந்தத்தினை ஏற்படுத்தியிருக்கிறது. இன்றும் அந்நிலைமை இருக்கிறது. இங்கே உழைப்பு என்பது தங்களின் வசிப்பிடத்திலிருந்து தண்ணீர் கிடைக்கின்ற இடம் வரை நடப்பதும் அதற்கான நேரத்தினைச் செலவு செய்வதும் ஆகும். தண்ணீருக்காகத் தொலைவான தூரங்களுக்கு நடந்து செல்வதென்பது பெரும் இன்னலாகும். ஆனால் இதே நிலைமையினை ஆண்டாண்டு

28. *அம்பேத்கர்: பேச்சும் எழுத்தும்,* தொகுதி. *9*, பக். 52 – 53.

காலமாக தலித்துகள் அனுபவித்து வருகின்றனர். திருச்செங்கோடு அருகே எள்ளிப்பள்ளி என்ற கிராமத்திலுள்ள தலித்துகள் தண்ணீருக்காக அன்றாடம் ஏறக்குறைய ஒன்றரை மைல் தூரம் நடந்திருக்கின்றனர்.[29] சிதம்பரம் அருகேயுள்ள நஞ்சமகத்து வாழ்க்கை என்ற கிராமத்தினைச் சேர்ந்த தலித்துகள் தங்கள் வசிப்பிடத்திலிருந்து ஒரு மைல் தூரத்தில் விவசாயத்திற்குப் பயன்படுத்தும் வாய்க்காலில் வருகின்ற தண்ணீரை ஒவ்வொரு ஆண்டிலும் சுமார் பத்து மாதங்கள் பயன்படுத்திக்கொள்வது வழமையாய் இருந்திருக்கிறது. கோடைக்காலங்களில் அவ் வாய்க்காலில் தண்ணீர் வற்றும்போது தலித்துகள் நீரைப் பெற இயலாது. இதனால் தலித்துகள் வசித்த கிராமத்தில் தண்ணீரே இல்லை என்று புரிந்துகொள்ள வேண்டாம். கோடைக்காலத் திலும் நீராதாரங்கள் ஆதிக்கச்சாதியினரின் கட்டுப்பாட்டில் இருந்த காரணத்தினால் தலித்துகள் ஒரு மைல் தூரம் நடக்க வேண்டிய நிர்ப்பந்தம் ஏற்பட்டிருக்கிறது.[30] இங்கே தண்ணீருக் காகத் தலித்துகள் செலுத்திய உழைப்பினைத் தோராயமாகக் கணக்கிடுவதற்கு முயல்வோம்.

ஒரு குடும்பத்திற்குத் தேவையான தண்ணீரின் அளவு என்ன? தண்ணீர் எடுத்து வருவதற்கு என்ன வகையான பாத்திரங்கள் இருந்தன? அவற்றின் கொள்ளளவு என்ன? எத்தனை பாத்திரங்கள் இருந்தன? ஒருவர் எத்தனை லிட்டர் தண்ணீரைச் சுமந்து கொண்டு வந்தார்? தண்ணீருக்காக மட்டும் அன்றாடம் எத்தனைமைல் தூரம் நடந்தார்? ஒரு குடும்பத்திலிருந்து எத்தனை பேர் தண்ணீர் எடுப்பதற்குச் சென்றனர்? கொண்டு வரப்படும் தண்ணீரைச் சேமிப்பதற்குத் தொட்டி உட்பட பாத்திரங்கள் இருந்தனவா? என்ற கேள்விகள் இங்கு முக்கியமானவைதாம். இக்கேள்விகளுக்கான பதில்களைத் தருவதற்குத் துல்லியமான தரவுகள் இல்லை. ஆதலால் உத்தேச மான பதில்களைத் தர இயலும். தண்ணீர் எடுக்கும் ஆண்கள் மிதிவண்டி மூலமே அதனைச் செய்து வருகின்றனர். அன்றைய காலத்தில் தலித்துகளிடம் மிதிவண்டியைக் காண்பதரிது. எனவே தண்ணீர் சுமக்கின்ற பணி, பெண்கள், குழந்தைகளின் பணி யாகவே இருந்தது. இன்றும் அந்நிலையில் பெரும் மாற்றம் ஏற்படவில்லை. தலித்துகள் தண்ணீர் எடுப்பதற்கு மண்குடங் களைத் தவிர வேறு உலோகங்களினால் செய்யப்பட்ட பாத்திரங் களைப் பயன்படுத்தக்கூடாது என்று ஆதிக்கச்சாதியினர் கட்டளையிட்டிருந்தனர். சுமார் ஐந்து லிட்டர் தண்ணீர்க் கொள்ளவு கொண்ட ஒன்றிரண்டு மண்குடங்களே தலித்து

---

29. *MLCD* (10 October 1924), pp. 46 – 47.

30. *MLCD*, XXVI (14 December 1925), p. 113.

களிடம் இருந்தன. ஒரு நபருக்கு அன்றாடம் தேவைப்படும் தண்ணீரின் அளவு 40 லிட்டர் என்று கணக்கிடப்பட்டிருக்கிறது. ஒவ்வொரு தலித் குடும்பத்திலும் குறைந்தபட்சம் 8 நபர்கள் என்று வைத்துக் கொண்டால் அக்குடும்பத்திற்கு அன்றாடம் தேவைப்படும் தண்ணீரின் அளவு 320 லிட்டர் ஆகும். ஒரு குடும்பத்தில் ஒரு நபர் மட்டும் தண்ணீர் எடுக்கச் சென்றால் ஒரு தடவை குறைந்தபட்சம் 5 லிட்டர் தண்ணீர்தான் கொண்டு வரமுடியும். அப்படியென்றால் 320 லிட்டர் தண்ணீர் சேர்ப்பதற்கு ஒருவர் 64 முறை நடந்து வரவேண்டும். ஒரு மைல் தூரத்தினைக் கடந்து திரும்பி வருவதற்கு சுமார் 30 நிமிடங்களாகும் என்று கொள்வோம். 64 முறை நடந்து வருவதற்கு சுமார் 32 மணி நேரம் ஆகலாம். அப்படியென்றால் ஒரு குடும்பத்திற்கு ஒரு நாளுக்குத் தேவைப்படும் தண்ணீரைச் சேமிப்பதற்கு ஒரு நாளைவிட கூடுதலான நேரம் தேவை. ஆனால் அடிப்படையில் இங்கு எழுகின்ற சிக்கல் 320 லிட்டர் கொள்ளவு கொண்ட பாத்திரம் தலித்துகளிடத்தில் இருந்ததா? என்று கேள்வி எழுப்பினால், 'இல்லை' என்பதே பதில். எனவே, தலித்துகள் காலை மாலை என இரு வேளைகளில் தண்ணீர் கொண்டு வந்திருக்கலாம். இது அவர்களின் குடும்பத்திற்குத் தேவையான தண்ணீரைக் கொண்டு வருவதற்கு உதவியிருக்காது. தலித்துகள் தண்ணீருக்காக நீண்ட நேரத்தையும் உழைப்பினையும் செலுத்திய போதிலும்கூட அவர்களுக்குப் போதுமான தண்ணீர் கிடைக்கவில்லை. போதுமான தண்ணீர் கிடைக்காததற்கு அவர்களின் வசிப்பிடத்திற்கும் நீராதாரம் இருக்கின்ற இடத்திற்குமான தூரமே காரணம். வேறுவார்த்தையில் கூறுவதென்றால் நீராதாரத்திற்கும் தலித் வசிப்பிடத்திற்குமான இடைவெளி தண்ணீர் பயன்பாட்டின் அளவினைத் தீர்மானிக்கிறது.

அசுத்தமானோருக்கு அசுத்தமான குடிநீர்

தலித்துகள் மீது சுமத்தப்பட்டிருக்கும் தீண்டாமை, வன்முறை, சமூக இயலாமை, சமூக விலக்கம் போன்றவை குறித்து விவாதிக்கப்பட்டிருக்கின்ற அளவிற்குத் தலித்துகளின் ஆரோக்கியம் குறித்து விவாதிக்கப்பட்டிருக்கவில்லை. இங்குப் படிநிலை, பாதுகாப்பற்ற குடிநீர், உடல் ஆரோக்கியம் குறித்து விவாதிப்பது அவசியம். சாதியச் சமூகத்தில் மனிதர்களின் ஆரோக்கியம் மருத்துவத்தினைவிடவும் சமூகப் பொருளாதாரக் காரணிகளாலேயே தீர்மானிக்கப்படுகிறது என்று கூறுகிறார் ஜேக்கப்.[31] ஜேக்கப் கூறுவது போல் சமூகப் பொருளாதாரக் காரணியே தலித்துகளின் ஆரோக்கியத்தினைத் தீர்மானிக்கிறது

---

31. K.S. Jacob, 'Caste and Inequalities in Health', *The Hindu* (22 August 2009).

என்று விவாதிக்கலாம். பாதுகாப்பற்ற குடிநீருக்கும் நோய் களுக்கும் நேரடியான உறவு இருப்பது போல், பாதுகாப்பான குடிநீர் கிடைத்தல் அல்லது மறுக்கப்படுதல் என்பது சாதியப் படிநிலையோடு நேரடியான உறவினைக் கொண்டிருக்கிறது. பாதுகாப்பான குடிநீருக்கும் உடல் ஆரோக்கியத்திற்கும் நேரடியான உறவு இருக்கிறது என்ற புரிதல் காலனியாட்சிக் காலத்திலேயே தமிழ்ச் சமூகத்தில் இருந்திருப்பதனைக் காண முடிகிறது. பாதுகாப்பான குடிநீரின் அவசியம் குறித்து மயிலை சீனி. வேங்கட சாமி 1930களிலேயே இவ்வாறு வலியுறுத்தியிருக்கிறார்: "...தண்ணீர் நமது தேகத்தின் உள்ளேயிருக்கும் அழுக்குகளைச் சுத்தம் செய்கிறது... இதனால் நாம் குடிக்கும் தண்ணீர் சுத்தமானதாக, அழுக்கில்லாததாக இருக்க வேண்டும். ஏனென்றால் நாம் அசுத்தமான தண்ணீரைக் குடித்தால் அவ்வசுத்தமான தண்ணீர் தேகத்தில் சென்று நோய் உண்டாக்கும். ஆகவே, நாம் உண்ணும் தண்ணீர் சுத்தமானதாக இருக்க வேண்டும்."[32] பாதுகாப்பான குடிநீரின் அவசியத்தினை மயிலை சீனி. வேங்கடசாமி வலியுறுத்திய அதே காலத்தில் தலித்துகள் பாதுகாப்பற்ற குடிநீரினையே பருகி வந்தனர்.

தலித்துகள் பாதுகாப்பற்ற குடிநீரைப் பருக வேண்டிய சமூக நிர்ப்பந்தக் காரணங்களாலும் அதனால் ஏற்பட்ட பாதகமான விளைவுகளும், பாதுகாப்பானகுடிநீருக்கும் உடல் ஆரோக்கியத்திற்கும் நேரடியான உறவு இருக்கிறது என்ற தெளிவான புரிதலைத் தலித்துகளிடத்தில் ஏற்படுத்தியது. தலித்து களின் குடியிருப்பு ஆதிக்கச்சாதியினரின் குடியிருப்பிலிருந்து தொலைவில் ஒதுக்குப்புறத்தில் மழைக் காலம் முழுவதும் ஊரில் உள்ள அசுத்தமான தண்ணீர் சூழ்ந்து கொள்ளும் ஆபத்தான பகுதியில் இருக்கிறது. அசமத்துவப் படிநிலைச் சாதியமைப்பில் அசுத்தமான தண்ணீர் சூழ்ந்து கொள்ளும் நிலப்பரப்புகளிலேயே 'தீண்டத்தகாதோர்' குடியிருப்பதற்கு நிர்ப்பந்திக்கப்பட்டிருக்கின்றனர். மேலும் தலித்துகள் பாதுகாப் பற்ற குடிநீரைப் பருக வேண்டிய நிர்ப்பந்தத்தைச் சாதியப் படிநிலை கட்டமைத்திருக்கிறது.

பொதுவாக தலித்துகளின் வசிப்பிடம் மூன்று பகுதிகளில் அமைந்திருப்பதனைக் காணமுடிகிறது. அவை: 1. வயல்வெளி களுக்கு நடுவில், 2. சுடுகாட்டிற்கு அல்லது இடுகாட்டிற்கு அருகில், 3. தண்ணீரே இல்லாத வறண்ட பகுதியில். வயல்வெளி களுக்கு நடுவில் இருக்கின்ற காரணத்தினால் பாசனத்திற்காகச் சிறு வாய்க்கால்களில் திறந்துவிடப்படும் தண்ணீரைப் பயன்

---

32. மே.து.ராசு குமார் & ப. சரவணன், *மயிலை சீனி. வேங்கடசாமி ஆய்வுக் கட்டுரைகள்*, தொகுதி. 3 (சென்னை: மக்கள் வெளியீடு, 2001).

படுத்துகின்றனர். சுடுகாட்டிற்கு அருகில் இருக்கின்ற காரணத்தினால் அங்குப் பிணங்கள் எரிக்கப்படுகின்றபோது வெளியேறும் சாம்பல், தலித்துகள் தண்ணீர் பருகும் நீராதாரங்களில் கலந்திருக்கிறது. வேறு வழியின்றி தலித்துகள் எரிக்கப்பட்ட பிணங்களின் சாம்பல் கலந்து பருகிய குடிநீரின் அசுத்தத்தன்மையை எடுத்துரைக்காமலேயே விளங்கிக்கொள்ள முடிகிறது. தலித்துகள் அசுத்தமான குடிநீரினைப் பருகி வருகின்றனர் என்பதை அன்றைய ஆட்சியாளர்கள் ஒத்துக் கொண்டுள்ளனர்.

சேலம் மாவட்டம் கமாலபுரம் கிராமத்தினைச் சேர்ந்த தலித்துகள் பொது நீராதாரங்களைப் பயன்படுத்திக்கொள்வதற்கு அனுமதிக்கப்படாத காரணத்தினால் அவர்கள் ஆற்றோரமாக இருக்கின்ற தாழ்வான பகுதியிலிருக்கிற அசுத்தமான தண்ணீரைக் குடிநீராகப் பயன்படுத்தி வருகின்றனரா? என்ற கேள்வியினைச் சென்னை மாகாணப் பேரவையில் தலித் பிரதிநிதி ஒருவர் எழுப்பிய போது அரசாங்கம், அது உண்மைதான் என்று ஒத்துக்கொண்டது.³³ தலித்துகள் அசுத்தமான தண்ணீரைப் பருகுவதென்பது தமிழகத்திற்கு மட்டுமேயுரிய சிறப்பம்சம் அல்ல; அது இந்தியா முழுமைக்குமான பொது அம்சம் என்பதை ஓம்பிரகாஷ் வால்மீகி எழுதிய சுயவரலாற்றிலிருந்து அறிந்துகொள்ள முடிகிறது. அசுத்தமான தண்ணீரைப் பருகி வாழ்ந்து வந்த தலித்துகளின் நிலையினை அவர் கீழ்க்கண்ட வாறு பதிவு செய்துள்ளார்: "எங்களைப் பொறுத்தவரையில் மழைக்காலம் வந்தாலே வேதனைதான். நடைபாதைகளில் சேறு மண்டியிருக்கும்; நடக்கவே முடியாது. சேற்றில் பன்றியின் மலமும் கலந்திருக்கும். மழை நின்ற பின்னால் அது நாற்ற மடிக்கத் தொடங்கும். ஈக்களும் கொசுக்களும் ஏராளமாகப் படையெடுக்கும். வெளியே செல்லவே முடியாது. கை, கால்களில் சேறு அப்பிக் கொள்ளும். கால் விரல்களுக்கிடையில் சேற்றுப்புண்கள் வந்துவிடும். புண்களில் அரிப்பெடுத்தால் அது நிற்கவே நிற்காது. மாதக் கணக்கில் நடைபாதைகளில் சேறு இருந்து கொண்டேயிருக்கும். சேறு நிரம்பிய இந்நடைபாதைகளைத் தவிர பள்ளிக்குச் செல்ல வேறு வழிகள் கிடையாது. எங்கள் பகுதியைச் சுற்றிலும் பல குட்டைகள் இருந்தன. அவற்றிலிருந்து கசிந்து வரும் நீர் இந்நடைபாதைகளுக்குத்தான் வந்து சேரும். எங்கள் குடியிருப்பில் ஒரு கிணறு இருந்தது. அதற்குச் சிமெண்ட் பூச மக்கள் பணம் வசூல் செய்தார்கள். கிணற்றின் சுவரும் கைப்பிடிச் சுவரும் ஓரளவு உயரமாகவே வைக்கப்பட்டன. இவ்வளவு பாதுகாப்பு இருந்த போதிலும் மழைக் காலங்களில் கிணற்றில் நீளமான புழுக்கள் நிறைந்

---

33. *MLCD* (10 October 1924), p. 47.

திருக்கும். எங்களுக்கு இந்நீரைக் குடிப்பதைத் தவிர வேறு எந்த வழியும் இல்லை. டாக்காகளின் (ஆதிக்கச்சாதி) கிணறு களிலிருந்து நீர் எடுக்க எங்களுக்கு உரிமையில்லை"[34] என்கிறார் ஓம் பிரகாஷ் வால்மீகி. இக்கூற்று இந்தியா முழுமைக்கும் இன்றைய காலத்துக்கும் பொருந்தக்கூடியதே. எனவே, சமூகப் படிநிலையில் கடைநிலையில் வைக்கப்பட்டிருக்கின்ற 'தீண்டத் தகாத சாதிகள்' அசுத்தமான குடிநீரைப் பயன்படுத்த வேண்டும் என்பது இச்சமூகக் கட்டமைப்பு ஆகும். சமூக நிலையில் தீட்டுக்குள்ளானோர் என்பதன் பொருள் இயற்கைப் பொருட் களும் அசுத்தமான பின்னரே பயன்படுத்த வேண்டும் என்ப தாகும். இனி, அசுத்தமான குடிநீர் தலித்துகளின் உடல் ஆரோக்கியத்தில் எவ்விதமான பாதகமான விளைவுகளை ஏற்படுத்தி வருகின்றன என்பதைக் காண்போம்.

அசுத்தமான குடிநீர் உடல் ஆரோக்கியத்திற்கு பாதகமான விளைவுகளை ஏற்படுத்தி வருகிறது என்ற புரிதல் தலித் அறிஞர் கள் மற்றும் தலைவர்களிடத்தில் இருந்திருக்கிறது. அயோத்தி தாசர் 03 மார்ச் 1909இல் பின்வருமாறு எழுதியிருக்கிறார்: "அந்தோ விருதுபட்டியில் வாசஞ்செய்யும் பெரிய சாதி களென்போர்களே! இன்னும் உங்களுக்கு இரக்கம் வரவில்லையா. வன்னெஞ்சமாறவில்லையா. பறையர்கள் என்போர் உங்களை ஒத்த மக்களல்லவா? பொதுவாகக் கட்டி வைத்துள்ள திருக்குளங் களிலும், கிணறுகளிலும் அவர்களைத் தண்ணீர் மொண்டு குடிக்கவிடாமல் உப்புத் தண்ணீரையும் குட்டைகளிலுள்ள அசுத்த நீரையும் அருந்தி விஷபேதிகண்டு, வெகு ஏழைக்குடிகள் மடிகின்றார்களாமே."[35]

அயோத்திதாசரிடமிருந்த அதே புரிதல் சென்னை மாகாண அவைக்கு நியமிக்கப்பட்டிருந்த தலித் தலைவர்களுள் ஒருவ ரான ஆர். வீரையனிடம் இருந்திருக்கிறது. பொது ஆதாரங் களைத் தலித்துகளும் பயன்படுத்திக்கொள்ள வேண்டும் என்பதற்குச் சட்ட ரீதியான அனுமதியினைப் பெறுவதற்குத் தலித் பிரதிநிதி இரட்டைமலை சீனிவாசன், சென்னை மாகாணப் பேரவையில் ஒரு தீர்மானத்தினை அறிமுகம் செய்தபோது அதில் பங்கேற்ற ஆர். வீரையன் "பல பகுதிகளில் தலித்துகள் தண்ணீரின்றிச் சிரமப்படுகிறார்கள். தண்ணீர் எடுப்பதற்குக் கால்வாய்க்குச் சென்றுவிட்டு தண்ணீரின்றித் திரும்பி வருகின்றனர். உண்மையில் அவர்கள் அசுத்தமான தண்ணீரை மட்டுமே குடிக்கிறார்கள். அசுத்தமான தண்ணீரைக்

---

34. ஓம் பிரகாஷ் வால்மீகி, *ஜூதான்* (கோயம்புத்தூர்: விடியல், 2003), ப. 15.
35. ஞா. அலோய்சியஸ், *அயோத்திதாசர் சிந்தனைகள்* (பாளையங்கோட்டை: நாட்டார் வழக்காற்றியல் ஆய்வு மையம், 1999), ப. 109.

குடிப்பதன் காரணமாகத் தலித்துகளிடத்தில் கொள்ளைநோய் மற்றும் இதர நோய்கள் பரவியிருக்கின்றன"[36] என்று பேசினார். அயோத்திதாசர், ஆர். வீரையன் ஆகியோரின் உரைகளிலிருந்து தண்ணீருக்கும் நோய்களுக்குமான உறவு குறித்த புரிதலும், பாதுகாப்பற்ற குடிநீரைப் பருகியதனால் தலித்துகள் நோய்த் தாக்குதலுக்குள்ளாகின்றனர் என்ற புரிதலும் தலித்துகளிடத்தில் காலனியாட்சிக் காலத்திலேயே இருந்திருக்கின்றன என்பது தெளிவு.

தலித்துகள் இன்றும் தொடர்ந்து பாதுகாப்பற்ற குடிநீரைத் தான் பருகி வருகின்றனரா? என்ற கேள்வி எழுவது இயல்பு தான். பாதுகாப்பற்ற குடிநீரைப் பருகுவதும் அதனால் நோய்களுக்கு ஆளாவதும் சுதந்திர இந்தியாவிலும் தொடர்ந்து நடைபெற்று வருகிறது என்பதே நம்முடைய வாதம். அசுத்தமான குடிநீரைப் பருக வேண்டிய சமூகச் சூழல் இருப்பதனால் தலித்துகளிடத்தில் தொற்று நோய் முதலில் தொடங்குகிறது என்பதை ஏ. வைத்தியநாத அய்யர் சென்னை மாகாணப் பேரவையில் இவ்வாறு கூறியுள்ளார்: "கிராமங்களில் நல்ல குடிநீர்க்கிணற்றினைத் தலித்துகள் அணுகுவதற்கு அனுமதி மறுக்கப்படுகிறது. இதனால் அவர்கள் அசுத்தமான குளத்தில் தண்ணீர் எடுப்பதற்கு நிர்ப்பந்திக்கப்படுகின்றனர் அங்கு கிராமத்தின் எல்லாக் கழிவு நீரும் கலக்கிறது. இது கிராமம் முழுமைக்கும் பாதிப்பினை ஏற்படுத்தும் தன்மையினைக் கொண்டிருக்கிறது. இவ்வருடம் மதுரை மாவட்டம் முழுவதும் காலரா நோய் தலைவிரித்தாடியது. பொதுவாக இந்நோய் தலித்துகளிடத்தில் தொடங்குவதற்குக் காரணம் அவர்களின் கிணறு பாதுகாப்பற்றதாக இருக்கிறது. கிராமம் முழுவதுமுள்ள தண்ணீர் இங்குத் தேங்குகிறது, அவற்றின் நடுவில்தான் பள்ளம் தோண்டப்பட்டிருக்கிறது அதிலிருந்துதான் தலித்துகளுக்குத் தண்ணீர் கிடைக்கிறது. பொதுவாக, ஆற்றுத் தண்ணீர் நிரம்பி வழியும் பகுதியில் குழி / கிணறு தோண்டப்பட்டிருக்கிறது. கழிவுநீர் கலந்து வரும் ஆற்று நீர் அக்குழி / கிணறு இவற்றில் கலந்து விடுவதால் அதனோடு புழுக்கள் கலந்துவிடுகின்றன. அந்நீரினைத் தலித்துகள் பருகுவதால் முதலில் காலரா அவர்களிடத்தில் தொடங்கிப் பரவுகிறது."[37] 1950களில் தலித்துகளுக்கு மதுரைப் பகுதியில் பல பொதுக் குளங்களிலும் கிணறுகளிலும் அனுமதி மறுக்கப்பட்டதாகவும் இதனால் ஆதிக்கச்சாதியினரது வீட்டு விலங்குகள் குளிக்கப் பயன்படுத்தும் அழுக்கடைந்த குளத்துத் தண்ணீரைத் தலித்துகள் பருகி வருகின்றனர் என்றும் அகில

36. *MLCD* (22 August 1924), p. 827.

37. *MLCD*, XIII (19 July 1948), pp. 277 – 278.

இந்திய ஹரிஜன சேவா சங்கத்தின் மண்டலப் பொறுப்பாளர் சுவாமி ஆனந்த தீர்த் கூறினார்.[38] இக்காலகட்டத்தில் ஜெய்ப்பூர் மாநிலத்தின் நிலைமையை ஒருவர் கீழ்க்கண்டவாறு எழுதி யுள்ளார்: "இம் மாநிலத்தில் 'நாஹ்ரு' அல்லது 'பாலா' என்று அழைக்கப்படும் கினிப்புழு நோய் காணப்படுகிறது. இந்நோயால் பாதிக்கப்பட்டவர்கள் பல மாதங்கள், சில சமயம் ஓராண்டு அல்லது இரண்டாண்டு காலம் கூட அவதிப்படுகிறார்கள். பலருக்கு இந்நோயினால் ஒரு கை அல்லது ஒரு காலைப் பயன்படுத்த முடியாமல் போகிறது. இந்நோய், குடிதண்ணீர் மூலம் பரவுகிறது. இதைத் தடுப்பதற்கு மருத்துவர்கள் கூறும் ஒரே யோசனை. தண்ணீரைக் காய்ச்சி வடிகட்டிக் குடிக்க வேண்டும் என்பதே. இந்நோய் பல சமயங்களில் மழைக்காலம் தொடங்கியதும் பரவுகிறது. அதுதான் விதைப்புக்காலம். கிராம வாசி வேலை செய்து சம்பாதிக்க ஆயத்தமாகும் சமயத்தில் படுக்கையில் கிடக்கிறான்.

பன்ஸ்வாரா அருகே கோப்ரா கிராமத்தில் நடத்திய விசாரணைகளில் 57 குடும்பங்களில் 125 பேருக்குக் கினிப்புழு நோய் ஏற்பட்டிருப்பதாகத் தெரிந்தது. ஆறு பேர் கொண்ட ஒரு ஹரிஜனக் குடும்பத்தில் ஐந்து பேருக்குக் கினிப்புழு நோய் ஏற்பட்டிருந்தது.

பல சமயங்களில் இந்நோய் இம்மக்கள் மீது சமூகத்தால் சுமத்தப்படுகிறது. ஹரிஜனங்கள் தண்ணீர் எடுக்கும் குட்டை மிகவும் அழுக்கடைந்து போயிருந்தது; அது ஒரு கினிப் புழுப் பண்ணையாக இருந்திருக்க வேண்டும். பன்ஸ்வாரா மாவட்ட ஆட்சித் தலைவரிடம் அதைக் காண்பித்தபோது, அவர் அதிர்ச்சி யடைந்து அதை உடனடியாக மூட உத்தரவிட்டார்.

அருகிலேயே கட்டப்பட்ட கிணறு ஒன்று இருந்தது. அங்குச் சென்று தண்ணீர் எடுக்க முடியும். அக்கிணற்றிலிருந்து ஹரிஜனங்கள் தண்ணீர் எடுத்துக்கொள்ள அனுமதிக்குமாறு இந்துக்கள் கேட்டுக்கொள்ளப்பட்டார்கள். ஆனால் அவர்கள் அதற்கு இணங்கவில்லை. அக்குட்டையின் தண்ணீரை நீங்கள் குடிப்பீர்களா? என்று மாவட்ட ஆட்சித் தலைவர் அவர்களைக் கேட்டார். மனிதர்கள் குடிப்பதற்கு அது தகுதியற்றது என்று ஒப்புக்கொண்டார்கள். ஆயினும் ஹரிஜனங்கள் கிணற்றைப் பயன்படுத்த அனுமதி மறுத்தார்கள்."[39]

1960களில் எடுக்கப்பட்ட தரவுகளின்படி குஜராத் மாநிலத் தில் பாவ்நகர் மற்றும் கைரா மாவட்டத்தில் தோலினாலான

38. R.V., 'Harijan Disabilities in Tamil Nadu', *Harijan*, XVI (1952), p. 135.

39. *டாக்டர். அம்பேத்கர்: பேச்சும் எழுத்தும், தொகுதி. 9*, பக்.177 – 178.

பைகள் மூலம் இறைக்கப்பட்டு வீட்டுவிலங்குகளுக்கு ஊற்றப் படும் தொட்டியிலிருந்து தண்ணீர் எடுத்து தலித்துகள் பயன் படுத்தியிருக்கின்றனர்.[40] விலங்களுக்கு வழங்கப்படும் குடிநீரின் தன்மை எவ்வாறு இருக்கும் என்பதையும் அதனைக் குடித்த தலித் உடல்களின் ஆரோக்கியம் எவ்வாறு இருந்திருக்கும் என்பதையும் எடுத்துரைக்காமலே புரிந்து கொள்ள முடியும். தலித்துகளின் தண்ணீர்ச்சிக்கல் குறித்த கட்டுரையொன்றில் கவுல் என்பவர் தலித்துகள் வீட்டு விலங்குகள் தண்ணீர் குடிக்கும் குட்டைகளுக்கு அருகேயிருந்துதான் தண்ணீர் எடுக்க வேண்டிய நிலை 1970களில் இருந்ததைக் குறிப்பிட்டுள்ளார்.[41] சாக்கடை கலந்துவிடுகின்ற அசுத்தமான தண்ணீரைத் தலித்து கள் பருக வேண்டிய நிலை இன்றும் இருப்பதனைக் காண முடிகிறது. 2003ஆம் ஆண்டில் கொடைக்கானல் புதுப்புத்தூர் தலித்துகள் சாக்கடை கலந்த தண்ணீரைப் பயன்படுத்தி வந்திருக் கின்றனர். அவர்கள் பயன்படுத்திவந்த மற்றொரு கிணறு சுடுகாட்டிற்கு அருகே இருந்தது. சென்னை போன்ற பெருநகரங் களில் தலித்துகளின் வாழ்விடம் புறச்சேரிகளில் அமைக்கப்பட் டிருக்கிறது. சுகாதாரமற்ற இப்பகுதிகளில் பாதுகாப்பான குடிநீர் கிடைப்பது அரிதாக இருந்து வருகிறது என்று ஓர் ஆய்வு கூறுகிறது.[42] வேறோர் ஆய்வறிக்கை 64% தலித்துகள் மட்டுமே பாதுகாப்பான குடிநீரினைப் பெற்று வருகின்றனர் என்று கூறுகிறது.

மருத்துவத்தினைவிடவும் சமூகப் பொருளாதாரக் காரணியே உடல் ஆரோக்கியத்தினைத் தீர்மானிக்கிறது என்று ஜேக்கப் கூறுவது முற்றிலும் ஏற்றுக்கொள்ளத்தக்கதே. இவ் விடத்தில் இரண்டு விஷயங்களைச் சுட்டிக்காட்ட வேண்டும். அவை: 1). அசமத்துவப் படிநிலையின் விளைவாக, ஆண்டாண்டு காலமாக அசுத்தமான தண்ணீரைப் பருகி வருகின்ற தலித்து களின் உடல் ஆரோக்கியம் எவ்வாறு இருக்கும் என்பது மருத்துவ அடிப்படையில் ஆராயப்பட வேண்டும், 2. பாதுகாப் பற்ற குடிநீரை அருந்துவதால் நோய் உண்டாகிறது என்பன. அதுவும் விவசாயம் சார்ந்த கூலி வேலைகள் அதிகம் கிடைக்கக் கூடிய மழைக் காலத்தில். வேலை கிடைக்கக்கூடிய காலத்தில் தலித்துகளை நோய்கள் தாக்கும்போது அவர்கள் எவ்வாறு

---

40. Report of the Commissioner for Scheduled Castes and Scheduled Tribes for the Year 1963 – 64, Part-I (Delhi: Government of India, 1965), pp.15 – 21.

41. S.K. Kaul, 'Extent of Social Disabilities and Tension Resulting there from the Socio-Legal Framework Required to Combat it', Paper presented at a Seminar on *Harijan and Social Welfare* at Lucknow.

42. Paul Appasamy, Guhan et all, *Social Exclusion from a Welfare Rights Perspective in India* (Geneva: ILO Publications, 1996).

கூலி உழைப்பில் ஈடுபட முடியும்? எனவே தலித்துகளின் வறுமைக்கு அசுத்தமான குடிநீரும் காரணமாகிறது.

ஒடுக்குமுறைக்கான ஆயுதம்

உலகமயமாக்கல் பின்புலத்திலிருந்து தண்ணீர்ச் சிக்கலினைப் புரிந்துகொள்கின்ற ஆய்வாளர்கள் தண்ணீர் ஒடுக்குமுறைக்கான ஆயுதமாக மாறியிருப்பதாகக் கருதுகின்றனர், இதில் மாற்றுக் கருத்து இல்லை. தண்ணீருக்குப் பொருளாதார மதிப்பு வழங்கப்படுவதற்கு முன்பிருந்தே சாதியச் சமூகத்தில் தண்ணீர் எப்போதுமே ஒடுக்கப்பட்ட மக்களுக்கு எதிரான ஒடுக்குமுறை ஆயுதமாக பயன்படுத்தப்பட்டு வந்திருக்கிறது. மதம் மற்றும் மதச்சார்பற்ற சுயசார்புடன் வாழ்வதற்கும் அரசியல் சாசனம் வழங்கியிருக்கின்ற சட்ட ரீதியான உரிமைகளை நிலைநாட்டுவதற்கும் தலித்துகள் எப்போதெல்லாம் முயலுகின்றனரோ அப்போதெல்லாம் தண்ணீரை அவர்களுக்கு எதிரான ஒடுக்குமுறை ஆயுதமாக ஆதிக்கச்சாதியினர் பயன்படுத்தியுள்ளனர் என்பதைக் காணமுடிகிறது.

1860களில் வடஆர்க்காடு மாவட்டம் சாத்தம்பாடி கிராமத்தினைச் சேர்ந்த தலித்துகள் கிறிஸ்துவ மதத்திற்கு மாறிய காரணத்தினால் பொதுக் கிணற்றில் தண்ணீர் எடுப்பதற்கு சாதி இந்துக்கள் அனுமதி மறுத்தனர்.[43] கோயம்புத்தூர் மாவட்டம் தாராபுரம் வட்டம் பொப்பினி கிராமம் பாச்சகாளையம், மீனாட்சிவளவு ஆகிய பகுதிகளில் 1920களில் தலித்துகள் கிறிஸ்துவ மதத்திற்கு மாறினர். இதனால் அவர்களுக்குத் தண்ணீர் தருவதற்குச் சாதி இந்துக்களான கவுண்டர்கள் மறுத்துவிட்டனர்.[44] ஜோலார்பேட்டையில் தலித்துகளுக்கும் ஆதிக்கச்சாதியினருக்கும் இடையில் ஏற்பட்ட பகையால் தலித்துகளின் கிணற்றில் ஆதிக்கச்சாதியினர் விஷத்தினைக் கலந்துவிட்டனர். இச்சம்பவம் 1920களில் நடைபெற்றிருக்கிறது.[45] திருநெல்வேலி மாவட்டம் ரெட்டியார்பட்டியில் மருத்துவர் சாதியினர் (நாவிதர்கள்) தங்களைச் சமூக ஒடுக்குமுறையிலிருந்து விடுவித்துக்கொள்வதற்குப் போராடியதால் அங்குள்ள பொதுக் கிணற்றில் தண்ணீர் எடுப்பதனை ரெட்டியார்கள் தடுத்துவிட்டனர். இதனால் மருத்துவர் சாதியினர் ஒருவரின் தோட்டத்திலுள்ள கிணற்றில் தண்ணீர் எடுத்தபோது அதில் மண்ணெண்ணெய் ஊற்றி மாசுபடுத்தினர். இதனால் அவர்கள் சொந்தமாகக்

---

43. ஏபி. வள்ளிநாயகம், *தென்னாட்டு அம்பேத்கர் தளபதி எம். கிருஷ்ணசாமி* (பள்ளிகொண்டா: சமூக விடுதலை கல்வி அறக்கட்டளை, 2004), ப. 10.

44. *MLCD*, XXII (1925), pp. 75 – 76.

45. *MLCD*, XXXII (1926), pp.767 – 768.

கிணறு தோண்டுவதற்கு 1926ஆம் ஆண்டு முயன்றனர். மருத்துவர் சாதியினருக்கென்று கிணறு வெட்டும் பணியில் தலித்துகள் ஈடுபட்டபோது அதனையும் தடுத்துவிட்டனர்.[46] 1937ஆம் ஆண்டு திண்டுக்கல் அருகே பஞ்சம்பட்டி என்ற கிராமத்தில் ஆதிக்கச் சாதிக் கிறிஸ்துவர்கள் தலித்துகளின் கிணற்றினை மாசுபடுத்தி யுள்ளனர்.[47] திருநெல்வேலி மாவட்டம் தென்காசி அருகேயுள்ள கடையநல்லூரில் தலித்துகளின் குடிநீர்க் கிணற்றில் சாதி இந்துக்கள் மனித மலத்தினைக் கலந்தனர்.[48] மதுரை அருகே ஆட்டுக்குளம் என்ற கிராமத்தில் சாதி இந்துக்கள் தலித்துகள் பயன்படுத்திய கிணற்றில் மனித மலத்தினைக் கலந்தனர்.[49]

திருநெல்வேலி மாவட்டம் சங்கரன்கோயில் அருகே உள்ள பந்தல்புளி என்ற கிராமத்தில் 2009ஆம் ஆண்டு பல கட்டப் போராட்டத்திற்குப் பின்னர் தலித்துகள் அங்குள்ள கோயிலுக் குள்ளே சென்று வழிபடுவதற்கான உரிமையினைப் பெற்றனர். இதனால் ஆத்திரமுற்று அக்கிராம மக்களுக்குத் தண்ணீர் வழங்கும் மேல்நிலை நீர்த்தேக்கத்தொட்டியைத் தங்கள் கட்டுப் பாட்டிற்குள் வைத்திருந்த ஆதிக்கச்சாதியினர் தலித்துகளுக்குத் தண்ணீர் தருவதற்கு மறுத்துவிட்டனர். இதனால் தலித்துகள் பல மாதங்கள் தண்ணீரின்றி அவதிப்பட வேண்டிய நிர்ப்பந்தம் உருவானது. குஜராத்தில் தண்ணீர் மேலாண்மை மற்றும் பகிர்ந்தளிப்பதற்கென ஒரு குழு அமைக்கப்பட்டது. இதில் சாதி இந்துக்களே ஆதிக்கம் செலுத்தி வந்தனர். சாதி இந்துக்கள் அனைவருக்கும் குடிநீர்க்குழாய் இணைப்பு வழங்கப்பட்டது. ஆனால், தலித்துகளுக்கு மட்டும் ஒரே ஒரு குடிநீர்க்குழாய் அமைக்கப்பட்டது. அனைத்துத் தலித்துகளிடமும் மாதம் ரூ. 35 தண்ணீருக்கென வசூல் செய்யப்பட்டு வந்தது. சாதி இந்துக் களுக்கு வழங்கியிருப்பது போல் தங்கள் வீடுகளுக்கும் குடிநீர்க் குழாய் இணைப்பு வழங்க வேண்டும் என்று தலித்துகள் கோரினர். ஆனாலும் வழங்கப்படவில்லை. இதனால் தலித்துகள் தண்ணீருக் குப் பணம் செலுத்த மறுத்தனர். ஆத்திரமடைந்த சாதி இந்துக கள் தலித்துகளுக்கு வழங்கப்பட்டிருந்த இணைப்பிற்குப் பூட்டுப் போட்டுவிட்டனர். மேலும், அவர்களைக் கொலை செய்து விடுவதாக அச்சுறுத்தினர். சில முக்கியத் தலைவர்களின் தலையீட்டிற்குப் பின்னரே அப்பூட்டு அகற்றப்பட்டது.[50]

46. A Complaint Sent to District Magistrate by Maruthuvar Caste on 1926.

47. Fortnightly Report (19 March 1937, p. 10 & 5 April 1937), p. 13.

48. *MLCD* VI, (26 September 1947), pp. 484 – 486.

49. R.V. 'Harijan Disabilities in Tamilnad', *Harijan* (14 June 1952), p. 135.

50. Ganshiyam Sha, 'Hope and Despair: A Study of Untouchability and Atrocities in Gujarat', *Journal of Indian School of Political Economy,* 12, 3 & 4 (July – Dec. 2000), p. 466.

ஆதிக்கச்சாதியினர் மட்டுமின்றி காவல்துறையினரும் தலித்துகளை ஒடுக்குவதற்கு தண்ணீரை ஆயுதமாகப் பயன்படுத்தியிருக்கின்றனர். தமிழகத்தின் தென்மாவட்டங்களில் சாதி இந்துக்கள் கடைபிடித்துவந்த தீண்டாமை, சமூக விலக்கல், வன்முறை ஆகியவற்றுக்கு எதிராகத் தலித்துகள் 1990களில் கிளர்ந்தெழுந்தனர். தூத்துக்குடி மாவட்டத்தில் உள்ள கொடியன் குளம் என்ற தலித் கிராமமே இக்கிளர்ச்சிக்குத் தலைமையிடமாக இருக்கிறது என்ற சந்தேகத்தின் அடிப்படையில் காவல் துறையினர் அக்கிராமத்தினரைத் தாக்கினர். மேலும் காவல் துறையினர் தலித்துகளின் குடிநீர்க் கிணற்றில் டீசல், மண்ணெண்ணெய் போன்றவற்றினைக் கலந்து நாசமாக்கினர்.⁵¹ தலித்துகளின் நீராதாரத்தினை மாசுபடுத்தக்கூடாது என்று வன் கொடுமைக்கு எதிரான சட்டம் கூறுகிற போதும்கூட சட்டத்தினை அமல்படுத்த வேண்டிய காவல்துறையே சட்டத்தை அவமதித்து தலித்துகளின் நீராதாரத்தினை மாசுபடுத்துகிற போது சாதி இந்துக்கள் எவ்வாறு நடந்துகொள்வர் என்பதனை விளக்கத் தேவையில்லை.

மேலே எடுத்துரைக்கப்பட்டிருக்கும் உதாரணங்களிலிருந்து சில முடிவுகளை மிகத் தெளிவாக அறுதியிட்டுக் கூறமுடியும். தலித்துகளின் விடுதலைமுயற்சிகள் அனைத்தையும் நசுக்குவதற்காகத் தண்ணீர் எப்போதும் ஆதிக்கச்சாதியினரின் ஆயுதமாகவே இருந்திருக்கிறது. ஆதிக்கச்சாதியினரைச் சார்ந்திருக்கின்ற தலித்துகளின் சார்பு நிலை தண்ணீர் என்ற ஆயுதத்தின் மூலமும் நிறைவேற்றப்பட்டு வருகிறது என்பது தெளிவு. அரசு எந்திரமும் குறிப்பாகக் காவல்துறையும் தலித்துகளை ஒடுக்குவதற்காகத் தன்னுடைய லத்தி, துப்பாக்கி போன்றவற்றுடன் தண்ணீரையும் ஆயுதமாகக்கொண்டிருக்கிறது என்பது தெளிவு.

வன்புணர்ச்சிக்கான ஆயுதம்

தலித் பெண்களுக்கு எதிரான ஆயுதமாகத் தண்ணீரை ஆதிக்கச் சாதி ஆண்கள் கைக்கொண்டிருக்கின்றனர். பொது நீராதாரங்களைச் சாதி இந்துக்கள் தங்களின் ஏகபோகக் கட்டுப்பாட்டிற்குள் வைத்திருக்கின்ற காரணத்தினால் அவர்களைச் சார்ந்திருக்க வேண்டிய நிர்ப்பந்தம் தலித்துகளுக்கு இருக்கிறது. தண்ணீர் சேகரிக்கும் வேலை பெண்கள் மீது மட்டுமே சுமத்தப்பட்டிருத்தல், தலித்துகளின் சார்புநிலை ஆகியவை தலித் பெண்களைப் பலவீனமான நிலைக்குத் தள்ளுகிறது என்கிறார் ஜெயஸ்ரீ சோனி.⁵² தலித் பெண்களைத் தங்களின்

---

51. S. Viswanathan, *Dalits in Dravidian Land: Frontline Reports on Anti-Dalit Violence in TamilNadu, 1995 – 2004* (Pondicherry: Navayana, 2005), pp.5 – 11.

52. Jayashree Soni, 'Water Accessibility and Marginalisation of Dalits: Some Observation of Rural Gujarat'.

இச்சைக்கு இணங்க வைப்பதற்கும் பாலியல் ரீதியாகத் துன்புறுத்துவதற்கும் தண்ணீரை ஓர் ஆயுதமாக ஆதிக்கச்சாதி யினர் பயன்படுத்தி வருகின்றனர் என்று கூறுகிறார் அனோஸ் மலேகர்.[53] சார்புநிலை, தலித் பெண்களை நலிவுற்றவர்களாக வும் பாலியல் தொல்லைகளுக்கு இசைந்து கொடுக்கின்றவர் களாகவும் மாற்றுகிறது என்று கூறுகின்றனர் அஞ்சல் பிரகாஷ் மற்றும் சாமா. "நாங்கள் மேல் சாதியினரின் குடும்பங்களுக்குக் கீழ்ப்படிந்து நடந்து கொள்ளாமல் இருக்க முடியாது. நாங்கள் வேலை வாய்ப்பிற்காக அவர்களின் தோட்டங்களையே நாடி யுள்ளோம். மேலும் எங்கள் கிணறு வற்றும்போது குடிநீருக் காக அவர்களையே சார்ந்து இருக்கிறோம்"[54] என்ற தலித் பெண் ஒருவரின் கூற்று தலித்துகள் ஏன் நலிவுற்றவர்களாக இருக்கின்றனர்? என்பதை எடுத்துரைக்கிறது.

கடந்த கால நிகழ்வுகளை நோக்கும்போது மேற்குறிப்பிட் டோரின் கூற்றுக்கள் சரியானவை என்று விவாதிக்க முடியும். தலித் பெண்கள் எவ்வாறு தண்ணீர் சுமந்து செல்ல வேண்டும் என்று ஆதிக்கச்சாதியினர் சில குறியீடுகளை வகுத்திருந்தனர். இக் குறியீட்டிற்குள் பாலியல் வக்கிரம் மறைந்திருப்பதனைக் காணமுடிகிறது. திருச்சிராப்பள்ளி, இராமநாதபுரம் பகுதிகளைச் சேர்ந்த ஆதிக்கச்சாதியினர் 1930களில் தலித் பெண்கள் தண்ணீர் எடுப்பதற்காகப் பின்வரும் விதிமுறைகளை விதித்திருந்தனர்: "ஸ்திரீகள் மட்குடங்களில்தான் தண்ணீர் கொண்டு போக வேண்டும். குடத்தைத் தலையில் சுமப்பதற்கு வைக்கோலை உபயோகிக்க வேண்டுமேயொழிய துணியை உபயோகிக்கக் கூடாது."[55] தலித் பெண்கள் இடுப்பில் தண்ணீர்க்குடம் சுமக்கக் கூடாது. தலையில்தான் கொண்டு செல்ல வேண்டும் என்ற விதிகளும் அவர்கள் மீது விதிக்கப்பட்டிருந்தன. தலித் பெண்கள் இடுப்பில் தண்ணீர் சுமப்பதற்குப் பதில் தலையில் சுமக்க வேண்டும் என்ற நிர்ப்பந்தத்தினை உற்றுநோக்கினால் அதற்குள் பாலியல் வக்கிரம் ஒளிந்திருப்பதனைக் காணமுடியும். தண்ணீருக் கான சார்புநிலையினால் பாலியல் இன்னல்களை அனுபவிக்க நேர்ந்த தலித் மக்கள் காந்தியிடம் புகார் தெரிவித்தனர். மகாத்மா காந்தி தமிழ்நாட்டில் 1934ஆம் ஆண்டு சுற்றுப் பயணம் மேற் கொண்டிருந்தபோது உடுமலையில் வாழ்ந்த தலித்துகள் அவரிடம் தாங்கள் அனுபவித்து வருகின்ற இன்னல்களைப் பின்வருமாறு

---

53. Anosh Malekar, 'Landlords Exploit the Drought-hit Dalit Women'.
54. Anjal Prakash & R.K. Sama, 'Social Undercurrents in Water-Scarce Village', *Economic and Political Weekly* (18 February 2006), p. 578.
55. 'தாழ்த்தப்பட்டோர் துயரம்', ஆனந்தபோதினி, 17, 1 (1931), பக். 7 – 8; Hutton, *Caste in India - Its Nature, Function and Origins* (Delhi: OUP, 1951, p.206).

கூறினர்: "இந்நகரத்தில் நாங்கள் பொதுக் கிணற்றில் தண்ணீர் எடுப்பதற்கு அனுமதிக்கப்படுவதில்லை. எங்கள் பெண்களும் குழந்தைகளும் தண்ணீருக்காக மேல்சாதியினரின் கருணை யினை எதிர்பார்த்து மணிக்கணக்கில் காத்திருக்கின்றனர். ஒரு குடம் தண்ணீருக்காகப் பல அவமானங்களையும் இழிவை யும் சந்திக்க வேண்டியிருக்கிறது."[56] தலித்துகள் தங்களுக்கென நீராதாரங்களைக் கொண்டிருப்பதைத் தடுப்பதும் தண்ணீருக் காகத் தங்களையே சார்ந்திருக்க வேண்டும் என்ற நிலையினை ஆதிக்கச்சாதியினர் திட்டமிட்டு ஏற்படுத்தியிருப்பதும் தலித் பெண்களைப் பாலியல் ரீதியாகச் சுரண்ட வேண்டும் என்ற உள்நோக்கத்தில்தான் என்பதும் தண்ணீர் தலித் பெண்களுக்கு எதிரான ஓர் ஆயுதமாக எப்போதும் இருந்து வருகிறது என்பதும் திண்ணம். தலித் பெண்களுக்கு இருந்து வருகின்ற நிலை சாதி இந்துப் பெண்களுக்கு இல்லை என்பது கவனத்திற்குரியது.

தண்ணீர் இல்லாமை: ஒரு வரலாற்றுப் பார்வை

தலித்துகள் தண்ணீர் இல்லாமை என்ற நிலையினை அனுபவித்துக்கொண்டிருப்பதனை வரலாற்று ரீதியாக விவரிப் போம். இந்தப் புனிதம் x தீட்டு என்ற கருத்தாக்கமே தண்ணீர் உடையோர் x இல்லாதோர் என்ற நிலையினைத் தீர்மானிக் கிறது என்ற வாதத்திற்கு மேலும் வலிமை சேர்க்கும்.

நீராதாரங்களில் சுயசார்பு: ஒரு குற்றம்

பொது நீராதாரங்கள் ஆதிக்கச்சாதியினரின் ஏகபோகக் கட்டுப்பாட்டிற்குள் இருந்த காரணத்தினால் நீராதாரங்களில் சுயசார்புடன் இருப்பதற்காகத் தலித்துகள் காலனியாட்சிக் காலத்தில் பெரும் முயற்சியினை எடுத்திருக்கின்றனர். தங்களின் பொருளாதாரம் மற்றும் உழைப்பின் மூலம் குட்டை, கிணறு போன்றவற்றை உருவாக்குதல் அல்லது அரசாங்கத்தின் உதவி யுடன் நீராதாரங்களை ஏற்படுத்துதல் போன்ற முயற்சிகளில் அவர்கள் ஈடுபட்டனர். ஆதிக்கச்சாதியினரால் இம்முயற்சிகள் ஒருபுறம் தடுக்கப்பட்டன. மற்றொருபுறம் அவை குற்றமான செயல்கள் என்று கருதப்பட்டன. இதனால் அவர்கள் தலித்து களுக்குத் தண்டனை வழங்கினர்.

சேலம் மாவட்டம் எள்ளிப்பள்ளிக் கிராமத்தில் தலித்து களுக்கென நீராதாரங்கள் இல்லை; பொது நீராதாரங்களிலிருந் தும் அவர்கள் தண்ணீர் எடுத்துக்கொள்ள அனுமதிக்கப்பட் டிருக்கவில்லை. அவர்களுக்குத் தண்ணீர் கொடுப்பதற்குச்

56. *Harijan*, II (1935), p. 35.

சங்ககிரி தாலுகா நிர்வாகம் எந்நடவடிக்கையையும் எடுத்திருக்க வில்லை. நீராதாரம் வேண்டும் என்று தலித்துகள் இரண்டு முறை வேண்டுகோள் விடுத்திருப்பினும் நடவடிக்கை எடுக்கப் படவில்லை.[57] கோயம்புத்தூர் மாவட்டம் தாராபுரம் மீனாட்சி வலசு கிராமத்தில் வசித்த தலித்துகள் சுயமாக நீராதாரத்தினைக் கொண்டிருக்கக்கூடாது என்று சாதி இந்துக்கள் தங்கள் கூட்ட மொன்றில் முடிவு செய்திருக்கின்றனர்.[58] பொது நீராதாரங் களை அணுகுவதிலிருந்து விலக்கப்பட்டிருந்த காரணத்தினால், சில பகுதிகளில் தலித்துகள் குட்டைகளை ஏற்படுத்தி அதனைப் பயன்படுத்தி வந்திருக்கின்றனர். தலித்துகள் இத்தகைய குட்டை களை ஆழப்படுத்தினாலோ அல்லது புதிதாக நீராதாரங்களை உருவாக்கினாலோ அது ஆதிக்கச்சாதியினரால் தடுக்கப்பட் டிருக்கிறது.[59]

அன்றைய தென்னாற்காடு மாவட்டம் சிதம்பரம் வட்டம் பெருங்காளூர்க் கிராமத்தினைச் சேர்ந்த தலித்துகள் தங்களுக் குத் தேவையான வசதிகளைப் பெறுவதற்காக மாவட்டத் தொழிலாளர் ஆணையரைச் சந்திப்பதற்கு முயன்றபோது ஆதிக்கச்சாதியினரால் தடுக்கப்பட்டனர். இருப்பினும், தண்ணீர் இல்லாமையினைத் தீர்த்துக்கொள்வதற்கு முயன்றதன் விளை வாக அதிகாரி ஒருவர் அக் கிராமத்திற்குச் சென்று தண்ணீர் பிடிமானப் பகுதியை 21 மே 1925ஆம் ஆண்டு பார்வையிட்டார். தலித் குடியிருப்பில் தண்ணீரின் இருப்புக் குறித்துச் சோதிப் பதற்குத் துளையினை ஏற்படுத்திக்கொண்டிருந்த சமயத்தில் நிலவுடைமையாளர்களும் கிராம முன்சீப்பும் அப்பணியை நிறுத்துமாறும், தலித்துகள் தங்ளைச் சந்திக்குமாறும் கட்டளை யிட்டனர். ஆனால் தலித்துகள் அவர்களைச் சந்திக்காததனால் ஆதிக்கச்சாதியினர் தலித்துகளின் குடியிருப்பிற்குச் சென்று அவர்களை மிகக் கடுமையாகத் தாக்கினர்.[60]

தலித்துகள் பிறருடைய கட்டளைக்குப் பயந்து அவர்களுக் காகப் பொது நீராதாரங்களில் இருந்து தண்ணீர் எடுக்கும் பணியினைச் செய்வதும் குற்றமாகவே கருதப்பட்டிருக்கிறது. காவல்துறை அதிகாரி ஒருவர் ஒரு கிராமத்திற்குச் சென்றார். அவர் அங்குள்ள கிணற்றிலிருந்து தண்ணீர் இறைப்பதற்கு உதவும்படி தலித் மக்கள் சிலரிடம் கேட்டுக்கொண்டார். முதலில் மறுத்த அவர்கள் அந்த அதிகாரியின் வற்புறுத்தலின்

---

57. *MLCD* (10 October 1924), pp. 46 – 47.

58. *MLCD* (10 October 1924), pp.19 – 20.

59. *MLCD* (10 December 1924), pp.19 – 20.

60. R. Srinivasan, Terrorising the Depressed Classes (a letter), *Swarajya* (12 June 1925).

காரணமாக தண்ணீரை இறைக்க அவருக்கு உதவினர். மறுநாள் சாதி இந்துக்கள் அத்தலித்மக்களை அழைத்து வினவினர். கிணற்றுக்குச் சென்று உதவும்படி காவல் அதிகாரியால் தாங்கள் கட்டாயப்படுத்தப்பட்டதாகவும், அது தங்களின் குற்றமல்ல என்றும் கூறினர். இதனால் தலித்துகள் மீது சாதி இந்துக்கள் வன்முறையினை ஏவினர்; பல இன்னல்களைக் கொடுத்தனர்.[61] மேலே எடுத்துரைக்கப்பட்டிருக்கும் தரவுகளிலிருந்து பின்வரும் இரு முடிவுகளுக்கு வரலாம். அவை: 1. தலித்துகள் தண்ணீர் இல்லாமல் இருப்பது என்பது ஆதிக்கச்சாதியினரால் திட்ட மிட்டு உருவாக்கப்பட்டது, 2. தலித்துகள் தண்ணீரை உடைமை யாகக் கொண்டிருப்பதைக் குற்றமான செயல் என்று ஆதிக்கச் சாதியினர் கருதுவது என்பனவாகும்.

இயற்கை நீராதாரம் பொதுச் சொத்தல்ல!

சுதந்திர இந்தியாவில் தலித்துகள் நீராதாரங்களைச் சுயமாக பெற்றிருப்பதனை ஆதிக்கச்சாதியினர் தடுக்கின்றனரா? இல்லையா? என்பது குறித்துத் தரவுகள் கிடைக்கவில்லை. ஆனால் பொது நீராதாரங்களை அணுகுவதிலிருந்தும் அனுபவிப் பதிலிருந்தும் தலித்துகளை விலக்குகின்றனர். இதனால் தலித்து கள் தண்ணீர் இல்லாதிருக்கின்றனர். சில பகுதிகளில் தலித்து களுக்கென தனிக்கிணறுகள் ஏற்படுத்திக் கொடுக்கப்பட்டன. இது குறித்து 1950கள் தொடங்கி இன்றுவரையிலும் உள்ள நிலையினை விவரிப்போம்.

1950களில் நிலைமை

1950களில் தமிழகத்தில் தலித்துகள் பொது நீராதாரங்களில் இருந்து தண்ணீரைப் பெற முடியாது இருந்தனர். இது குறித்துச் சட்டமன்ற உறுப்பினர்கள் சிலர் அவையில் எடுத்துரைத்திருக் கின்றனர். பி.கங்கையா நாயுடு, குடிநீரினைப் பொறுத்தமட்டி லும் கிராமங்களுக்கெனப் பொதுவாக இருக்கின்ற கிணறு களில் தலித்துகள் தண்ணீர் எடுப்பதனைச் சாதி இந்துக்கள் அனுமதிப்பதில்லை. தலித் குடியிருப்புகள் கிராமத்திலிருந்து சற்றுத் தூரத்திலிருப்பதால் தண்ணீரின்றித் தலித்துகள் பெரும் இன்னலுக்குள்ளாகின்றனர். தண்ணீர் வேண்டும் என்று கோரிக்கை மனுக்கள் பல கொடுத்தாலும் அது உடனே நிறைவேற்றப்படுவதில்லை என்றார்.[62] "பொள்ளாச்சி வட்டக் கிராமங்களில் கிணறுகள் இல்லாமல் தலித்துகள் மிகவும் கஷ்டப்பட்டுக்கொண்டிருக்கிறார்கள். இன்று அப்பக்கத்திலுள்ள

---

61. அம்பேத்கர்: பேச்சும் எழுத்தும் நூல் தொகுதி 9, ப. 62.
62. MLCD (24 July 1952), p. 157.

25 கிராமங்களில்தான் கிணறுகள் உள்ளன. பாக்கியுள்ள 75 கிராமங்களில் கிணறுகள் இல்லாமல் திண்டாடிக்கொண் டிருக்கிறார்கள். அங்கேயிருக்கிற ஹரிஜனங்கள் குடிப்பதற்குத் தண்ணீர் வசதியின்றி மிகவும் கஷ்டப்பட்டுக்கொண்டிருக் கிறார்கள். ஆகையால் எங்கள் தொகுதியிலுள்ள ஒவ்வொரு கிராமத்திற்கும் ஒரு கிணறு வெட்டிக் கொடுத்து ஹரிஜனங் களுக்குக் குடிதண்ணீர் வசதியை அவசியம் செய்து கொடுக்க வேண்டுமென்பதாக நான் சர்க்காரைக் கேட்டுக்கொள்கிறேன்"[63], என்று வலியுறுத்தினார் பி.கே. திருமூர்த்தி. டி. விஸ்வநாதம் என்ற உறுப்பினர், "மிகவும் முக்கியமான உடனடித் தேவை யான கிணறு சம்பந்தமான விஷயத்திற்கு வருகிறேன். எண்ணற்ற கிராமங்களில் 1952ஆம் ஆண்டிலும்கூட ஹரிஜனங்களல்லா தோர் தண்ணீர் எடுக்கின்ற கிணற்றிலிருந்து ஹரிஜனங்கள் தண்ணீர் எடுக்கமுடியவில்லை. சமூக இயலாமை அகற்றும் சட்டம் இருந்தபோதிலும் அது செயலற்று இருக்கிறது. நாம் என்ன வகையான அமைப்பினை ஏற்படுத்தப் போகிறோம் அல்லது அடிப்படைத் தேவையான தண்ணீர்ப் பிரச்சினை யினைத் தீர்ப்பதற்காக ஹரிஜனங்களல்லாதோர் மனத்தினை மாற்றுவதற்கு என்ன வகையான சத்தியாகிரகத்தினை நடத்த வேண்டும்? என்பது தெரியவில்லை"[64] என்றார்.

1960களில் நிலைமை

1960களில் எடுக்கப்பட்ட தரவுகளின்படி ஆந்திர பிரதேசத் தில் அனந்தப்பூர் மாவட்டத்தில் 17 கிராமங்களிலும் ஒரு தாலுகா நகரத்திலும் இருந்த மொத்தமுள்ள 62 பொதுக் கிணறுகளில் 37 சாதி இந்துக்களின் வசிப்பிடத்தில் அமைக்கப் பட்டிருந்தன. மீதமுள்ள 25 கிணறுகளில் 18 கிணறுகள் தலித்து களான மாதிகர் வசிப்பிடத்திலும் 7 கிணறுகள் மாலா வசிப்பிடத் திலும் ஏற்படுத்தப்பட்டிருந்தன.

குஜராத் மாநிலத்தில் தரவுகள் எடுக்கப்பட்ட 24 கிராமங் களில் ஒரு கிராமத்தில் தலித்துகள் நதியிலிருந்து தண்ணீர் எடுப்பதனால் அவர்களுக்குக் தலித்துகளுக்குக் குடிநீர்ச் சிக்கல் இல்லை. இன்னொரு கிராமத்தில் பொதுக் கிணறு இருந்த போதிலும் நதியிலிருந்து தண்ணீர் எடுக்க நிர்ப்பந்திக்கப் பட்டுள்ளனர். 13 கிராமங்களில் தலித்துகளுக்கெனத் தனிக் கிணறு அல்லது குடிநீர்க் குழாய் வழங்கப்பட்டிருக்கிறது. மூன்று கிராமங்களில் தலித்துகளுக்கெனத் தனி நீராதாரங்கள்

63. *MLCD* (24 July 1952), p. 159.

64. *MLCD* (24 July 1952), p. 177.

இல்லை. மீதமுள்ள கிராமங்களில் தலித்துகளுக்கெனத் தனிக் கிணறுகள் இருந்தபோதிலும் அவற்றில் தண்ணீர் இல்லை அல்லது அது குடிப்பதற்கு ஏற்றதாக இல்லை.

மகராஷ்டிராவில் இரண்டு மாவட்டங்களிலுள்ள 30 கிராமங்களில் சேகரிக்கப்பட்ட தரவுகளில், நான்கு கிராமங்களிலுள்ள பொதுக் கிணற்றில் மட்டுமே தலித்துகளுக்கு நீர்நிலைகளை அணுகுவதற்கும் அனுபவிப்பதற்கும் உரிமை இருந்திருக்கிறது. ஒன்பது கிராமங்களில் தலித்துகளுக்கெனத் தனிக் கிணறுகள் வழங்கப்பட்டிருக்கின்றன. மீதமுள்ள 17 கிராமங்களில் தலித்துகளுக்கு நீராதாரங்களை அணுகும் உரிமை மறுக்கப் பட்டிருந்தது.

இராஜஸ்தான் மாநிலத்தில் 8 கிராமங்களில் தரவுகள் சேகரிக்கப்பட்டன. சாதி இந்துக்கள் பயன்படுத்தும் கிணற்றினைத் தலித்துகள் பயன்படுத்துவதற்கு அனுமதி இல்லாத காரணத்தினால் தலித்துகளுக்கென 6 கிராமங்களில் தனிக் கிணறுகள் ஏற்படுத்தப்பட்டன. சில பொதுக் கிணறுகளில் தலித்துகளில் ஒரு பிரிவினரான சாமர் சாதியினருக்கு அனுமதி யிருப்பினும் தீண்டாமை முறை கடைபிடிக்கப்பட்டது. மற்றொரு பிரிவினரான பங்கிகளுக்கு எப்பொதுக்கிணற்றிலும் அணுகும் உரிமை இல்லை. யூனியன் பிரதேசமான டெல்லியில் 6 கிராமங்களில் தரவுகள் எடுக்கப்பட்டன. இரண்டு கிராமங்களில் இருக்கின்ற கிணறுகளில் தலித்துகளுக்கு அனுமதி இல்லை. மூன்று கிராமங்களில் தலித்துகளுக்கெனத் தனிக் கிணறுகள் இருக்கின்றன. ஒரு கிணற்றில் அது தனிநபருடையது என்ற காரணத்தினால் 'தலித்துகளுக்கு மட்டும்' அனுமதியில்லை.

உத்திரபிரதேசத்தில் பொதுக் கிணற்றை அணுகுவதிலிருந்து தலித்துகளை விலக்குதலே பொதுவான நிலையாக இருக்கிறது. பொருளாதாரத்திற்காகச் சாதி இந்துக்களைச் சார்ந்திருந்த காரணத்தினால் பண்டைய விதிமுறைகளை மீறுவதற்குத் தலித்துகள் துணிந்திருக்கவில்லை. தலித்துகளுக்கெனத் தனிக் கிணறு அமைக்கின்ற முறையே உத்திரபிரதேசத்தில் நிலவியது.

தமிழ்நாட்டில் திருநெல்வேலி, செங்கற்பட்டு, சேலம், திருச்சிராப்பள்ளி, சென்னை ஆகிய மாவட்டங்களிலுள்ள ஆறு கிராமங்களில் தரவுகள் சேகரிக்கப்பட்டன. இதில் ஒரே ஒரு கிராமத்தில் மட்டும் சாதி இந்துக்களும் தலித்துகளும் ஒரே குளத்தில் தண்ணீர் எடுத்தனர். இதர கிராமங்களில் தனிக் கிணறு முறையே இருந்திருக்கிறது. கிராமத் தண்ணீர் விநியோகத் திட்டத்தின் கீழ் திருச்சிராப்பள்ளி மாவட்டத்திலுள்ள திருவெள்ளறை கிராமத்தில் கிணறு அமைக்கப்பட்

டிருந்தது. அதில் அருந்ததியர் தண்ணீர் எடுத்த காரணத்தினால் பிற சாதியினர் அதில் தண்ணீர் எடுக்கவில்லை. இதே காலத்தில் பீகார், பஞ்சாப், ஹிமாச்சல பிரதேசம், கோவா ஆகிய மாநிலங் களிலும் தலித்துகள் பொதுக் கிணற்றில் தண்ணீர் எடுப்பதற்கு அனுமதிக்கப்படவில்லை என்றே தரவுகள் தெரிவிக்கின்றன.[65]

1970களில் நிலைமை

பட்டியலின மற்றும் பழங்குடியினர் ஆணையத்தின் அப்போதைய இணை இயக்குநர் எஸ்.கே. கவுல் மேற்கொண்ட ஆய்விலிருந்து தலித்துகள் தண்ணீர் எடுப்பதில் 1960களில் அனுபவித்து வந்த அதே சிக்கல் 1970களிலும் நீடித்திருப்பதனைப் புரிந்துகொள்ள முடிகிறது. எஸ்.கே. கவுல், இந்தியாவில் எந்தெந்த மாநிலங்களில் எந்தெந்த மாவட்டங்களில் தண்ணீர் எடுப்பதில் மோசமான தீண்டாமை நிலவுகிறது? என்ற தரவுகளை எடுத்துக் காட்டியுள்ளார். ஆந்திரபிரதேசம், ஹிமாச்சல பிரதேசம், கர்நாடகா ஆகிய மாநிலங்கள் ஒவ்வொன்றிலும் 9 மாவட்டங் களிலும், பீகாரில் 5 மாவட்டங்களிலும், ஹரியானா, பஞ்சாப் ஆகிய மாநிலங்கள் ஒவ்வொன்றிலும் ஒரு மாவட்டத்திலும், மத்தியபிரதேசத்தில் 22 மாவட்டங்களிலும், மகராஷ்ட்டிரா வில் 5 மாவட்டங்களிலும், இராஜஸ்தான், குஜராத் ஆகிய மாநிலங்கள் ஒவ்வொன்றிலும் 8 மாவட்டங்களிலும், தமிழ் நாட்டில் 6 மாவட்டங்களிலும் (சேலம், தென்னாற்காடு, இராமநாத புரம், தஞ்சாவூர், திருநெல்வேலி, திருச்சிராப்பள்ளி), உத்திர பிரதேசத்தில் 13 மாவட்டங்களிலும், யூனியன் பிரதேசங்களான டெல்லி, கோவாவிலுள்ள கிராமங்களிலும் எடுக்கப்பட்ட தரவுகளின்படி அப்பகுதிகளில் தலித்துகள் தண்ணீர் எடுப்பதில் மோசமான தீண்டாமை நிலவுவதாகக் குறிப்பிட்டுள்ளார். இதனால் பிற மாவட்டங்களில் தலித்துகள் சாதி இந்துக்களோடு இணைந்து பொதுக் கிணற்றில் தண்ணீர் எடுத்துக் கொண்டிருக் கின்றனர் என்ற முடிவிற்கு வந்துவிட முடியாது. மேலும் கவுல் 1970களில் தலித்துகள் நீராதாரங்களை அணுகுவதில் இருக்கின்ற தீண்டாமையின் அளவு, வடிவம் ஆகியவை குறித்துத் தோராயமான சதவீதத்தினை எடுத்துக்காட்டியுள்ளார். இத் தரவுகள் சமஅளவில் எடுக்கப்பட்டிருக்கவில்லை; எனினும் எடுக்கப்பட்ட தரவுகளிலிருந்து தோராயமான முடிவுக்கு அவர் வந்திருக்கின்றார். அதன் விபரம் பின்வருமாறு:

1. எந்தவிதமான பாகுபாடுமின்றி தலித்துகளும் சாதி இந்துக் களும் பொது நீராதாரங்களைப் பெற்றிருப்பது 5%.

---

65. *Report of the Commissioner for Scheduled Castes and Scheduled Tribes for the Year 1963-64, Part-I* (Delhi: Government of India, 1965), pp.15 – 21.

2. தீண்டாமையுடன் தலித்துகள் பொது நீராதாரங்களைப் பயன்படுத்துகின்ற கிராமங்கள் 10%.

3. தலித்துகளுக்கெனத் தனிக்கிணறு இருக்கின்ற முறை. இது தீண்டாமை 75% இருப்பதனை வெளிப்படுத்துகிறது.

இத்தோராயமான உற்று நோக்குதலிலிருந்து எஸ்.கே. கவுல் 90% கிராமங்களில் தீண்டாமை நிலவியது என்கிறார்.[66] 1970களின் இறுதியில் வெளியிடப்பட்ட பட்டியலின மற்றும் பழங்குடியிருக்கான அறிக்கையிலிருந்து எண்ணற்ற கிராமங்களில் தலித்துகள் நீராதாரங்களை அணுகுவதற்கும் அனுபவிப்பதற்குமான உரிமை மறுக்கப்பட்டதை அறிந்துகொள்ள முடிகிறது. இந்தியா முழுமைக்கும் 26 வட்டாரங்களில் 25 வட்டங்களில் மொத்தம் 1155 கிராமங்களில் எடுக்கப்பட்ட தரவுகளில், பாதிக்கும் மேற்பட்ட கிராமங்களில் தலித்துகளுக்குப் பொதுக் கிணறுகளில் தண்ணீர் எடுப்பதற்கு அனுமதி மறுக்கப்பட்டிருப்பதனைக் காணமுடிகிறது.

1990களில் நிலைமை

1990களில் தொடக்கத்தில் (1992-93) கர்நாடக மாநிலத்தில் எடுக்கப்பட்ட புள்ளி விபரத்தின்படி கிராமத்தின் நீராதாரங்களை அணுகுவதற்கான உரிமை 68% தலித்துகளுக்கு மறுக்கப்பட்டிருக்கிறது. 1996ஆம் ஆண்டு குஜராத்தில் 76 கிராமங்களில் எடுக்கப்பட்ட புள்ளிவிவரத்தின்படி 46 கிராமங்களில் தலித்துகளுக்கெனத் தனி நீராதார முறையே நீடித்திருக்கிறது. அக் கிராமங்களில் பொது நீராதாரங்களை அணுகும் உரிமை தலித்துகளுக்கு மறுக்கப்பட்டிருக்கிறது என்று பொருள். இவற்றில் 14 கிராமங்களில் தலித் பெண்கள் தனி நீர்க்குழாயைப் பயன்படுத்துதல் அல்லது சாதி இந்துக்கள் தலித் பெண்களின் குடங்களில் தண்ணீர் ஊற்றும் வரை காத்திருத்தல் என்ற நிலைமை இருப்பதாகக் கூறுகிறது.[67] குஜராத்தினைப் பொறுத்த மட்டிலும் மற்றொரு முக்கியத் தகவலினை எடுத்துக் காட்டுவது இங்குப் பொருத்தமாக இருக்கும். குஜராத் கிராமங்களில் தீண்டாமை குறித்த ஆய்வினை 1971ஆம் ஆண்டு ஐ.பி. தேசாய் மேற்கொண்டார். அவர் ஆய்வு செய்த அதே கிராமங்களில் அவர் பயன்படுத்திய அதே முறையியலைப் பின்பற்றி கன்ஷியாம் ஷா மீண்டும் 1996 - 97ஆம் ஆண்டுகளில் ஆய்வு செய்தார். ஐ.பி. தேசாயின் 1971ஆம் ஆண்டு ஆய்வில் 44

---

66. S.K. Kaul, 'Extent of Social Disabilities and Tension Resulting There from and the Socio-Legal Framework Required to Combat it', Appendix LV in *Report of the Commissioner for Scheduled Castes and Scheduled Tribes for the Year 1977 - 78*, pp. 119 - 123.

67. Sukhadeo Thorat, *The Hindu Social System and Human Rights: Enforcement with Respect to Former Untouchables in India*, pp. 15 - 17.

கிராமங்களில் தலித்துகளுக்குத் தனி நீராதார முறை இருந்தது. 25 ஆண்டுகளுக்குப் பின்னர் கன்ஷியாம் ஷா மறுஆய்வு செய்ததில் ஏற்கனவே 44 கிராமங்களில் இருந்துவந்த தனி நீராதார முறையில் மேலும் இரண்டு கிராமங்கள் இணைந் திருப்பதைக் கண்டார். தண்ணீர் எடுப்பதில் தீண்டாமை 14 கிராமங்களில் தெளிவான வடிவத்திலும் 6 கிராமங்களில் தெளிவற்ற வடிவத்திலும் இருப்பதாக அவர் குறிப்பிட்டுள்ளார்.[68]

இன்றைய நிலைமை

சமீபத்தில் ஆந்திரபிரதேசத்தில் பல மாவட்டங்களில் சுமார் 50 கிராமங்களில் எடுக்கப்பட்ட புள்ளிவிபரத்தின்படி தலித்துகள் தண்ணீரை அணுகுதல் மற்றும் அனுபவித்தலில் பின்வரும் நிலைமையே நீடித்து வருகிறது:

1. 74% தலித்துகள் நீராதாரங்களை அணுகுவதில் பாகு பாட்டினை அனுபவிக்கின்றனர்
2. 68% தலித்துகள் பாசன நீராதாரங்களை அணுகுவதில் பாகுபாட்டினை அனுபவிக்கின்றனர்.
3. 43% தலித்துகள் குடிநீர் பருகுவதில் பாகுபாட்டினைச் சந்திக்கின்றனர்.[69]

தமிழகத்தில் காஞ்சிபுரம் அருகே உள்ள கூத்தரம்பாக்கத்தி லுள்ள பொதுக்குளத்தில் தலித்துகளுக்கு அனுமதி மறுத்தல் என்ற நிலைமை இருக்கிறது.[70] கொடைக்கானல் புதுப்புத்தூரில் தலித்துகள் பயன்படுத்தி வந்த கிணறுகளில் தண்ணீர் வற்றி விட்டது. ஆனால், சாதி இந்துக்கள் பயன்படுத்தி வந்த பொதுக் கிணற்றில் போதுமான தண்ணீர் இருந்தது. தலித்துகள் அக் கிணற்றினைப் பயன்படுத்துவதிலிருந்து ஆதிக்கச்சாதியினர் திட்டமிட்டே விலக்கினர். எனவே தலித் பெண்கள் ஆதிக்கச் சாதியினரின் தோட்டங்களில் தண்ணீர் எடுக்கச் சென்றனர். ஆதிக்கச்சாதியினர் அக்கிணறுகளில் மாட்டுச் சாணம், டீசல் ஆகியவற்றைக் கலந்து மாசுபடுத்தினர். தலித்துகள் கிராமப் பஞ்சாயத்துத் தலைவரிடம் பொதுக் கிணற்றில் தண்ணீர் எடுப்பதற்கு உதவுமாறு கோரினர். அவர் அதனை மறுத்து

---

68. Ghanshyam, Shah. 'Hope and Despair: A Study of Untouchability and Atrocities in Gujarat', *Journal of Indian School of Political Economy*' (July – December, 2000).

69. S.D.J.M. Prasad, Untouchability Practices in Andhra Pradesh, A Report Prepared for Action Aid India, 2001 as cited in Jayshree Mangubhai & Aloysius Irudayam, 'Water Battle Grounds on Caste'.

70. 'கூத்திரம்பாக்கம் தலித்துகள் மீதான தாக்குதல்: உண்மை அறியும் குழு அறிக்கை', கவிதாசரண் (மே – ஜூன்: 2003), பக். 35 – 38.

அட்டவணை 1

பொது நீராதாரங்களில் தலித்துகளுக்கு அனுமதி மறுப்பு

வ. எண்	மாநிலம்	வட்டாரம்/மாவட்டம்	தரவு சேகரிக்கப்பட்ட கிராமங்களின் எண்ணிக்கை	தலித்துகளுக்கு அனுமதி மறுக்கப் படும் பொதுக் கிணறுகளின் எண்ணிக்கை
1	ஆந்திரா	நந்திகாமா, கிருஷ்ணா	20	2
		திர்வூர், கிருஷ்ணா	20	1
		அனந்த்பூர்,	20	14
2	குஜராத்	சனாசமா, மேஷனா	50	47
		ஜம்காம்பாலியா, ஜாம் நகர்	50	2
		லக்டர், சுரேந்த்ர நகர்	41	40
3	கர்நாடகா	குல்பர்கா,	50	50
		பால்கை, பிடார்	50	50
4	மகாரஷ்டிரம்	ஷேவ்கோன் அகமத்நகர்	19	4
		வருத், அம்ரோடி	50	25

5	மத்தியபிரதேசம்	படாமல்கரா, சாத்தர்பூர்	95	50
		டோங்கார்கார், ராஜ்னந்கோன்	50	20
		தாரனா, உஜ்ஜெயின்	54	22
6	ஒரிஸா	கள்ளிகோட், கஞ்சம்	50	50
7	ஹரியானா	சாம்லாகா, கர்னல்	44	7
8	ராஜஸ்தான்	லத்னு, சுரு	35	21
		பாயானா, பாரத்பூர்	40	40
9	தமிழ்நாடு	திருவையாறு, தஞ்சாவூர்	41	8
		மதுரை கிழக்கு, மதுரை	72	72
		பூலாம்பாடி, திருச்சி	35	35
10	உத்திரபிரதேசம்	அசோதார், பதேபூர்	52	50
		மாவ், பண்டா	38	5
		மொத்தம்	1155	613

ஆதாரம்: *Report of the Commissioner for SC and ST, 1978 - 79, pp.182 - 183.*

விட்டார். வருவாய் அதிகாரியிடம் கேட்டபோது அவரும் தனிக்கிணறு ஏற்படுத்தித் தருவதாகக் கூறி பொதுக் கிணற்றில் தண்ணீர் எடுப்பதற்கு மறுத்துவிட்டார்.[71] இந்திய பொதுவுடைமைக் கட்சியின் சிவகங்கை மாவட்டச் செயலாளர் பி.எல். ராமச்சந்திரன் தமிழக முதலமைச்சருக்கு அனுப்பிய கடிதத்தில் மானாமதுரை அருகே சின்னக்கன்னூர் தலித் மக்கள் பொது ஊருணியில் குளிப்பதற்கும் விவசாயத்திற்குத் தண்ணீர் எடுப்பதற்கும் சாதி இந்துக்கள் மறுத்து வருகின்றனர் என்றும், தலித் பெண்கள் தண்ணீர் எடுக்கச் சென்றபோது சாதி இந்துப் பெண்களால் தாக்கப்பட்டனர் என்றும் தெரிவித்துள்ளார்.[72] 2006ஆம் ஆண்டு, கர்நாடக மாநிலம் பிஜப்பூர் மாவட்டம் கட்கோல் கிராமத்தில் பல நூற்றாண்டுகளாக அணுகு உரிமை மறுக்கப்பட்டு வந்த கிராமக் கிணற்றில் தலித்துகள் தண்ணீர் எடுத்த காரணத்திற்காகத் தண்டிக்கப்பட்டனர். மேலும் சமூகப் பொருளாதாரத் தடையும் அவர்கள் மீது திணிக்கப்பட்டது.[73] 2009ஆம் ஆண்டு தமிழ்நாட்டில், தமிழ்நாடு தீண்டாமை ஒழிப்பு முன்னணி எடுத்த புள்ளிவிபரத்தின்படி மதுரையில் தலித்துகளின் வசிப்பிடத்தில் தண்ணீர் இல்லை என்பதை அறிய முடிகிறது.[74] மதுரை, திருநகருக்கு அருகேயுள்ள தென்பழஞ்சிக் கிராமத்தில் குடிநீர்க் குழாயில் தண்ணீர் பிடிக்கச் சென்றபோது சாதி இந்துக்களால் தலித்துகள் தாக்கப்பட்டனர்.[75] தமிழ்நாட்டில் பிற கிராமங்களிலுள்ள நீராதாரங்களில் தலித்துகள் குளித்தல் அல்லது இதர தேவைகளுக்காகவோ பயன்படுத்திக்கொள்வதிலிருந்து விலக்கப்படுவதாக இந்திய ஜனநாயக வாலிபர் சங்கம் கூறியுள்ளது.[76]

கோயம்புத்தூர் மாவட்டம் அன்னூர் வட்டத்தில் பல்வேறு வடிவங்களில் தலித்துகள் மீது தீண்டாமை பின்பற்றப்பட்டு வருகிறது. அவற்றில் ஒன்று பொதுக் குடிநீர்க்குழாயில் தலித்துகள் தண்ணீர் எடுப்பதற்கு அனுமதி மறுப்பதாகும்.[77] மதுரை மாவட்டம் கொடிக்குளம் யானைமலை அடிவாரத்தில் இருக்கின்ற பொதுக்கிணறு சுவையான தண்ணீரைத் தருகிறது. இக்கிணறு கள்ளர், மூப்பர் ஆகிய ஆதிக்கச்சாதியினரின்

71. *The Hindu* (20 May 2003 & 20 June 2003).

72. *The Hindu* (2003).

73. Divya Gandhi, 'Caste Atrocities in Karnataka', *The Hindu* (25 November 2006), p. 11.

74. *The Hindu* (22 December 2009), p. 5.

75. *The New Indian Express* (25 November 2009).

76. *The Hindu* (24 December 2009), p. 4.

77. *தினத்தந்தி* (22 ஜூன் 2011).

ஏகபோகக்கட்டுப்பாட்டில் இருக்கிறது. இதில் தலித்துகள் தண்ணீர் எடுப்பதற்கு அனுமதி மறுக்கப்படுகிறது. தலித்துகள் அக்கிணற்றில் தண்ணீர் எடுப்பதைத் தடுப்பதற்காக அங்கிருக் கின்ற தேன்கூட்டை கலைத்துவிடுவர் ஆதிக்கச்சாதியினர். அது மட்டுமின்றி எப்போதும் ஆதிக்கச்சாதியினர் கிணற்றருகே இருப்பது வழமை. இதனால் தலித்துகள் அக்கிணற்றிலிருந்து தண்ணீர் எடுப்பது தடுக்கப்படுகிறது.[78] கன்னியாகுமாரி மாவட்டம் தக்கலை, சாரோடு அருகே இருக்கின்ற வெட்டுக்காட்டு விளையில் தலித்துகளும் நாடார்களும் வசிக்கின்றனர். நாடார் சாதியைச் சேர்ந்த தங்கப்பன் குடும்பத்தினர் வசிக்கும் வீட்டின் அருகே இருக்கின்ற கிணறுதான் தலித்துகளுக்கான குடிநீராதாரம் ஆகும். இக்கிணற்றில் தண்ணீர் எடுப்பதில் தங்கப்பன் குடும்பத் தினருக்கும் தலித்துகளுக்கும் இடையே தொடர்ந்து சிக்கல் இருந்துகொண்டே வருகிறது. தங்கப்பன் குடும்பத்தினர் அக் கிணறு தங்களின் பட்டா நிலத்திற்குள் இருக்கிறது என்கின் றனர். தங்கப்பன் குடும்பத்தினரின் வீடும் அக்கிணறும் பொது வழிப்பாதையின் ஓரத்தில் அமைந்திருக்கின்றன. வீட்டையும் கிணற்றையும் சேர்த்து 1994ஆம் ஆண்டு சுற்றுச்சுவர் கட்டிய தால் தலித்துகள் தண்ணீர் எடுப்பதற்குச் சற்று சுற்றிச் செல்ல வேண்டிய நிலை ஏற்பட்டது. இச்சுவரை எழுப்பியதால் தங்கப்பன் குடும்பத்தினருக்கும் தலித்துகளுக்கும் இடையே சிக்கல் வலுத்தது. இந்நிலையில் தலித்துகளுக்கென 1996ஆம் ஆண்டு குடிநீர்க் குழாய் இணைப்புகள் வழங்கப்பட்டன. சுமார் 250 தலித் குடும்பங்களுக்கு வழங்கப்பட்ட 3 குடிநீர்க்குழாய் இணைப்பு கள் போதுமானதாக இல்லை. அதுமட்டுமின்றி தலித்துகள் மேடானபகுதியில் வசிப்பதால் அங்கு அமைக்கப்பட்ட இரண்டு குழாய்களில் தண்ணீர் வருவதில்லை. மீதமிருக்கின்ற ஒரேஒரு குழாயில் தண்ணீர் வருகின்ற நாள், நேரம் ஆகியவற்றிற்கு உத்தரவாதம் இல்லை. அவ்வாறு வந்தால் ஒரு குடும்பத்திற்கு இரண்டு குடம் தண்ணீர்கூட கிடைப்பது அரிது. இத்தண்ணீர்

---

78. *Hindu* (01 July 2011), p. 5. கடந்த தி.மு.க அரசாங்கம் மாமல்லபுரத்தில் இருப்பது போல் யானைமலையிலும் சிற்பங்கள் உருவாக்கி அதனைச் சுற்றுலாத் தலமாக மாற்றுவதற்குத் திட்டமிட்டது. ஆனால் அதன் உள்நோக்கம் யானைமலையை உடைத்து கிரானைட் உற்பத்தி செய்வதே என்று சந்தேகித்த அப்பகுதி ஆதிக்கச்சாதியினர் தங்களின் வழிபாட்டுத் தலம் உடைக்கப்படுவதற்கெதிராகக் கிளர்ந்தெழுந்தனர். விடுதலை சிறுத்தை கள், ம.தி.மு.க போன்ற அரசியல் கட்சியினர், சுற்றுச்சூழல் ஆர்வலர்கள் ஆகியோரும் அம்மக்களின் போராட்டத்திற்கு ஆதரவாகக் களமிறங்கினர். இச்சம்பவத்திற்குப் பின்னர் அதே யானைமலை அடிவாரத்தில் இருக்கின்ற பொதுக்கிணற்றில் தலித்துகள் தண்ணீர் எடுப்பதற்கு அனுமதி மறுக்கப் படுவது வெளிச்சத்திற்கு வந்த பின்னரும் மேற்குறிப்பிட்ட அரசியல் கட்சிகள் அதற்கெதிராகப் போராடவில்லை.

குடிப்பதற்கு ஏற்றதல்ல. கிணற்றில் கிடைக்கின்ற தண்ணீரே குடிப்பதற்கும் சமையலுக்கும் ஏற்றது என்பதால் தலித்துகள் அக்கிணற்றிலேயே தண்ணீர் எடுத்து வந்தனர். இதனால் தலித்துகளுக்கும் தங்கப்பன் குடும்பத்திற்கும் இடையேயான சிக்கல் மேலும் வலுத்தது. தங்கப்பன் குடும்பத்து 17 நவம்பர் 2011ஆம் ஆண்டு பூனையை அடித்து அக்கிணற்றில் போட்டு தலித்துகளைத் தண்ணீர் எடுக்கவிடாமல் தடுத்தனர்.[79] இதனால் தலித்துகள் மாவட்ட ஆட்சியரிடம் நேரில் புகார் கொடுத்தனர். இதில் தாங்கள் சாதி ரீதியாக ஒடுக்கப்படுவதாகவும், தங்கள் பெண்கள் தண்ணீர் எடுக்கச் செல்லும்போது தங்கப்பன் குடும்ப ஆண்களின் பாலியல் துன்புறுத்தல்களுக்கு ஆளாகிவருவதாகவும் கூறினர்.[80] களஆய்வின்போது இச்சிக்கலில் லதா என்ற தலித் பெண் வன்முறைக்குள்ளானதை அறிந்துகொள்ள முடிந்தது. தலித்துகள் ஒன்றிணைந்து போராடுவதால் தங்கப்பன் குடும்பத்தோடு இதர நாடார்களும் இணைந்துவிட்டனர். இதற்கு முன்னர் இச்சிக்கல் தலித்துகளுக்கும் நாடார் சாதியைச் சேர்ந்த தங்கப்பன் குடும்பத்திற்கும் இடையே நடைபெற்று வந்தது. தலித்துகளின் போராட்டத்தில் ஓர் அடிப்படை இருக்கிறது. அக்கிணறு பொதுக் கிணறு என்பது தலித்துகளின் வாதம். தங்கப்பன் குடும்பத்தினரோ அக்கிணறு பட்டா நிலத்தில் இருக்கிறது என்று கூறுகின்றனர். அந்நிலத்திற்கான பட்டாவை வாசித்தபோது அக்கிணறு தனி நபருக்குரியது என்று கூறுவதற்கு வாய்ப்பு இல்லை.[81] இச்சிக்கல் தொடர்பாக விசாரணை மேற்கொண்ட அரசு நிர்வாகம் அக்கிணறு பொது இடத்தில்தான் இருக்கிறது என்று கூறியதாகத் தலித்துகள் கூறினர். அப்பிரச்சினை இன்றும் தீர்க்கப்படவில்லை. பூனையை அடித்துக் கிணற்றில் போட்டதால் இப்போது தலித்துகள் குடிநீர் எடுக்க இயலவில்லை.

❖

---

79. *தினத்தந்தி* (22 நவம்பர் 2011), ப. 8.
80. வெட்டுக்காட்டுவிளை ஆதி – திராவிடர் மக்கள் பேரவையின் தலைவர் மாவட்ட ஆட்சியருக்கு அனுப்பிய புகார் மனு (20 நவம்பர் 2011).
81. கள ஆய்வு (24 நவம்பர் 2011).

II

குடிநீருக்காகத் தலித்துகளின் போராட்டம்

தீண்டப்படாதவர்கள் சத்தியாகிரக இயக்கம் என்ற ஓர் இயக்கத்தைத் தொடங்கினர். பொதுக் கிணறுகளிலிருந்தும் பொதுக் கோவில்களிலிருந் தும் தண்ணீர் எடுப்பதற்குத் தங்களுக்குள்ள உரிமையை நிலைநாட்டுவதே இந்த இயக்கத்தின் குறிக்கோள் – அம்பேத்கர்.[1]

பல்வேறு ஒடுக்குமுறைக்கு ஆளாகிக்கொண்டிருந்த போதிலும் அதற்கெதிராகத் தலித்துகள் போராடவில்லை என்று ஒரு சாராரும்; இக்கருத்திற்கு மாறாக, அவர்கள் போராடியிருக்கின்றனர், போராடுகின்றனர் என்று மற் றொரு சாராரும் கூறுகின்றனர். சாதியச் சமூக அமைப்பில் தலித்துகள் அவர்களின் சமூக நிலையின் மீது திருப்தி யடையவில்லை; அதேசமயம் அவர்கள் அவ்வமைப்பினைக் கேள்விக்கு உட்படுத்தவில்லை என்கிறார் பெர்மென்.[2] ஆனால் கத்லின் கஃப், சமத்துவம் அடைவதற்காகத் தலித்துகள் போர்க்குணத்துடன் இருப்பதாகக் கூறுகிறார்.[3] டி.கே. உம்மன், தலித்துகளின் போராட்டம் முதன் முதலில் சமூகப் பண்பாட்டு ஒடுக்குமுறைக்குக் குறிப்பாக, தீண்டாமைக்கு எதிராக முகிழ்த்தது என்கிறார்.[4] கஃப்

---

1. *அம்பேத்கர்: பேச்சும் எழுத்தும் நூல் தொகுதி 16* (புது டில்லி: டாக்டர் அம்பேத்கர் பவுண்டேசன், 1999), ப. 396.
2. G. Berreman, *Caste and Other Inequalities: Essays on Inequality* (Meerut: Folklore Institute, 1979), p. 9.
3. K. Gough, 'Caste in Tanjore Village', in E. Leach (ed.), *Aspects of Caste in South India, Ceylon and North-West Pakistan* (Cambridge: Cambridge University Press, 1960), p. 44.
4. T.K. Ommen, 'Sources of Deprivation and Styles of Protest'.

மற்றும் உம்மன் கூறுவது போல் தலித்துகள் சமத்துவத்திற் காகப் பல போராட்டங்களை நடத்தியிருக்கின்றனர், நடத்தி வருகின்றனர். தலித்துகளின் பல போராட்டங்கள் உள்ளூர் அளவில் நடைபெற்ற காரணத்தினால் அவற்றை வெளியுலகம் அறிந்திருக்கவில்லை. தேசிய மற்றும் மாகாண அளவில் அரசியல் முக்கியத்துவம் பெற்ற போராட்டப் பதிவுகள் ஏராளம் கிடைக் கின்றன. கிராமங்களில் ஆதிக்கச்சாதியினரின் கட்டுப்பாட்டி லிருந்து வருகின்ற பொது நீராதாரங்களில் தண்ணீர் எடுப் பதற்குத் தலித்துகளின் போராட்டங்கள், அவ்வக்கிராம அளவி லான உள்ளூர்ப் போராட்டங்களாக இருந்துள்ளன. தண்ணீருக் காகத் தலித்துகள் நடத்துகின்ற போராட்டங்கள் உயிர் வாழ் வதற்குத் தேவையான குடிநீரைப் பெறுவதற்காகவும் ஆதிக்கச் சாதியினரின் தண்ணீர் ஏகபோகத்திற்கு எதிரானதாகவும் இருக்கின்றன. தங்களின் அடிப்படைத் தேவையினைப் பூர்த்தி செய்துகொள்வதற்கு எத்தனிக்கிற அதேவேளையில் ஆதிக்கச் சாதியினரின் தண்ணீர் ஏகபோகத்தை ஒழித்தல், சமத்துவத் தினை அடைதல் ஆகிய உள்ளீடுகளும் தலித்துகளின் தண்ணீருக் கான போராட்டத்தில் பொதிந்திருக்கின்றன. தலித்துகளின் இப்போராட்டங்கள் ஒரு நூற்றாண்டையும் கடந்து அவ்வப் போது ஆங்காங்கே நடைபெற்றுக்கொண்டிருக்கின்றன.

குடிநீர்ப் போராளிகள்: சிறு குறிப்பு

தண்ணீருக்காகத் தலித்துகள் நடத்திய போராட்டத்தினை உள்ளூர்ப் போராட்டம், பொதுப் போராட்டம் என்று வகைப் படுத்தலாம். அனைத்துக் கிராமங்களிலும் பொது நீராதாரங் களை அணுகுவதற்கும் அனுபவிப்பதற்குமான உரிமை தலித்து களுக்கு மறுக்கப்பட்ட காரணத்தினால் அவ்வுரிமைக்குப் போராடுவதனைப் பொதுப் போராட்டம் எனலாம். குறிப் பிட்ட கிராமங்களில் அவ்வுரிமைக்காக நடைபெறுகின்ற போராட்டங்களை உள்ளூர்ப் போராட்டங்கள் என்று கூறலாம். இவ்விரண்டு போராட்டங்களும் ஒன்றோடு ஒன்று பின்னிப் பிணைந்தவை. உள்ளூர்ச் சிக்கலிலிருந்துதான் பொதுப் போராட்டம் உருவாகிறது. பொதுப் போராட்டத்திலிருந்து உள்ளூர்ப் போராட்டம் தொடர்கிறது. பொதுப் போராட்டங் களின் தலைவர்கள் பல பொறுப்புகளைக் கொண்டிருந்தனர். தலித்துகளின் நியமனப் பிரதிநிதி, பத்திரிகை ஆசிரியர், வெளி யீட்டாளர் ஆகிய முக்கியப் பொறுப்புகளைத் தலித் இயக்கங் களின் தலைவர்கள் வகித்தனர். மேற்கத்தியக் கல்வி கற்ற இவர்கள் குலத்தொழிலிலிருந்து விடுபட்டு மாற்றுப் பணிகளில் ஈடுபட்டிருந்தனர். மேலும் தலித் விடுதலை என்ற இலக்கினை

அடைவதற்காகத் தங்களை முழுமையாக ஒப்புக் கொடுத்திருந் தனர். இதன் காரணமாகத் தலித் மக்களோடு மிகவும் நெருக்க மான தொடர்பினைக் கொண்டிருந்தனர். இவர்களுடைய இயக்கச் செயல்பாடுகள் குறித்த ஆவணங்கள் ஏராளமாகக் கிடைக்கின்றன.

உள்ளூர்ப் போராட்டங்களைத் தலைமையேற்று நடத்திய வர்கள் அக்கிராமங்களைச் சேர்ந்த தலித் மக்களேயாவர். ஆனால் தலைமையேற்ற நபர்களின் பெயர்கள், அவர்களின் பின்புலம் குறித்து அறிந்துகொள்வதற்கான ஆவணங்கள் மிக அரிதாக உள்ளன. சேகரிக்கப்பட்ட ஆவணங்களிலும் இது குறித்து எக்குறிப்புகளும் இல்லை. இந்த உள்ளூர்ப் போராட்டங் களில் பெண்களே முன்னணி வகித்து வந்தனர். எனவே, தண்ணீருக்கான தலித்துகளின் போராட்டத்தினைத் தலித் பெண்களின் போராட்டம் என்று கூற முடியும். ஆனால் பெண்கள் வன்முறைக்குள்ளாகும் போது அனைத்துத் தலித்து களும் ஒன்றுதிரண்டு வன்முறைக்கு எதிராகப் போராடியிருக் கின்றனர்.

தொடர் போராட்டம்

காலனியாட்சிக் காலத்தில் தண்ணீருக்காகத் தலித்துகள் நடத்திய போராட்டம் குறித்து முதலில் காண்போம்.

பொது நீராதாரங்கள் உருவாக்கப்படுவதிலும் பராமரிக்கப் படுவதிலும் தலித்துகள் உட்பட பொது மக்களின் நிதியும் கூடுதலாகத் தலித்துகளின் உழைப்பும் அடங்கியிருக்கின்றன. இருப்பினும் இத்தகைய நீராதாரங்களிலிருந்து தலித்துகள் திட்டமிட்டு விலக்கப்பட்டிருக்கின்றனர். அவை ஆதிக்கச்சாதி யினரின் ஏகபோகக் கட்டுப்பாட்டிற்குள் இருக்கின்றன. எனவே, பொது நீராதாரங்களை அணுகுவதற்கும் அனுபவிப்பதற்குரிய உரிமை தலித்துகளுக்கு மறுக்கப்படுதல் என்பது அனைத்துக் கிராமங்களிலுமுள்ள உள்ளூர்ச் சிக்கல் ஆகும். இந்த உள்ளூர்ச் சிக்கலினை அனைத்துக் கிராமங்களிலும் அனுபவிக்கின்ற காரணத்தினால் அது தலித்துகளுக்கான பொதுப் பிரச்சினை யாக இருக்கிறது. இதனைத் தங்களின் பொதுப் பிரச்சினை என்று உணர்ந்திருக்கிற தலித்துகள் உள்ளூர் அளவில் அல்லாமல் ஒன்றுக்கும் மேற்பட்ட கிராமங்களிலுள்ளோர் அமைப்பு ரீதி யாக ஒன்று திரண்டு மாநாடுகள் நடத்தி அதில் பொது நீராதாரங்களை அணுகுவதற்கும் அனுபவிப்பதற்குமான உரிமை வேண்டும் என்று தீர்மானங்கள் நிறைவேற்றுகின்றனர். இத் தீர்மானங்கள் அரசாங்கத்திற்கு அனுப்பி வைக்கப்படுகின்றன.

சட்டமன்றம், உள்ளாட்சி வாரியம் போன்ற பொது நிர்வாக அமைப்புகளில், நீராதாரங்களை அணுகுவதற்கும் அனுபவிப்பதற்குமான உரிமைக்கு அரசாங்கத்தின் சட்ட அங்கீகாரம் பெறுவதற்குரிய மசோதா, விதிகள், தீர்மானம் போன்றவற்றை நிறைவேற்றுவதற்கும் தலித்துகள் போராடியிருக்கின்றனர். இத்தகைய போராட்டங்கள் குறிப்பிட்ட ஒரு கிராமத்திற்காக என்று இல்லாமல் அனைத்துக் கிராமங்களிலும் வசிக்கின்ற தலித்துகளின் உரிமைகளை அடிப்படையாகக் கொண்டிருப்பதனால் இதனைத் தலித்துகளின் பொதுப் போராட்டம் என்று வரையறை செய்யலாம்.

இப்பொதுப் போராட்டத்தின் மூலம் சட்ட அங்கீகாரம் தங்களுக்குக் கிடைத்த பின்னர் அடுத்த கட்டமாகக் கிராமங்களிலுள்ள பொது நீராதார உரிமைக்கான போராட்டத்தில் ஈடுபடுகின்றனர். வர்க்கநிலை மாறிய தலித்துகளும் தலித் பொது மக்களைப் போல் பொது நீராதாரங்களிலிருந்து விலக்கப்பட்டிருக்கின்ற காரணத்தினால் பொதுநீராதாரங்களின் உரிமைக்கான போராட்டத்தில் ஈடுபட்டனர். பொது நீராதார உரிமை மறுக்கப்படுகின்ற இடத்தில் தலித்துகள் போராடுவதால் இதனை உள்ளூர்ப் போராட்டம் என்று வரையறுக்கலாம். உள்ளூர்ப் போராட்டங்களை அந்தந்த கிராமங்களில் வசிக்கின்ற, அலுவலகங்களில் பணியாற்றுகின்ற தலித்துகளின் அகநிலை, புறநிலைக்காரணிகள் தீர்மானிக்கின்றன. எனவே உள்ளூர்ப் போராட்டங்கள் ஆங்காங்கு அவ்வப்போது நடைபெறுகின்றன. இது அனைத்துக் கிராமங்களிலும் அனைத்து அரசு அலுவலகங்களிலும் ஒரே நேரத்தில் நடைபெற்றிருக்கவில்லை. இப்போராட்டத்தில் தலித்துகளுக்கு வெற்றிகிட்டவில்லையென்றால் அல்லது அவர்கள்மீது வன்முறை ஏவப்பட்டால் அது குறித்து உள்ளூர்ப் போராட்டக்காரர்கள் தலித்துகளுக்காக நியமிக்கப்பட்டிருந்த நியமனப் பிரதிநிதிகளிடம் புகார் தெரிவித்தனர். தலித் நியமனப் பிரதிநிதிகள் பேரவையில் அச்சம்பவங்கள் குறித்துக் கேள்வி எழுப்பி அவை தொடர்பாக நடவடிக்கை எடுப்பதற்குப் போராடியிருக்கின்றனர். இத்தகைய சூழல்களில் பொதுவான விதியினை அடிப்படையாகக்கொண்டு குறிப்பிட்ட கிராமத்தின் உள்ளூர்ச் சிக்கலினைப் பேசுவதால் உள்ளூர்ப் போராட்டம் பொதுப் போராட்டத் தன்மையினைப் பெறுகிறது. உள்ளூர்ச் சிக்கல் பொதுத்தன்மையைப் பெற்று பொதுப் போராட்டத்திற்கு வித்திடுதல், அதனைத் தொடர்ந்து உள்ளூர்ப் போராட்டம் ஆரம்பித்தல், மீண்டும் அது பொதுப் போராட்டத் தன்மையினைப் பெறுதல் என அப்போராட்டத்தின் வெற்றி அல்லது தோல்வி தீர்மானிக்கப்படுகின்ற வரை போராட்டம்

தொடர்ந்து நடைபெற்றுக்கொண்டிருக்கிறது. எனவே இதனைத் தலித்துகளின் தொடர்ப் போராட்டம் என்று கூறலாம்.

தண்ணீருக்காகத் தலித்துகளின் போராட்டத்தில் பொதுப் போராட்டம், உள்ளூர்ப் போராட்டம், என்ற தொடர் ஒழுங்கு நிலையே பொதுவாக இருக்கிறது. பொதுப் போராட்டத்தில் மூன்று நிலைகள் இருக்கின்றன. அவை: 1. தீர்மானம் நிறை வேற்றுதல், 2. சட்டம் இயற்றுதல், 3. கேள்வி எழுப்புதல் என்பன. உள்ளூர்ப் போராட்டத்தில் பொது நீராதாரங்களை அணுகு வதற்கும் அனுபவிப்பதற்குமான உரிமைக்கு நேரடிப் போராட்டத் தில் ஈடுபடுதல் என்பன. பொதுப் போராட்டத்தின் மூன்றா வது நிலை உள்ளூர்ப் போராட்டத்தின் வெற்றி தோல்வியினைத் தொடர்ந்து நடைபெறுகிறது. காலனியாட்சிக் காலத்தில் நடைபெற்ற உள்ளூர்ப் போராட்டத்திற்கான தரவுகள் ஆவணக் காப்பகத்தின் மூலமும் கள ஆய்வின் மூலமும் சேகரிக்கப் பட்டன. இத் தரவுகளில் சில உள்ளூர்ப் போராட்டங்கள் விடுபட்டிருக்கக்கூடும். உள்ளூர்ப் போராட்டத் தரவுகள் அனைத்தையும் இங்கு விவரிக்க இயலவில்லை. நான் சேகரித்த தரவுகள் மட்டுமே இங்குக் கூறப்பட்டுள்ளன.

பொதுப் போராட்ட நிலை 1

முதல் கோரிக்கை (1881)

பொதுப் போராட்டத்தின் முதல் நிலையில் மாநாடுகள் நடத்தி அதில் தீர்மானங்கள் நிறைவேற்றப்பட்டிருக்கின்றன. இவற்றில் உயிர் வாழ்வதற்கு அன்றாடம் தேவைப்படும் அத்தியாவசியப் பொருட்கள் வேண்டும் என்ற கோரிக்கை களும் அடங்கும். இக்கோரிக்கைகளையும் இரண்டாக வகைப் படுத்திக்கொள்ளலாம்: 1. ஆதிக்கச்சாதியினரின் ஏகபோகக் கட்டுப்பாட்டிற்குள் இருக்கின்ற பொதுச் சொத்துக்களின் மீது தங்களுக்கும் பயன்பாட்டு உரிமை வேண்டும் என்று கோருதல். இக்கோரிக்கைகள் குடிமக்கள் உரிமை என்ற அடிப்படையி லிருந்து உருவாகின்றன, 2. தங்களுக்கெனத் தனியாக சில பொருட்கள் வேண்டும் என்று கோருதல். இக்கோரிக்கைகள் தலித்துகளின் வசிப்பிடத்திற்கும் ஆதிக்கச்சாதியினரின் ஏக போகக் கட்டுப்பாட்டிற்குள் இருக்கின்ற பொதுச் சொத்துக் களுக்கும் இடையே பெருத்த இடைவெளி இருந்ததால் எழுந் திருக்கின்றன. இரண்டு கோரிக்கைகளுக்குள்ளும் போராட்டத் தன்மையும் உயிர் வாழ்வதற்கான அத்தியாவசியப் பொருட் களைப் பெற்றுக்கொள்ளுதல் என்ற நோக்கமும் இருக்கின்றன. மாநாடுகளில் நிறைவேற்றப்படுகின்ற இத்தகைய தீர்மானங்கள்

பின்னர் அரசாங்கத்திற்கு அனுப்பி வைக்கப்பட்டிருக்கின்றன. எனவே, கோரிக்கை என்றால் அது 'யாசித்தல்' என்று முடிவு செய்துவிடக்கூடாது. அது போராட்டத்தின் ஆரம்ப நிலை யாகும். இத்தகைய கோரிக்கைகள் ஒன்றுக்கும் மேற்பட்ட நபர்கள் அமைப்பு ரீதியாகவோ அல்லது அமைப்பு இன்றி கூட்டாக முடிவு செய்ததால் விளைகின்றன. தலித்துகள் தங்களுக் கெனத் தனி நீராதாரம் வேண்டும் என்று கோருவதற்கும் ஆதிக்கச்சாதியினரின் ஏகபோகத்திலிருக்கும் பொது நீராதாரங் களை அணுகுவதற்கும் அனுபவிப்பதற்குமான உரிமை வேண்டும் என்று கோருவதற்கும் பெருத்த வேறுபாடு இருக்கிறது. முன்னதைவிட பின்னதில் போராட்டத்தின் உக்கிரத் தன்மை குவிந்திருக்கிறது. முன்னதன் கோரிக்கை வெற்றிபெறவில்லை என்றால் அது கோரிக்கை நிலையோடு முடிந்துவிடலாம். ஆனால் பின்னது அவ்வாறல்ல; அது தனது கோரிக்கையில் வெற்றிபெறுவதற்கு அடுத்த கட்ட நடவடிக்கைக்குச் சென்று விடும்.

பொதுநீராதாரங்களை அணுகுவதற்கும் அனுபவிப்பதற்கு மான உரிமை தங்களுக்கு வேண்டும் என்ற தலித்துகளின் முதல் கோரிக்கை 1881ஆம் ஆண்டு அமைப்புரீதியாக முன் வைக்கப்பட்டிருக்கிறது. அயோத்திதாசரால் நிறுவப்பட்ட திராவிட மகாஜன சங்க முதல் மாநாட்டில் நிறைவேற்றப் பட்ட ஒரு தீர்மானம் இவ்வாறு கூறுகிறது: "ஒடுக்கப்பட்ட மக்கள் எவ்விதத் தடையுமின்றி பொதுக் கிணறு, குளத்தைப் பயன்படுத்துவதற்கு உரிமையளிக்க வேண்டும்."[5] இக்கோரிக்கைக்கு உடனடியாக பலன்கள் கிடைக்கவில்லை. எனவே, அடுத்த கட்ட நடவடிக்கைக்கு அவ்வமைப்பினர் சென்றிருக்கின்றனர். பொதுநீராதாரங்களில் தலித்துகள் தண்ணீர் எடுப்பதற்கு ஆதிக்கச்சாதியினர் அனுமதி மறுக்கின்ற காரணத்தினால் பாதுகாப்பற்ற தண்ணீரைப் பருகும் தலித்துகளுக்கு ஏற்படு கின்ற சிக்கலைப் போராட்டம் மற்றும் வேதனை உணர்வுடன் அயோத்திதாசர் தமிழன் இதழில் 03 மார்ச் 1909ஆம் ஆண்டு பின்வருமாறு விவரித்துள்ளார்: "அந்தோ விருதப்பட்டியில் வாசஞ்செய்யும் பெரிய சாதிகளென்போர்களே! இன்னும் உங்களுக்கு இரக்கம் வரவில்லையா வன்னெஞ்சம் மாறவில் லையா. பறையர்கள் என்போர் உங்களை ஒத்த மக்களல்லவா! பொதுவாகக் கட்டி வைத்துள்ள திருக்குளங்களிலும், கிணறு களிலும் அவர்களைத் தண்ணீர் மொண்டு குடிக்க விடாமல் உப்புத் தண்ணீரையும், குட்டைகளிலுள்ள அசுத்த நீரையும்

5. V. Geetha & S.V. Rajadurai, 'Dalits and Non-Brahmin Consciousness in Colonial Tamil Nadu', *Economic and Political Weekly*, XXVIII (September 1993, p. 2091).

அருந்தி விஷபேதிகண்டு வெகு ஏழைக் குடிமக்கள் மடிகின்றார்களாமே. மிருகங்களுக்கு ஜலம் மொண்டு கொடுத்துக் காப்பவர்கள் இந்த மக்களை ஆதரிக்க மனமில்லையா. இத்தகைய மனிதர்களை மனிதர்களாகப் பாவிக்காத இந்துக்கள் வசம் சுயராட்சியங் கொடுத்துவிட்டால் பறையர்கள் என்னும் இப் பரதேசிகளை இன்னும் எங்குப் பரக்கடிப்பார்களோ? விளங்கவில்லை. இந்து தேசத்திலுள்ளவர்களின் இவ்வகைக் கொடூரச் செயல்களையறியா, கனம் லார்ட் மார்லியவர்கள் இந்தியர்களின் ஒருவருக்கு எக்சிகூட்டி மெம்பர் உத்தியோகமளிக்க வழிபார்க்கின்றார் இதுவும் ஏழைகளின் துர்பாக்கியமே."[6] இதற்குப் பின்னர் திராவிட மகாஜன சங்கமோ அல்லது அயோத்தி தாசரோ அடுத்த கட்டப் போராட்டத்தில் ஈடுபட்டதாகத் தெரியவில்லை.

ஆதிதிராவிடர் மாநாட்டுத் தீர்மானம் (1921)

1921ஆம் ஆண்டு மார்ச்சு 6ஆம் நாள் நடைபெற்ற அம்பாசமுத்திரம் வட்ட ஆதிதிராவிடர் மகாஜன சங்கத்தின் மாநாடு தலித்துகளுக்குத் தண்ணீர் வழங்க வேண்டி பின்வரும் தீர்மானத்தினை நிறைவேற்றியது: "ஆதி திராவிடர்கள் குடியிருக்கிற அநேக கிராமங்களில் குடி தண்ணீருக்குக் கிணறுகளில்லாத படி கஷ்டமடைகிறார்கள். அப்படிப்பட்ட இடங்களுக்குப் பூராத் தொகையையும் கவர்ண்மெண்டாரவர்களே போட்டு வெட்டிக் கொடுத்து குடிதண்ணீர் கஷ்டத்தை நிவர்த்தி செய்ய காருண்ணிய கவர்மெண்டாரவர்களைத் தயவாய்க் கேட்டுக் கொள்ளப்படுகிறது."[7]

மேலே எடுத்துக்காட்டியிருக்கிற இரண்டு கோரிக்கைகளும் அமைப்பு ரீதியாக முன்வைக்கப்பட்டிருக்கின்றன. முதல் தீர்மானம் பொது நீராதாரங்களில் தண்ணீர் எடுப்பதற்கான உரிமையினைக் கோருகிறது. இரண்டாவது தீர்மானம் தனிக் கிணறு வேண்டுமென்று கோருகிறது. இந்த இரு கோரிக்கைகளிலும் அடிப்படையில் ஒற்றுமையும் வேறுபாடும் இருக்கின்றன. தலித்துகளின் தண்ணீர்ச் சிக்கலைத் தீர்த்து வைப்பது அவைகளுக்கிடையேயான ஒற்றுமை. மேலும், இக்கோரிக்கை ஒரு குறிப்பிட்ட கிராமத்தினை மட்டுமின்றிப் பொதுவாக அனைத்துக் கிராமங்களிலுள்ள தலித்துகளின் தண்ணீர்ச் சிக்கல் குறித்துப் பேசுகிறது. ஆனால், அதனை நிறைவேற்று

---

6. ஞா. அலோய்சியஸ், *அயோத்திதாசர் சிந்தனைகள் தொகுதி 2* (பாளையங் கோட்டை: நாட்டார் வழக்காற்றியல் ஆய்வு மையம், 1999), ப. 109.
7. G.O. No. 817, Law (General), (12 July 1921).

வதில் வேறுபட்ட நிலைப்பாட்டினை எடுத்திருக்கிறது. முதல் கோரிக்கையில் தண்ணீர்ச் சிக்கலோடு சாதிப் பாகுபாட்டிற்கும் முற்றுப்புள்ளி வைக்கும் தன்மை இருக்கிறது. இரண்டாவது கோரிக்கை தண்ணீர்ச் சார்புநிலைக்கு முற்றுப்புள்ளி வைப்பதோடு சுயசார்பு நிலைக்கு வழிவகுக்கிறது. ஆனால் தலித்துகளின் சுயசார்பு நிலையினை ஆதிக்கச்சாதியினர் விரும்பவில்லை என்பதைப் பல நிகழ்வுகளிலிருந்து அறிந்துகொள்ள முடிகிறது. பொது நீராதாரங்களை அணுகுவதற்கும் அனுபவிப்பதற்குமான உரிமைக்கும், சுயசார்பு நிலைக்கும் தலித்துகள் போராட்டம் நடத்த வேண்டிய நிர்ப்பந்தமே இருந்திருக்கிறது. இச்சூழல் தலித் நியமனப் பிரதிநிதிகளை அடுத்த கட்டப் பொதுப் போராட்டத்தினை நடத்துவதற்கு நிர்ப்பந்தித்தது.

பொதுப் போராட்ட நிலை 2

சட்ட அங்கீகாரத்திற்கான குரல்

சென்னை மாகாணப் பேரவையில் தலித் மக்களுக்காகத் தலித் பிரதிநிதிகள் நியமனம் செய்யப்பட்டனர். இந்நியமனப் பிரதிநிதிகளின் பொதுப் போராட்டம் தலித் அமைப்புகள் மற்றும் மக்கள் போராட்டத்திற்கு வித்திட்டன. படிநிலை ஏற்றத்தாழ்வான சாதியச் சமூகத்தில் தீண்டாமை, சமூக விலக்கல், ஒடுக்குமுறை போன்றவற்றினைச் செயல்படுத்துவதற்குப் பாரம்பரிய சமூக விதிகள் அடிப்படைகளாயிருந்தன. இப்பாரம்பரியச் சமூக விதிகள் பொதுவெளி, பொதுச் சொத்து ஆகியவற்றிலிருந்து தலித்துகளைத் திட்டமிட்டே விலக்கியது. எனவே, எவற்றிலிருந்தெல்லாம் தலித்துகள் விலக்கப்பட்டிருந்தனரோ அவற்றினை அணுகுவதற்கும் அனுபவிப்பதற்குமான உரிமையினைப் பெறுவதற்கு நவீன சட்ட ரீதியான அங்கீகாரம் தேவை என்பதனை நியமன தலித் பிரதிநிதிகள் உணர்ந்திருந்தனர். தலித் மக்களின் உரிமைகளுக்கான சட்டம் நிறைவேற்றப் படுவதற்கு தலித் நியமன உறுப்பினர்கள் பல போராட்டங்களை நடத்தியிருக்கின்றனர். முதலில் அதற்கான சட்ட முன் வரைவினை அறிமுகம் செய்தல், பின்னர் பிற பிரதிநிதிகளின் ஆதரவினை நாடுதல், இறுதியில் அதனை நிறைவேற்றுதல் என்ற வடிவங்களில் அப்போராட்டம் நடைபெற்றிருக்கிறது. இப்போராட்டத்தில் தலித்தல்லாதோரில் தலித்துகளுக்கு உறுதுணையாக இருந்தவர்களும், எதிர்த்தவர்களும் உண்டு. நியமன தலித் பிரதிநிதிகளில் எம்.சி. ராஜா, இரட்டைமலை சீனிவாசன் ஆகியோர் இத்தகைய சட்டங்களை உருவாக்குவதில் முன்னணிப் பாத்திரம் வகித்திருக்கின்றனர்.

திரும்பப் பெற நிர்ப்பந்திக்கப்பட்ட எம்.சி.ராஜாவின் தீர்மானம்

சென்னை மாகாணப் பேரவையில் விவாதிக்க வேண்டும் என்பதற்காகப் பேரவையின் உறுப்பினர் பித்தாபுரம் அரசர் 1919ஆம் ஆண்டு செப்டம்பர் மாதம் "பொதுச் சாலைகள், கிணறுகள், அரசு உதவி பெறும் பள்ளிகள் ஆகியவற்றைத் தாராளமாகப் பயன்படுத்திக்கொள்வதற்குத் தாழ்த்தப்பட்டவர் களுக்கு எவ்விதத் தடையும் இருக்கக்கூடாது" என்ற தீர்மானத் தைக் கொடுத்திருந்தார். பொதுச் சொத்தைத் தலித்துகள் அணுகுவதற்கும் அனுபவிப்பதற்கும் உரிமை கோரிய முதல் சட்டமுன்வரைவு இதுதான். ஆனால் இது விவாதத்திற்கு எடுத்துக்கொள்ளப்படவில்லை.[8] அதன் பின்னர் தலித்துகளுக் காக நியமிக்கப்பட்டிருந்த தலித் பிரதிநிதி எம்.சி. ராஜா பொதுக் கிணறு, சத்திரம் போன்ற பொது ஆதாரங்களைத் தலித் மக்கள் பயன்படுத்திக்கொள்வதில் இருந்து வருகின்ற அனைத்துத் தடைகளையும் அகற்றுதல், தலித்துகள் வசிப்பிடத்தின் அருகில் கிணறு அமைத்தல் ஆகியவற்றை வலியுறுத்தித் தீர்மானம் ஒன்றினை நவம்பர் 1919ஆம் ஆண்டு சென்னை மாகாண ஆட்சிப் பேரவையில் அறிமுகம் செய்தார்.[9] அத்தீர்மானத்தின் முக்கியக் குறிக்கோள், அது நிறைவேற்றப்பட வேண்டியதற் கான காரணங்கள், அத்தீர்மானம் எவ்வாறு செயல்படுத்தப் பட வேண்டும் என்பனவற்றை எம்.சி.ராஜா வலியுறுத்தினார். "நீதி, உரிமை என்ற வார்த்தைகள் அரசியல் பாரம்பரியமுள்ள மக்களுக்கு மிகவும் முக்கியத்துவம் வாய்ந்தவை. ஆனால் இங்கு நீதியும் உரிமையும் பொருளியல் பலாபலனோடு இணைக்கப் படவில்லையென்றால், அதனைக் கேட்பது அரிதாக இருக்கும். தேசத்தினைக் கட்டமைக்கும் அரசியலில் ஆதிக்கச்சாதியினர் ஈடுபட்டுள்ளனர். ஆனால் எங்களுக்குப் பொது வீதிகளில் நடத்தல், பொதுக் கிணறுகளில் தண்ணீர் எடுத்தல் போன்ற தொடக்க நிலை உரிமைகள்கூட மறுக்கப்பட்டு வருகின்றன. தேசம் என்ற வார்த்தையைப் போல் அடிக்கடி வேறு எவ் வார்த்தையும் எங்கள் அரசியல்வாதிகளால் உச்சரிக்கப்பட வில்லை. தேசிய நிறுவனங்களில் என்ன வகையான தேசியம் இருக்கும்? இதில் சிலர் மட்டும் பொதுப் பணத்தில் நிர்மாணிக்கப் படும் கிணறுகளைப் பயன்படுத்துவர். அவர்களின் சகோதர பிரஜைகளான தலித்துகளுக்கு அவ்வுரிமை மறுக்கப்பட்டிருக் கும். ஜனநாயகம், நீதி, உரிமை குறித்து உண்மையாகப் பேசு கின்றவர்கள் இவ்வேறுபாடுகளைத் துடைத்தெறிய வேண்டும்.

---

8. G.O. No. 263, L&M (29 January 1923).

9. *Ibid.*

பொதுக் கிணறு மற்றும் சத்திரங்களைத் தலித் மக்கள் பயன் படுத்திக்கொள்வதற்குச் செம்மையான ஏற்பாடுகளை அரசாங்கம் செய்ய வேண்டும். பொது நிதியின் மூலம் நிர்மாணிக்கப்பட்டுப் பராமரிக்கப்படுகின்ற அனைத்துக் கிணறுகளையும் சத்திரங் களையும் பிரிட்டிஷ் இந்தியாவின் பிரஜைகளாகிய நாங்கள் பயன்படுத்திக்கொள்வதற்கு உரிமை இருக்கிறது என்று நம்பு கிறோம். இவற்றிற்குத் தலித் மக்களும் இறைக்குடி செலுத்து கின்றனர். தலித்துகள் அவர்களின் உரிமையினை செயல்படுத்து வதனை எவரும் வழிமறித்தால் காவல்துறையும் நீதிமன்றங் களும் நடவடிக்கை எடுக்க வேண்டும். எதிர் வரும் காலத்தில் பொது நிதியின் மூலம் நிர்மாணிக்கப்படும் கிணறுகள் தலித்து கள் அணுகுவதற்கு ஏற்ற இடத்திலேயே அமைக்கப்பட வேண்டும் என்ற உத்தரவாதம் வேண்டும். எங்களின் குடியிருப்புகளுக்கு அருகில் நிர்மாணிக்கப்படும் கிணறுகளில் ஆதிக்கச்சாதியினர் தண்ணீர் எடுத்துக்கொள்வதற்கு எங்களிடம் போதுமான தாராள மனம் இருக்கிறது."[10] இத்தீர்மானத்தை ஆந்திர மாநிலத் தின் தலித் இயக்கச் செயல்பாட்டாளர் என்.சுப்பராவ் வழி மொழிந்த போது இவ்வாறு பேசினார்: தலித் மக்கள் பெருந் தொகையாக இல்லாவிட்டாலும் குறைந்தபட்சம் இறைக்குடி செலுத்துகின்றனர். எனவே கிணறு, சத்திரம் போன்றவற்றினை பயன்படுத்திக்கொள்வதற்கு, சட்ட ரீதியான எவ்விதத் தடையும் இருக்கக் கூடாது. இத்தீர்மானத்தினைப் பிராமணப் பழமைப் பற்றாளர்கள் மட்டுமின்றிப் பிராமணரல்லாத பழமைப்பற்றாளர் களும் வலுவாகவே எதிர்ப்பர். எனவே தலித் மக்களுக்கு நீதி வழங்குவதற்கு இத்தருணத்தில் அனைத்து மக்களும் ஆதரவளிக்க வேண்டும். அரசாங்கத்தின் செயல்பாட்டினைப் பொறுத்த மட்டில் பாகுபாடற்றதாக இருக்கலாம். மேலும் எம்முடிவினை யும் எடுக்காமல் அதனை மக்களே சரிசெய்து கொள்வதென விட்டுவிடலாம். விதவை மறுமணத்திற்கான தீர்மானம் அறிமுகம் செய்தபோது புயல்போன்ற எதிர்ப்பு உருவானது. ஆனால் அது நாட்டின் நன்மைக்குத்தான் என்று அரசாங்கம் கண்டுணர்ந்ததால் அத்தீர்மானம் முன்னோக்கித் தள்ளப்பட்டு நிறைவேற்றப்பட்டது. இத்தீர்மானத்திற்கும் எதிர்ப்பு இருக்கும். ஆனால் அரசாங்கம் சரியான கோணத்தில் செயல்பட்டால் இத்தீர்மானம் ஏற்றுக் கொள்ளப்படலாம்.[11]

எதிர்ப்பாளர்கள்: உரிமை ஆபத்தானது

இத்தீர்மானத்தினை எதிர்த்தும் ஆதரித்தும் பேரவையில் உறுப்பினர்கள் வாதிட்டனர். அவர்கள் எதிர்ப்பு மற்றும்

---

10. *MLCD* (20 November 1919), pp. 152 – 153.
11. *MLCD* (20 November 1919), p. 154.

ஆதரவுக்கான காரணங்களைக் கூறினர். முதலில் எதிர்ப்பாளர்களையும் அவர்கள் கற்பித்த காரணங்களையும் காண்போம். ஜே.எச். தாங்கெர், பி. சிவா ராவ், பி.வி. நரசிம்ஹ அய்யர், எம்.சி. முத்தையா செட்டியார், டி. அருமைநாத பிள்ளை ஆகியோர் இத்தீர்மானத்தினை எதிர்த்தனர். ஜே.எச். தாங்கெர், "தலித் நண்பர் இத்தீர்மானத்தினைத் திரும்பப் பெற வேண்டும் என்று வலியுறுத்துகிறேன். அவர் இந்தியத் தலித்துகளின் பிரதிநிதி. நான் ஒடுக்கப்பட்ட ஐரோப்பியர்களின் பிரதிநிதி. சமூகத்தின் நன்மைகளை அனுபவிப்பதிலிருந்து நாங்கள் தடுக்கப்பட்டிருக்கிறோம். ஆனால், நாங்கள் பேரவையில் தீர்மானத்தினை முன்மொழியவில்லை. வணிகத்திற்கு எதிரான தடை எங்களுக்கு இருந்தது. வணிகர் சங்கத்தில் இணைவதற்குக்கூட நாங்கள் தகுதியற்றவர்களாகக் கருதப்பட்டோம். ஆனால், இப்போது இணைக்கப்பட்டிருக்கிறோம். சமூகத்தின் கீழ்நிலையில் இருக்கின்ற தலித்துகள் முன்னேறுவதனை எதுவும் தடுப்பதில்லை. பேரவையில் தீர்மானத்தினை முன்மொழிவதனால் மட்டுமே சாதியை அகற்றிவிட முடியாது. கல்வி மற்றும் அரசாங்கத்தால் அன்றி நீங்களே பாடுபடுதல் மூலம் முன்னேற்றமடையலாம்" என்று அறிவுறுத்தினார்.[12] டி. தேசிக ஆச்சாரியர் என்ற உறுப்பினர், 'ஒரே கிணற்றில் அனைத்துச் சாதியினரும் தண்ணீர் எடுக்கக்கூறுவது இயலாதது. அவரவருக்குத் தனிக் கிணறுகள் ஏற்படுத்திக் கொடுப்பது சரியான வழிமுறை' என்று எண்ணிய அவர் பின்வரும் கருத்தினை வெளிப்படுத்தினார்: "பஞ்சாயத்து மற்றும் நகராட்சி அமைப்புகளால் பராமரிக்கப்பட்டு வருகின்ற கிணறு, சத்திரம் ஆகியவற்றை அணுகுவதில் மறுப்பு இருக்கிறது என்பது உண்மையான குறைபாடு அல்ல. அக்ரஹாரத்தில் இருக்கின்ற கிணறுகள், தலித் வசிப்பிடத்திலிருந்து ஒன்று அல்லது ஒன்றரை கிலோமீட்டர் தூரத்திலிருக்கிறது. பிராமணர்களைத் தலித்துகளின் கிணறுகளுக்கோ அல்லது தலித்துகளைப் பிராமணர்களின் கிணறுகளுக்கோ செல்லுமாறு கேட்பது இயலாத காரியம். எங்களால் சாதிய வேறுபாடுகளை ஒற்றைத் தீர்மானத்தினால் அகற்றிவிட இயலாது. எனவே, தலித்துகளுக்குத் தனிக் கிணறுகள் ஏற்படுத்திக் கொடுப்பதற்கு அரசாங்கத்திடம் நிதி கோரலாம்"[13] என்றார் அவர். பழமைவாதப் பிராமணர்களில் ஒருவன் அல்லன் நான். பிறரை விட புரட்சிகரமானவன் என்ற சுயஅறிமுகத்தோடு பி. சிவராவ் தன்னுடைய கருத்தினைத் தெரிவித்தார்: "தலித்துகள் இந்துக்களின் வசிப்பிடத்தில் இருக்கின்ற கிணற்றிலிருந்து தண்ணீர்

---

12. *Ibid*.

13. *MLCD* (20 November 1919), p. 155.

எடுப்பதில் எவ்வித ஆபத்தும் இல்லை. ஆனால் உரிமையைக் கோருதல் ஆபத்தானது. நாங்கள் பிராமணர்களின் வசிப்பிடத் திற்குச் செல்லுவோம்; எங்களின் உரிமையினைக் கோருவோம் என்று தலித்துகள் கூறலாம். இதைப்போன்ற தீர்மானங்கள் நிறைவேற்றப்பட்டால், தலித்துகள் பிற கிணறுகளுக்குச் சென்று தொந்தரவு மற்றும் கலகங்களை உருவாக்கலாம். இதனால் இரத்தப்பழி உருவாகும் என்பது என்னுடைய அச்சம். தலித்து களுக்கெனத் தனிக் கிணறு ஏற்படுத்த வேண்டும்" என்று வலியுறுத்திய பி. சிவராவ், தீர்மானத்தைக் கைவிட வேண்டும். தீர்மானத்திற்கு நான் வாக்களிக்க இயலாது என்றார்.[14] பி.வி. நரசிம்ஹ அய்யர், "பொதுக் கிணறுகளைப் பயன்படுத்துவதி லிருந்து சாதிய அடிப்படையில் தலித்துகள் விலக்கப்பட வேண்டியதில்லை" என்றார். மேலும் "தடைகள் நீக்கப்படுவதன் விளைவு தலித்துகள் மட்டுமே பொதுக் கிணறுகளைப் பயன் படுத்துவர்" என்று கூறிய அவர் தீர்மானத்தைத் திரும்பப்பெற வேண்டும் என்று வலியுறுத்தினார்.[15] எம்.சி. முத்தையாச் செட்டியார், "இத்தீர்மான நோக்கத்தின் மீது முழுமையான கருணை இருப்பினும் இது பேரவையின் தலையீட்டிற்கு அப்பாற்பட்டது. இத்தீர்மானம் விரும்பும் இலக்கினை நோக்கிய முற்போக்கான விழிப்புணர்வு தேசத்தில் இருக்கிறது. இதனை நாம் அங்கீகரிக்க வேண்டும் எனவே இத்தீர்மானத்தை நான் எதிர்க்கிறேன்"[16] என்றார். டி. அருமைநாத பிள்ளை, "இத்தீர்மானத் தில் இருக்கின்ற இலட்சியம் முழுவதையும் அங்கீகரிக்கிறேன். ஆனால், இதனோடு மட்டும் ஒருவர் திருப்தி அடைந்துவிட முடியாது. இத்தீர்மானத்திற்கு ஒரு கிறிஸ்துவனிடமிருந்து எதிர்ப்பு வருவது வழக்கத்திற்கு மாறாக இருக்கலாம். உங்களை நீங்களே உயர்த்திக் கொள்ளுங்கள். பேரவையின் முன்னால் உதவி கேட்டு மன்றாடுவது எவ்விதப் பலனையும் தராது. சுய உதவியே முக்கியமான நடவடிக்கை. இதன் மூலம் எச் சமூகமும் முன்னோக்கிச் செல்ல இயலும்"[17] என்று கூறிய அவர் இத்தீர்மானத்தை எதிர்த்தார்.

ஆதரவாளர்கள்: இது குடிமக்கள் உரிமை

இத்தீர்மானத்தை நவீன சமூகத்தில் சமத்துவத்திற்கான கோட்பாடு என்ற அடிப்படையினைவிடவும் பயன்பாட்டு அடிப்படையில் சிலர் ஆதரித்திருக்கின்றனர். இ.எம். மக்பெயில்

---

14. *Ibid*.

15. *Ibid*., p. 159.

16. *Ibid*., pp. 159 – 160.

17. *MLCD* (20 November 1919), p. 160.

என்று உறுப்பினர், "பொதுக் கிணற்றினைத் தலித்துகள் பயன் படுத்துவதற்குச் சட்ட ரீதியான தடை இருக்கிறதா? என்பதை அறிய விரும்புகிறேன். சட்ட ரீதியான தடை இருந்தால் இத் தீர்மானத்திற்கு வாக்களிப்பேன். அத்தகைய தடை இல்லை யெனின் இத்தீர்மானம் அவசியமற்றது" என்றார். மக்பெயில் தடை என்பது மரபு அடிப்படையிலானது என்பதைப் புரிந் திருக்கவில்லை. அவர் புதிதாக அமைக்கப்படும் கிணறுகள் தலித்துகள் அணுக இயலாத பகுதியில் ஏற்படுத்தக்கூடாது; அனைத்துச் சாதியினரும் அணுகுமாறு உள்ள இடத்தில் அமைக்கப்பட வேண்டும் என்றார். மேலும், பொது நிதியில் நிர்மாணிக்கப்படுகின்ற கிணறுகள், அனைத்துச் சாதியினருக் கும் திறக்கப்பட வேண்டும் என்று வலியுறுத்தினார். தனிக் கிணறு முறையினை ஆதரிக்காத இ.எம். மக்பெயில், தனிக் கிணறு வேண்டுமென்று விரும்புகிற சாதியினர் அதனை அவர் களின் சொந்த நிதியில் இருந்து ஏற்படுத்திக் கொள்ள வேண்டும் என்று அழுத்தமாகக் கூறினார்.[18] தோடன்டெர் என்ற உறுப்பினர், "பொது நிதியில் நிர்மாணிக்கப்படும் பொதுக் கிணறுகள் அனைத்துச் சாதியினரும் பயன்படுத்துவதற்கு ஏதுவான இடத்தில் அமைக்கப்பட வேண்டும். பொதுக் கிணறு மற்றும் சத்திரத்தினைப் பயன்படுத்துவதில் தலித்துகளுக்கு எவ்விதச் சட்ட ரீதியான தடையும் இல்லை. சாதியினால் திணிக்கப்பட்ட சமூகத் தடையினைச் சமூகச் சீர்திருத்தத்தி னால் அகற்ற வேண்டும்"[19] என்று வலியுறுத்தினார். பிராமணர் களும் மேல் வகுப்பினரும் வசிக்கின்ற பகுதிகளில் தலித்துகள் அனுமதிக்கப்பட வேண்டும் என்ற கோட்பாட்டினை ஏற்றுக் கொள்ளவில்லை எம்.டி. தேவதாஸ் என்ற உறுப்பினர். "ஆனால், எங்கெல்லாம் வட்ட மற்றும் மாவட்ட நிர்வாக நிதியின் மூலம் பொதுக் கிணறுகள் நிர்மாணிக்கப்பட்டிருக்கின்றனவோ அங்கெல்லாம் அதனைப் பயன்படுத்துவதில் தடைகள் இருக்க வேண்டியதில்லை. அனைத்து வகுப்பினரும் பொதுக் கிணறு களைப் பயன்படுத்திக்கொள்வதற்கு அனுமதிக்கப்பட வேண்டும்" என்று தன்னுடைய நிலைப்பாட்டினைத் தெரிவித் தார். மேலும், "எப்போதெல்லாம் பொது நிர்வாகம் கிணறு களைத் தோண்டுகின்றதோ அப்போது அவை சாதிப் பாகு பாடின்றி அனைவருக்கும் திறந்துவிடப்பட வேண்டும்" என்று வலியுறுத்திய அவர் தீர்மானத்தை ஆதரித்தார்.[20] இறுதியில் மீண்டும் பேசிய எம்.சி. ராஜா இத்தீர்மானத்தின் மீது கருத்து

---

18. *Ibid.*, p. 156.
19. *Ibid.*, pp. 156–158.
20. *MLCD* (20 November 1919), pp. 158–159.

தெரிவித்தவர்களுக்குப் பதில் கூறினார். அன்றாடம் குடிப் பதற்குத் தண்ணீரின்றி அவதிப்படுகின்ற தலித்துகளுக்குத் தண்ணீர் வழங்கப்பட வேண்டும் என்று வலியுறுத்தினார். அதே சமயம் கோட்பாட்டு அடிப்படையில் பொதுக் கிணறு களில் தண்ணீர் எடுப்பது தலித்துகளின் உரிமை. பொதுக் கிணறுகளை உருவாக்குவதில் தலித்துகளின் பங்களிப்பு இருந்த போதிலும் அதிலிருந்து தலித்துகள் பலனடையவில்லை. ஆனால் பிற சாதியினர் பயனடைகின்றனர் என்று தம் நிலைப்பாட் டினை மீண்டும் தெரிவித்தார். அனைத்து உறுப்பினர்களும் தங்களின் கருத்துக்களைத் தெரிவித்த பின்னர் பேரவைத் தலைவர் பேசினார். “மரபு மற்றும் சாதியினால்தான் சிக்கல் இருக்கின்றது என்பதை அனைத்து உறுப்பினர்களும் ஒத்துக் கொள்ள வேண்டும். மரபு, சாதி இவை இரண்டும் ஒழிக்கப் படாமல் சமத்துவம் அடையமுடியாது. அவருடைய சமூகம் (தலித்துகள்) தனது சொந்தக் காலில் நிற்கும் வரை பாடுபட வேண்டும். அரசாங்கத்தின் நிலைப்பாட்டினைப் பொறுத்த மட்டிலும் இத்தீர்மானத்தை ஏற்றுக்கொள்ள இயலாது. எந்தச் சமூகத்திலும் மதம் தொடர்பான நிகழ்வுகளில் அரசாங்கம் தலையிடுவது இயலாது”[21] என்றார். இறுதியில் எம்.சி. ராஜா அத்தீர்மானத்தினைத் திரும்பப் பெற்றுக்கொண்டார்.[22]

இரட்டைமலை சீனிவாசனின் வெற்றிபெற்ற தீர்மானம்

இதன் பின்னர், “பொது ஆதாரங்களான சாலை, கிணறு போன்றவற்றினைத் தலித்துகள் பயன்படுத்திக்கொள்ளலாம் என்ற தீர்மானம் நிறைவேற்றப்பட வேண்டும். மேலும் இத் தீர்மானம் சென்னை மாகாணத்திலுள்ள அக்ரஹாரம் உட்பட அனைத்துக் கிராமங்களிலும் கிராமத் தலையாரி மூலம் தண்டோரா அடித்து அறிவிக்கப்பட வேண்டும்” என்ற தீர்மானத் தினைத் தலித் இயக்கத்தின் முக்கியத் தலைவர்களில் ஒருவரான இரட்டைமலை சீனிவாசன் அறிமுகப்படுத்தினார். அரசாங்கம் அல்லது உள்ளாட்சி நிர்வாகத்தினால் பராமரிக்கப்படும் கிணறு கள் குளங்கள் போன்றவற்றைத் தலித்துகள் பயன்படுத்துவதற்கு எந்தவித மறுப்பும் கூடாது என்ற கோரிக்கையும் அத்தீர்மானத் தில் இணைக்கப்பட்டிருந்தது. பயன்பாட்டு உரிமையினை மறுக்கின்ற பிரிவினர் பொது ஆதாரங்களை அனைவரும் பயன்படுத்திக்கொள்ளலாம் என்ற சட்டம் இருந்தால் அதற்குக் கீழ்ப்படிவார்கள் என்ற அடிப்படையில் இரட்டைமலை சீனி வாசன் அத்தீர்மானத்தை முன்மொழிந்திருக்கிறார் என்பதை

21. *Ibid.*, p. 161.

22. *Ibid.*

அவருடைய உரையிலிருந்து அறிந்துகொள்ள முடிகிறது. இத் தீர்மானத்தினை வழிமொழிந்து எஸ்.சத்தியமூர்த்தி பேசினார். அதன் சுருக்கம்: பொதுச் சாலையினைப் பயன்படுத்திக்கொள்ள வேண்டும் என்பதனைவிடவும் பொது நீராதாரங்களைப் பயன்படுத்திக்கொள்ள வேண்டும் என்ற தீர்மானம் மிகவும் ஏற்றுக்கொள்ளத்தக்கது. நீண்டகாலமாக இருந்துவருகின்ற சமூக அநீதி ஒழிக்கப்படுவதற்காகப் பேரவையிலுள்ள அனைத்து வகுப்பு உறுப்பினர்களையும் கேட்டுக்கொள்கிறேன். சில சாதி யினரின் அணுகுதல் அசுத்தத்தினை ஏற்படுத்தும் என்ற நம்பிக்கை என்னுடைய சமூகத்தில் (பிராமணர்) சிலரிடத்தில் இருக்கிறது. அவர்களில் ஒருவன் அல்லன் நான். இத்தீர்மானத்தில், பொது அலுவலகம், கிணறு, குளம், பொது கோடை வாசஸ்தலம் போன்றவற்றை அணுகலாம் என்ற இரண்டாவது பிரிவு முக்கிய மானது. தலித் மக்கள் தங்களின் சொந்த உரிமைகளுக்காக நிற்க வேண்டும் இவற்றினை விசுவாசத்தின் பிரதிபலனாக அன்றி மனித உரிமையாகப் பெறவேண்டும்.

இத்தீர்மானத்தை ஆதரித்துப் பேசிய தலித் பிரதிநிதி எல்.சி. குருசாமி. "இது மிகவும் சாதாரணமான தீர்மானம். குடிமகனுக்கான தொடக்கநிலை உரிமை. இத்தொடக்கநிலை உரிமையினைக்கூட இந்நாட்டின் முதுகெலும்பான தலித் மக்க ளுக்கு வழங்கவில்லையென்றால் நீங்கள் எவ்வாறு சுயாட்சி யினை எதிர்பார்க்க முடியும்? இத்தீர்மானத்திற்கு ஆதரவளிக்க வேண்டும் எனத் தலித் மக்களின் சார்பில் கேட்டுக்கொள் கிறேன்" என்றார். தலித் பிரதிநிதி ஆர்.வீரையன் குழப்பத்தினைத் தவிர்க்கும் பொருட்டு, "கிணறு, குளம் என்ற வார்த்தைகளோடு ஆறு, ஏரியும் சேர்க்கப்பட வேண்டும்" என்பதற்காக ஒரு துணைத் தீர்மானத்தினைக் கொண்டு வந்தார். தலித்துகள் தலித்தல்லாதோரைச் சார்ந்திருக்கின்ற காரணத்தினால் அவர் கள் தன்னிச்சையாகப் பொதுக் குளத்தில் தண்ணீர் எடுப்பது இயலாத காரியம். தலித்துகள் பொதுக்குளத்தில் தண்ணீர் எடுப்பதற்கு அரசாங்கம் முன்வந்து காவலர்களை அனுப்பாத வரை பொது நீராதாரங்களைத் தலித்துகளால் அணுக முடியாது. உள்ளாட்சி நிர்வாகம் தலித்துகளின் வசிப்பிடத்தில் போதுமான கிணறுகளை ஏற்படுத்தினால் தலித்துகளுக்குப் பெரும் சிக்கல் ஏற்படாது. ஆனால் பல பகுதிகளில் தலித்துகள் தண்ணீரின்றிச் சிரமப்படுகிறார்கள். தண்ணீர் எடுப்பதற்குக் கால்வாய்க்குச் சென்றுவிட்டுத் தண்ணீரின்றித் திரும்பி வருகின்றனர். அசுத்த மான தண்ணீரை மட்டுமே குடிக்கிறார்கள். அதன் காரண மாகத் தலித்துகளிடத்தில் கொள்ளைநோய்கள் மற்றும் இதர நோய்கள் பரவியிருக்கின்றன. உள்ளாட்சி, நகராட்சி நிர்வாகங் கள் தலித்துகளுக்குத் தேவையான நீராதாரங்களை ஏற்படுத்திக்

கொடுக்கவில்லை. இது தொடர்பாக மனு கொடுக்கிறபோது அவர்கள் எங்களிடத்தில் நிதி இல்லை. ஆகவே தொழிலாளர் ஆணையரைப் பாருங்கள் உங்களுக்குப் போதுமான கிணறு கள் கிடைக்கும் என்று கூறுகின்றனர். இவ்வாறு தலித்துகள் பல நூற்றாண்டுகளாகத் தண்ணீரின்றி இருக்கின்றனர் என்றார் ஆர். வீரையன். இத்தீர்மானத்தை ஆதரித்த போதிலும் அதனைத் தண்டோரா மூலம் அறிவிக்க முடியாது என்றார் உள்ளாட்சி உறுப்பினர் ஆருதர் க்னாப். இவ்விவாதத்தில் பேசிய சில உறுப்பினர்கள் இதனை மனித உரிமை, குடிமக்கள் உரிமை என்ற நோக்கிலேயே பார்க்க வேண்டும் என்று வலியுறுத்தினர். இறுதியில் வாக்கெடுப்பு நடத்தப்பட்டது. அதில் ஆர். வீரையன் முன்மொழிந்த தீர்மானம் வெற்றி பெறவில்லை. இதனால் இரட்டைமலை சீனிவாசன் கொண்டு வந்தது போல் அது பொதுக் கிணறு, குளம் ஆகியவற்றைத் தலித்துகள் பயன்படுத்திக் கொள்வதில் மறுப்பு கிடையாது என்றே நிறைவேற்றப்பட்டது.[23] அத்தீர்மானத்தின் பாகம் (ஆ) இவ்வாறு கூறுகிறது: "பொது அலுவலகம், கிணறு, குளம், பொது கோடைவாசஸ்தலம், பரிவர்த்தனை நடைபெறும் கட்டடம் ஆகியவற்றினை அணுகு வதற்குத் தலித்துகளுக்கு எவ்விதத் தடையும் எதிர்ப்பும் இல்லை."[24]

சமூக இயலாமை அகற்றும் சட்டம்

சமூக இயலாமை அகற்றும் சட்டம் 1930களின் ஆரம்பத்தில் அறிமுகம் செய்யப்பட்டது, ஆனால் விவாதிக்கப்படவில்லை. தலித் பிரதிநிதி எம்.சி. ராஜா 1938ஆம் சென்னை மாகாணப் பேரவையில் அறிமுகம் செய்தபோது அம்மசோதா மீதான விவாதம் நடத்தப்பட்டது. எம்.சி. ராஜாவின் தீர்மானத்தைச் சுருக்கமாகக் காண்போம்: தீண்டத்தகாதவர்களின் சிக்கல் தனித்தன்மையானது. இது பிற சாதியினரின் வறுமை, கல்வி யின்மை போன்ற நிலைமையைப் போன்றது அல்ல. வறுமை, கல்வியின்மைக்கும் மேலான சமூக இயலாமையினைத் தலித்து கள் அனுபவிக்கின்றனர். இது நீக்கப்பட வேண்டும். மிகவும் தொடக்க நிலையிலுள்ள குடிமை உரிமைகளைக்கூட அனுபவிக்க இயலாத நிலையால் தலித்துகள் விவரிக்க இயலாத அவதிக் குள்ளாகி வருகின்றனர். பொதுக் கிணறு அல்லது குளத்தில் தலித்துகள் தண்ணீர் எடுப்பதற்குக்கூட அனுமதி மறுக்கப்பட்டு வருகின்றது. இத்துயரம் தண்ணீர் பற்றாக்குறைக் காலத்தில் அதீதப்படுகிறது.

---

23. *MLCD* (22 August 1924), pp. 821 – 830.

24. G. O. No. 2660, L&M (25 September 1924).

லட்சுமி சங்கர அய்யர் என்ற உறுப்பினர் கூறும்போது, "எல்லாக் குளத்திலும் கிணற்றிலும் ஹரிஜனங்களும் தாழ்த்தப் பட்டவர்களும் வந்து ஜலம் எடுக்க அனுமதிக்க வேண்டும் என்ற நோக்கத்துடன் கொண்டு வந்த இந்தச் சட்டத்தினை நாம் மனப்பூர்வமாக ஆதரிக்க வேண்டும்" என்று கூறினார். தாகம் எடுக்கிறபோது தண்ணீர் கேட்டால் தருவார்களா? அல்லது மறுப்பார்களா? என்ற அச்சம் தலித்துகளிடத்தில் இருப்பதாகக் கூறிய தலித் பிரதிநிதி சகஜானந்தா, "ஏற்கனவே இந்த கவர்ண்மெண்டார் தாழ்த்தப்பட்ட வகுப்பைச் சேர்ந் தவர்கள் எல்லாக் கிராமங்களிலும் தண்ணீர் எடுக்கலாம்... என்று உத்தரவு போட்டிருக்கிறார்கள் ஆனால் இந்த உத்தரவு யாதொரு பிரயோசனமுமில்லாதிருக்கிறது. இதை மீறி நடப்பவர் பேரில் நடவடிக்கை எடுக்கமுடியவில்லை. ஆகையினால் இந்த பில்லை நிறைவேற்றி சட்டபூர்வமாக தடுக்க வேண்டியது அவசியம்" என்று வலியுறுத்தினார். எம்.சி.ராஜாவால் அறிமுகப் படுத்தப்பட்ட இம்மசோதா மீது லட்சுமி சங்கர அய்யர், சகஜானந்தா ஆகிய இருவர் மட்டுமே தலித்துகளின் தண்ணீர்ப் பிரச்சினையினைப் பேசி மசோதாவை ஆதரித்தனர். பிற உறுப்பினர் ஆதரித்த போதிலும் அவர்கள் தலித்துகளின் தண்ணீர்ப் பிரச்சினை குறித்துக் குறிப்பாகப் பேசவில்லை. பல விவாதங்களுக்குப் பின்னர் அம்மசோதா நிறைவேற்றப் பட்டது.[25] இதன் பின்னர் நிறைவேற்றப்பட்ட ஆலய நுழைவுச் சட்டத்திலும் பொது நீராதாரங்களை அணுகுவதற்கும் அனுபவிப் பதற்கும் தலித்துகள் அனுமதிக்கப்பட வேண்டும், மறுக்கக்கூடாது என்று கூறப்பட்டிருக்கிறது.

சென்னை மாகாணப் பேரவையில் அறிமுகம் செய்யப் பட்டு விவாதத்திற்கு உட்படுத்தி நிறைவேற்றப்படாத/நிறைவேற்றப் பட்ட தீர்மானங்களை நோக்கும்போது தலித் பிரதிநிதிகள் கடும் சிரத்தை எடுத்திருப்பதனைப் புரிந்துகொள்ள முடிகிறது. தாங்கள் அறிமுகம் செய்கின்ற மசோதா நிறைவேற்றப்பட வேண்டும் என்பதற்காகத் தலித் பிரதிநிதிகள் பல விவாதங் களை முன்வைத்திருக்கின்றனர். 1) தலித்துகளின் சமூக அவல நிலையை எடுத்துரைத்தல், 2) நவீன சமூகத்தில் பொது நிறுவனங் கள், பொதுச் சொத்துகள் போன்றவற்றின் உருவாக்கத்தில், பராமரிப்பில் தலித்துகள் செலுத்துகின்ற இறைக்குடியும் அடங்கி உள்ளது. இறைக்குடி செலுத்துகின்ற இதர சாதியினர் அதற்கான பிரதிபலனை அனுபவிக்கும்போது தலித்துகள் மட்டும் அத்தகைய பிரதிபலனை அனுபவிப்பதிலிருந்து விலக்கப்படுவது முறை

---

25. *MLCD*, VI (30 March 1938), pp. 1168–1186.

யற்றது. இத்தகைய பிரதிபலனை அடைவதில் தடையாயிருக் கின்ற மரபு சார்ந்த சமூக விதிகள் ஒழிக்கப்பட வேண்டும். 3) தங்களால் அறிமுகம் செய்யப்பட்டிருக்கின்ற மசோதாவினைப் போன்று இதற்கு முன்னரும் குழந்தைத் திருமணத் தடுப்புச் சட்டம், விதவை மறுமணச் சட்டம் போன்ற சமூக சீர்திருத்த மசோதாக்கள் நிறைவேற்றப்பட்டிருக்கின்றன. 4) காலங்களும் சமூக அமைப்புகளும் மாறிக்கொண்டிருக்கும்போது ஏற்றத் தாழ்வினை வலியுறுத்துகின்ற பண்டைய மரபுகளுக்கு முற்றுப் புள்ளி வைக்க வேண்டும். 5) ஜனநாயகம், நீதி குறித்துப் பேசும் போது சமூகப் பாகுபாடுகள் ஒழிக்கப்பட வேண்டும். 6) ஆதிக்கச் சாதியினருக்கு இருப்பது போல் தலித்துகளுக்கும் உரிமை வழங்கப்பட வேண்டும். 7) சட்டம் இருந்தால் மக்கள் அதற்குக் கீழ்ப்படிவார்கள். எனவே, சட்டம் வேண்டும் என்று கூறினர்.

இத்தகைய சட்டவரைவினை எதிர்த்தவர்கள், 1) தலித்து கள் சுயமாக முன்னேற வேண்டும், 2) உரிமை கோருவது பாதகமான விளைவுகளையே உருவாக்கும், 3) தேசத்தில் முற் போக்கான இயக்கம் இருக்கிறபோது இத்தகைய சட்டங்கள் தேவையில்லை போன்ற வாதங்களை முன்வைத்துள்ளனர். இவற்றினை உற்றுநோக்கும்போது தலித்துகளும் அவர்களை ஆதரித்தவர்களும் நவீனம் சார்ந்தும் அதனை எதிர்த்தவர்கள் பாரம்பரியம் சார்ந்தும் கருத்துக்களை வெளிப்படுத்தியுள்ள னர் என்பது தெளிவு. மேலே எடுத்துரைக்கப்பட்டிருக்கிற சட்டங்கள் குறிப்பாக இரட்டைமலை சீனிவாசனால் அறிமுகம் செய்து நிறைவேற்றப்பட்ட மசோதா அரசாணையாக அறிவிக்கப் பட்ட பின்னர் அது தலித் மக்களின் போராட்டத்திற்கு வித்திட்டது.

உக்கிரமான உள்ளூர்ப் போராட்டம்

நஞ்சைமகத்துவாழ்க்கை (1925)

இரட்டைமலை சீனிவாசனின் தீர்மானம் அரசாணை யாக அறிவிக்கப்பட்ட பின்னர் தண்ணீருக்கான தலித்துகளின் உள்ளூர்ப் போராட்டம் 1925ஆம் ஆண்டு நஞ்சைமகத்துவாழ்க்கைக் கிராமத்தில் முதன்முதலாக நடைபெற்றது. நஞ்சைமகத்து வாழ்க்கை என்ற கிராமத்தைச் சேர்ந்த தலித்துகள் தண்ணீர் இல்லாமையினைக் கோடைக்காலத்தில் கடுமையாக அனுபவிப் பது வழமையாக இருந்துவந்தது. மழைக்காலம் தொடங்கும் வரை குடிநீரின்றித் தலித்துகள் அல்லல்பட்டிருக்கின்றனர். ஆனால் ஆதிக்கச்சாதியினரின் கட்டுப்பாட்டிலிருந்த குளத்தில் தண்ணீர் இருந்த போதிலும் அதிலிருந்து தண்ணீர் எடுத்துக்

கொள்வதற்குத் தலித்துகள் அனுமதிக்கப்படவில்லை.[26] தலித்துகளின் சங்கச் செயலாளர் மூலமாக சிதம்பரம் வருவாய் மண்டல அதிகாரிக்குப் புகார் மனு ஒன்றினை அனுப்பினர். அம்மனுவில், குடிநீரின்றி மிகக் கடுமையாக இன்னலுக்குள்ளாகி வரும் தங்களைப் பொதுக் குளத்தினை அணுகவிடாமல் ஆதிக்கச் சாதியினர் தடுத்து வருவதாகக் கூறினர். மேலும் பொது நீராதாரங்களில் தண்ணீர் எடுக்கச் சென்ற தலித் பெண்கள் ஆதிக்கச்சாதியினரால் தாக்கப்பட்டதனையும் தெரிவித்தனர். இச்சம்பவத்தினை அறிந்த இரட்டைமலை சீனிவாசன் பொது நீராதாரங்களில் தண்ணீர் எடுக்கின்ற தலித்துகளின் உரிமை ஆயுதம் தரித்த காவல் துறையின் உதவியுடன் நிறைவேற்றப்பட வேண்டும் என்று வலியுறுத்தினார்.[27] இது குறித்துச் சிதம்பரம், துணை நீதிபதியிடம் தெரிவிக்கப்பட்டது. அவர் 20 மார்ச் 1925 அன்று விசாரணை மேற்கொண்டார். தங்களின் சொந்தச் செலவில் அக்குளத்தினைப் பராமரித்து வருவதாகவும் அதில் கிடைக்கின்ற மீன்களைத் தாங்களே பயன்படுத்தி வருவதாகவும் இதில் தலித்துகள் ஒரு போதும் தண்ணீர் எடுத்திருக்கவில்லை என்றும் சாதி இந்துக்கள் அவரிடம் கூறினர். விவசாயத்திற்குப் பயன்படுத்தப்படும் கால்வாயில் வரும் தண்ணீரையே ஆண்டில் 10 மாதங்கள் தலித்துகள் பயன்படுத்துவர். மீதமுள்ள மாதங்களில் அவர்கள் அரை மைல் தூரத்திலிருக்கும் குளத்தில் தண்ணீர் எடுப்பர் என்று கூறினார் கிராமத்தின் ஊழியர் ஒருவர்.[28] இவ்விசாரணைக்குப் பின்னர் வருவாய் அதிகாரி, "தலித்துகள் அக்குளத்தினைப் பயன்படுத்தவில்லை என்பது விசாரணையிலிருந்து தெரியவருகிறது. அக்குளத்தைத் தலித்துகள் பயன்படுத்துவதனைச் சாதி இந்துக்கள் தடுக்கக்கூடாது. தலித்துகளுக்கெனத் தனிக் கிணறு ஏற்படுத்தப்படும் அதுவரை தலித்துகள் பொதுக் குளத்தில் தண்ணீர் எடுக்க வேண்டாம்"[29] என்றார். சிதம்பரம் வருவாய் அதிகாரியின் கூற்றிலிருந்து தான் ஏற்றுக்கொண்ட கொள்கையினை அரசாங்கமே அமல் படுத்துவதற்கு முன்வராததால் தலித்துகளின் போராட்டம் தோல்வியிலேயே முடிந்துவிட்டது.

ஜோலார்பேட்டை (1926)

பொதுக் கிணற்றில் சாதி, வகுப்பு வேறுபாடின்றி அனை வரும் தண்ணீர் எடுத்துக்கொள்ளலாம் என்ற அறிவிப்பினைத்

---

26. G.O. No. 2596, Law (General), (18 August 1925).

27. Ibid.

28. MLCD, XXVI (14 December 1925), p. 114.

29. Ibid.

தொடர்ந்து திருப்பத்தூர் அருகேயுள்ள ஜோலார்பேட்டையில் தலித்துகள் பொதுக் கிணற்றில் தண்ணீர் எடுத்தனர். இதனால் ஆத்திரமடைந்த ஆதிக்கச்சாதியினர் அக்கிணற்றில் 26 ஆகஸ்ட் 1926 அன்று பெருமளவு மனித மலத்தினைக் கலந்தனர். மேலும் அக்கிணற்றில், விஷத்தினைக் கலப்பதற்குத் திட்டமிட்டனர். அரசு அதிகாரிகளுக்கு இது தொடர்பாக மனு ஒன்றினைத் தலித் சமூகத்தினைச் சார்ந்த துரைச்சாமி கொடுத்தார். தலித் பிரதிநிதியான ஆர். வீரையன் இது தொடர்பான அறிக்கையினை அரசாங்கத்திற்குச் சமர்ப்பித்திருக்கிறார். மேலும், சென்னை மாகாண அவையில் இது தொடர்பாகக் கேள்வியை எழுப்பி நடவடிக்கை எடுக்க வேண்டும் என்று வலியுறுத்தினார். ஜே.ஏ. சல்தன்கா என்ற உறுப்பினர் சென்னை மாகாண அவை யில், இது ஆபத்தான சம்பவம். உண்மையில் நான் இச்சம்பவம் தொடர்பாக ஒத்திவைப்புத் தீர்மானம் கொண்டு வருவதற்கு நினைத்திருந்தேன் என்று கூறியபோது அவையில் பிற உறுப்பினர் கள் சிரித்தனர்.[30] இதன் பின்னர் அது தொடர்பாக வேறு நடவடிக்கை எடுக்கப்பட்டதாகத் தெரியவில்லை.

ஏனாத்தூர் (1932)

செங்கற்பட்டு மாவட்டம் ஏனாத்தூர் கிராமத்தில் இருந்த மூன்று குளங்களில் ஒன்று புறம்போக்கு இடத்தில் இருந்த பிடாரிக்குளம் ஆகும். அக்குளத்தைப் பராமரிக்கின்ற பணிக்கு அரசாங்கப் பொது நிதி செலவிடப்பட்டிருக்கவில்லை ஆனால் கிராமப் பொது நிதி அக்குளத்தைச் சீரமைப்பதற்குச் செலவிடப் பட்டது. இக்குளத்தில் தண்ணீர் எடுப்பதிலிருந்து தலித்துகள் விலக்கப்பட்டிருந்தனர். நவீனச்சட்டம் வழங்கும் உரிமையினை அடிப்படையாகக் கொண்டு தலித்துகள் 16 ஜுன் 1932 அன்று அக்குளத்தில் தண்ணீர் எடுப்பதற்குச் சென்றனர். இதனால் ஆதிக்கச்சாதியினர் தலித் பெண்கள் தண்ணீர் எடுப்பதனைத் தடுத்தனர். மேலும், குடங்களை நொறுக்கினர். இவ் வன்முறை குறித்து 22 ஜுன் 1932 அன்று மாவட்ட காவல் கண்காணிப் பாளரிடம் புகார் கொடுத்தனர். ஆதிக்கச்சாதியினர் தலித்து கள் மீது ஏவிய வன்முறைக்காக அவர்கள் மீது எவ்வித நடவடிக்கையும் எடுக்கப்படவில்லை. இச்சம்பவம் குறித்து விசாரணை மேற்கொண்ட காவல் ஆய்வாளர், அக்குளத்தில் தண்ணீர் எடுப்பதிலிருந்து தலித்துகளைத் தடுப்பதற்காகத் தடை உத்தரவு (144) செயல்படுத்தப்பட வேண்டும், குற்றவியல் நடைமுறைச் சட்டம் 107இன் கீழ் தலித்துகள் மீது நடவடிக்கை எடுக்க வேண்டும் என்று பரிந்துரைத்தார். இச்சம்பவம் தொடர்

---

30. *MLCD*, XXXII (15 September 1926), pp.767 – 768.

பாகத் தலித்துகளின் கருத்துக்களைக் கேட்டறியாமலேயே காவல் ஆய்வாளரின் பரிந்துரையை மட்டும் அடிப்படையாகக் கொண்டு காஞ்சிபுரம் துணை நீதிபதி தலித்துகள் அக்குளத்தில் தண்ணீர் எடுப்பதற்குத் தடையுத்தரவை 03 ஜூலை 1932 அன்று பிறப்பித்தார்.[31] எனவே, தலித்துகள் தடையுத்தரவுக்கு எதிராக நீதிபதியிடம் மனு கொடுத்தனர். நீதிபதி சம்பவம் தொடர்பாக அங்கு விசாரணை மேற்கொண்டார். "அங்குத் தலித்துகளுக் கென இருக்கின்ற கிணற்றில் போதுமான தண்ணீர் இருக்கிறது. அது சுவையாக இல்லையெனினும் குடிப்பதற்கு ஏற்றது. தலித்து கள் வழக்கமாக பிடாரிக்குளத்தைப் பயன்படுத்தவில்லை. அக்குளத்தை பயன்படுத்துவோம் என்று தலித்துகள் கூறுவது சாதாரண மனித உரிமையைக் கைக்கொள்வதற்கான முயற்சி யாகும். நான் பிடாரிக்குளத்தில் இரண்டு எருமை மாடுகள் தண்ணீர் குடிப்பதைப் பார்த்தேன். விலங்குகள் அக்குளத்தைப் பயன்படுத்துகிறபோது தலித்துகள் அக்குளத்தைத் தொடுவதற்குத் தகுதியற்றவர்களாகக் கருதப்பட வேண்டுமா? இங்குக் கேள்வி யென்னவென்றால் தலித்துகளைக் கட்டுப்படுத்துவதற்கு சாதி இந்துக்களிடம் எக்கச்சக்கமான அதிகாரங்கள் இருக்கிறபோது இக்கோமாளித்தனத்தை ஆதரிக்க சட்டம் பயன்படுத்தப்பட வேண்டுமா? அது அவசியமற்றது என்று கருதுகிறேன்"[32] என்ற முடிவுக்கு வந்த அவர் துணை நீதிபதி பிறப்பித்த தடையுத்தரவை ரத்து செய்தார். இத்தடையுத்தரவு 08 அக்டோபர் 1932 அன்று திரும்பப் பெறப்பட்டது.

மேலஅரசூர் : தலித்துகளுக்கு உதவ மறுத்த காந்தி (1933)

திருச்சிராப்பள்ளி மாவட்டம் லால்குடி வட்டத்திலுள்ள மேலஅரசூர் பல சாதியினரும் மதத்தினரும் வசிக்கின்ற கிராமம். 1930களில் அங்குச் சாதி இந்துக்கள் 250 குடும்பங்கள், கிறிஸ்துவர் கள் 6 குடும்பங்கள், இசுலாமியர் 4 குடும்பங்கள், தலித்துகள் 61 குடும்பங்கள் இருந்தனர். சுமார் 1,300 பேருக்கும் அதிக மானோர் அவ்வூரில் வசித்து வந்தனர். தலித்துகளில் பெரும் பாலானோர், சாதி இந்துக்களிடம் குத்தகை விவசாயிகளாக வும் சிலர் சொந்த நிலமுடையோராகவும் இருந்தனர். நீராதாரங் களைப் பொறுத்த மட்டில் இக்கிராமத்தினர் மூன்று குளங் களை நம்பியிருந்தனர். முதல் குளம் மிகச் சுத்தமான தண்ணீரைக் கொண்டது. இக்குளம் ஆதிக்கச்சாதியினர், கிறிஸ்துவர்கள், இசுலாமியர்களால் குடிநீருக்காகப் பயன்படுத்தப்பட்டு வந்தது.

---

31. *MLCD*, LXVI (25 March 1933), pp. 787–788; G.O. No. 396, Public (09 May 1933).
32. G.O. No. 399, Public (09 May 1933).

அக்குளம் தலித்துகளால் தோண்டப்பட்டு, பராமரிப்புச் செய்யப் பட்டிருந்த போதிலும்கூட, தலித்துகள் விலக்கப்பட்டிருந்தனர். இக்குளம் வட்டாட்சி வாரிய நிதி மூலம் பராமரிக்கப்பட்டு வந்தது. இக்குளத்திலுள்ள மீன்கள் வட்டாட்சி வாரியத்தினா லேயே குத்தகைக்கு விடப்பட்டன. மேலும் இக்குளக்கரையி லிருக்கும் மரங்களைக் குத்தகைக்குக் கொடுப்பதும் வட்டாட்சி வாரியப் பொறுப்பாகும். இக்குளம் பொதுக் குளம், சாதி இந்துக்களின் தனியுடைமை அல்ல என்பது தெளிவு. இருப்பி னும் தலித்துகள் அப்பொதுக் குளத்தை அணுகுவதிலிருந்து விலக்கப்பட்டிருந்தனர். இரண்டாவது குளம் ஆதிக்கச்சாதி யினரின் வளர்ப்புப் பிராணிகளைக் குளிப்பாட்டவும் ஆதிக்கச் சாதியினர் மலம் கழுவவும் உபயோகப்படுத்தப்பட்டது. சுத்த மற்ற தண்ணீரே கிடைக்கும் அக்குளம் மனிதர்களின் பயன் பாட்டிற்கு ஏற்றதல்ல. இக்குளத்திலும் தலித்துகளுக்கு அனுமதி மறுக்கப்பட்டது. மூன்றாவது தலித்துகளுக்கென ஒரு குட்டை அவர்களின் குடியிருப்பிற்கு அருகில் இருந்தது. இக்குட்டை யில் அசுத்தமான தண்ணீரே கிடைத்து வந்தது. அதுவும் மழைக் காலத்தில் மட்டுமே. அசுத்தமான இந்தத் தண்ணீரையே தலித்து கள் பருகுவதற்கும் இதர தேவைகளுக்கும் பயன்படுத்தி வந்தனர். ஒரு குடம் சுத்தமான தண்ணீருக்காகத் தலித்துகள் மைல் கணக்கில் நடக்க வேண்டிய நிர்ப்பந்தம் இருந்தது. இந்த இன்னல்களைத் தலித்துகள் நீண்ட நாட்கள் தாங்கிக்கொள் வதற்குத் தயாராக இல்லை. இச்சூழலில் தலித்துகள் ஆதிக்கச் சாதியினரின் கட்டுப்பாட்டிற்குள் இருந்த சுத்தமான தண்ணீர் கிடைக்கும் பொதுக் குளத்தில் தண்ணீர் எடுப்பதற்குச் சட்ட அடிப்படையில் உரிமையிருக்கிறது என்று 1933ஆம் ஆண்டு போராடத் தொடங்கினர். அக்குளத்தை அணுகாதவாறு ஆதிக்கச் சாதியினர் தலித்துகளைத் தடுத்தனர். மேலும் குளத்தைப் பாதுகாப்பதற்கு ஏற்பாடு செய்தனர். ஆதிக்கச்சாதியினரின் இச்செயலினைச் சட்ட விரோதமானது எனக்கூறினர் தலித்து கள். ஆதிக்கச்சாதியினரோ பாரம்பரிய வழமைப்படி, ஏற்கனவே நிறுவப்பட்டிருக்கிற மரபுப்படி தலித்துகள் இக்குளத்தினை அணுகுவதற்கு உரிமையில்லை என்று அறிவித்தனர். கோட்பாட்டு ரீதியாகச் சமத்துவத்திற்கு ஆதரவாக இருக்கின்ற நவீன சட்டத் தின் அடிப்படையில் தலித்துகளுக்கும் அசமத்துவத்தை வலியுறுத் தும் இந்து மதம் சார்ந்த விதிகளின் அடிப்படையில் ஆதிக்கச் சாதிகளுக்கும் இடையே பொது நீராதாரத்தினை அணுகுவது தொடர்பாகச் சிக்கல் உருவானது. அதன் விளைவாகத் தலித்து கள் பொருளாதார ரீதியாகத் திட்டமிட்டு விலக்கப்பட்டனர். வேலை மறுப்பு, கடைகளில் உணவுப் பொருட்கள் விற்பனை மறுப்பு போன்ற திட்டமிட்ட சமூக விலக்கலினைத் தலித்துகள்

அனுபவிக்க நேர்ந்தது. வேலைக்காகத் தலித்துகள் பல கிலோ மீட்டர் நடக்க வேண்டிய நிர்ப்பந்தம் உருவானது. இசுலாமியர்களையும் கிறிஸ்துவர்களையும் பொதுக் குளத்தினைப் பயன்படுத்திக்கொள்வதற்கு அனுமதிக்கின்ற நீங்கள் ஏன் தலித்துகளுக்கு அவ்வுரிமையினை மறுக்கின்றீர்கள்? என்று ஆதிக்கச் சாதியினரிடம் வினவியபோது அவர்கள் "இத்தகைய விஷமத்தனமான கருத்துக்களை நகரத்திலிருந்து தலித்துகள் பெற்றிருக்கின்றார்கள். தலித்துகள் பல நூற்றாண்டுகளாகப் பொதுக் குளத்தில் தண்ணீர் எடுக்க வேண்டும் என்ற உரிமையினைக் கோராமலேயே வசித்து வந்திருக்கின்றனர்"[33] என்றனர். மேலும், "அவர்களுக்குச் சுயபுத்தி இல்லை. பிறரால் அவர்கள் கெட்டுவிட்டனர். பல நூற்றாண்டுகள் எவ்வாறு வாழ்ந்து வந்திருக்கின்றனரோ? அவ்வாறே வாழ வேண்டும்"[34] என்றனர்.

பொது நீராதாரங்களை அணுகுவதற்கும் அனுபவிப்பதற்குமான உரிமையினை நிலைநாட்ட தலித்துகள் வட்டாட்சி வாரியத்திற்கும் மாவட்ட நீதிபதி மற்றும் தொழிலாளர் துறை ஆணையர் ஆகியோருக்கும் தங்களுடைய சிக்கல் குறித்துப் புகார் செய்தனர். தலித்துகளின் போராட்டம் சட்டத்திற்குட்பட்டது என்ற போதிலும்கூட, வட்டாட்சி வாரியத்தின் தலைவர் மற்றும் பெரும்பாலான உறுப்பினர்கள் ஆதிக்கச்சாதியினைச் சேர்ந்தவர்கள் ஆதலால் அவர்கள் தங்கள் சுய சாதியினரின் விருப்பங்களுக்கு எதிராகச் செயல்படுவதற்கு மறுத்துவிட்டனர். தங்களின் சட்ட ரீதியான கோரிக்கைக்கு அரசு அதிகாரிகளிடமிருந்தும் பிரதிநிதிகளிடமிருந்தும் எவ்வித சாதகமான பதிலும் கிடைக்காத சூழலில் தலித்துகள் காந்தியைச் சந்தித்துத் தங்களின் அவலநிலையை முறையிட்டனர். 1934ஆம் ஆண்டு தமிழகத்தில் சுற்றுப்பயணம் செய்துகொண்டிருந்த அவர் திருச்சிராப்பள்ளிக்கு வந்தபோது மனு ஒன்றினைக் கொடுத்தனர். அதில், "நாங்கள் மேலஅரசூர் கிராம வாசிகள். இங்குப் பெரிய மற்றும் சிறிய என இரண்டு குடிநீர்க் குளங்கள் இருக்கின்றன. இவை ஆதிக்கச்சாதியினரால் மட்டும் பயன்படுத்தப்படுகின்றன. நாங்கள் அவற்றினைத் தொடுவதிலிருந்து விலக்கப்பட்டிருக்கிறோம். தண்ணீருக்காக நாங்கள் அக்குளத்தினருகே காத்திருக்கும் போது முற்போக்குச் சிந்தனையுள்ள ஆதிக்கச் சாதியினர் எவரும் அங்கு வரவில்லை என்றால் நாங்கள் தண்ணீரின்றித் திரும்பிச் செல்ல வேண்டும். இச் சமூக விலக்கலினை ஒழிக்கக் கோரி நாங்கள் அரசாங்கத்திற்கு முறையிட்டதன் விளைவு பொது நீராதாரங்களை அனுபவிப்பதிலிருந்து எவரையும்

---

33. 'Not a Drop to Drink', *Harijan*, I, 44 (08 December 1933), pp.1 – 2.
34. *Ibid.*, p.2.

தடை செய்யக்கூடாது என்ற அறிக்கை வெளியிடப்பட்டது. இருப்பினும் எவ்வித பயனும் இல்லை. எங்கள் முயற்சி ஆதிக்கச் சாதியினரைப் புண்படுத்திவிட்டதாகக் கருதினர். இதனால் அவர்கள் எங்களுக்கு வேலை தருவதற்கு மறுத்துவிட்டனர். உணவுப் பொருட்களும் எங்களுக்குக் கிடைக்கவில்லை. இந்த வறுமையான சூழலில் உணவும் உடையுமின்றி நாங்கள் சொல்ல இயலாத இன்னல்களைக் கடந்த ஒன்பது மாதங்களாக அனுபவித்து வருகிறோம். நிலச்சுவான்தார்களிடம் உதவி கேட்ட போதிலும் கண்ணீரே மிஞ்சியது. இந்நிலையில் உங்க ளால் மட்டுமே இன்னல்களிலிருந்து எங்களை விடுவிக்க முடியும் என்று நம்புகிறோம். சுமார் மூன்று மாதங்கள் எங்களை நிலைநிறுத்திக் கொள்வதற்கு எங்கள் ஒவ்வொருவரின் குடும்பத் திற்கும் சிறு நிதி உதவி கொடுத்து எங்களை வறுமையிலிருந்து விடுவிக்குமாறு கேட்டுக்கொள்கிறோம்." தலித்துகளின் இக் கோரிக்கைக்கு உடனடியாக காந்தி எவ்விதத்திலும் நடவடிக்கை எடுத்ததாகத் தெரியவில்லை. அவர் வெளியிட்டு வந்த ஹரிஜன் இதழில் தனது கருத்தினைப் பின்வருமாறு தெரியப்படுத்தி யிருக்கிறார். "மாகாண ஹரிஜன சேவா சங்கம் இதற்கு உரிய நடவடிக்கை எடுக்கும். சிக்கலுக்குள்ளாகியிருக்கிற குளத்தினைத் தவிர வேறு சுத்தமான நீராதாரம் ஏதேனும் இருக்கிறதா? என்பதனைத் தெரிந்துகொள்ள வேண்டும். இல்லையென்றால் மனிதநேய அடிப்படையில் சுத்தமான தண்ணீர் கொடுப்பதற்கு உத்தரவாதம் செய்யப்பட வேண்டும். ஹரிஜனங்களைச் சமூக விலக்கம் செய்திருப்பது ஏற்கனவே காயப்படுத்தப்பட்டிருக் கும் மக்களுக்கு மேலும் ஒரு இடர்ப்பாடு. உள்ளூர் ஹரிஜன சேவா சங்கம் அவர்களுக்கு நீதியைப் பெற்றுத் தரும் என்று நம்புகிறேன். நிதியுதவி வேண்டும் என்ற அவர்களின் கோரிக்கை யினை நிறைவேற்றுவதற்கு என்னால் முடியும். ஆனாலும் அதனைச் செய்வதற்கு விருப்பமில்லை. அத்தகைய நிதியுதவி பொதுப் பணத்தை வீணடிப்பதாகும். இது பணம் பெறுகின்றவர் களை அவமானப்படுத்திக் கொள்கின்ற செயலாகும். மேலும் சோம்பேறித்தனத்தையும் உருவாக்கும். உடல் வலுவானவர்கள் வேலைதான் கேட்க வேண்டும்; ஒரு போதும் உதவி கோரக் கூடாது. இக்காலத்தில் வேலை கிடைப்பது கடினமான செயல். அதுவும் ஹரிஜனங்களுக்குக் கூடுதல் கடினம். ஆனால் யார் ஒருவர் எந்த நேர்மையான வேலையைச் செய்வதற்குத் தயாராக இருக்கிறாரோ அவருக்கு வேலைகிடைப்பது கடினமல்ல. ஹரிஜன நண்பர்களே! யாசிப்பதனை ஊக்குவிக்காதீர்கள். நேர்மையான வேலையைச் செய்ய மறுக்காதவர்க்கு வேலை கிடைப்பதற்கு முயற்சி செய்யுங்கள்."[35] காந்தி இந்த அறிவுரை

35. Gandhi, 'A Wail From Mela Arasur', *Harijan* (02 March 1934), p. 20.

யினைத் தவிர மேலஅரசூர் தலித்துகள் பொதுக் குளத்தினை அணுகி அதனைப் பயன்படுத்துவதற்கு வேறு எவ்வித முயற்சியையும் செய்ததாகத் தெரியவில்லை. இந்த அறிவுரையை மேல அரசூர் தலித் மக்கள் அறிந்திருந்தனரா? இல்லையா? என்பதும் தெரியவில்லை. இது தொடர்பான பிரச்சினையை வி. தர்மலிங்க பிள்ளை என்ற தலித் பிரதிநிதி சட்டமன்றத்தில் எழுப்பினார். மேலஅரசூர் குளம் பொதுவானதா? அல்லது தனியுடைமையா? என்ற கேள்விக்கு, அரசாங்கத் தரப்பில் அது பொதுக் குளம். ஆதிக்கச்சாதியினரால் பயன்படுத்தப்பட்டு வருகிறது என்று பதிலளிக்கப்பட்டது.[36] அரசாங்கம் அக்குளத்தினைப் பொது வானது என்று ஒத்துக்கொண்ட பின்னரும்கூட அப்பொதுக் குளத்தை அணுக தலித்துகள் அனுமதிக்கப்படவில்லை.[37] பொதுக் குளத்தினை அணுகுதல் தொடர்பான செய்தி ஒன்றிலிருந்து 1935ஆம் ஆண்டும் மேலஅரசூர் பொதுக் குளத்தில் தலித்துகள் அனுமதிக்கப்படவில்லை என்பதனை அறியமுடிகிறது. இச் சிக்கல் 1938 – 39ஆம் ஆண்டுகளில் தீர்த்து வைக்கப்பட்டிருக் கிறது. மேலஅரசூர் பொதுக்குளம் இன்றுவரை தலித்துகளுக் கான அணுகு உரிமை மறுக்கப்பட்டு வருகிறதாமே? என்ற கேள்வியினை ஆர்.மருதை என்ற உறுப்பினர் சட்டமன்றத்தில் எழுப்பினார். கிராமத்தின் வட பகுதியில் அக்குளம் அமைந் திருக்கிறது. அங்கு ஆதிக்கச்சாதியினர் வசிக்கின்றனர். அக்குளம் அவர்களால் பயன்படுத்தப்பட்டு வருகிறது. கிராமத்தின் தென் பகுதியில் வசிக்கின்ற ஹரிஜன் மக்களின் வசதிக்காக அங்குப் பொதுக் கிணறு ஒன்று தோண்டப்பட்டிருக்கிறது. அரசாங்கம் மிகச் சமீபத்தில் இரண்டு ஆழ்துளைக்கிணறுகள் அமைப்பதற்கு உத்தரவிட்டிருக்கிறது. குளமும் கிணறும் அனைத்து வகுப்பினருக் கும் திறக்கப்பட்டிருக்கின்றன. தண்ணீர் பயன்படுத்துவதற் கான வழிமுறை மாவட்ட நிர்வாகத்திடம் இருக்கிறது. தேவை யான சமயத்தில் அவர்கள் தலையிடுவர் என்று பதிலளிக்கப் பட்டது.[38] இதிலிருந்து ஒரு விஷயம் தெளிவாகிறது. அதாவது ஆதிக்கச்சாதியினரின் கட்டுப்பாட்டிற்குள் இருக்கின்ற பொதுக் குளத்தில் தலித்துகளின் அணுகு உரிமையினை அரசாங்கமும் மறுத்திருக்கிறது. ஆனால் தனிக்கிணறு ஏற்படுத்தியதன் மூலம் அவர்களுடைய தண்ணீர்ப்பிரச்சினை தீர்க்கப்பட்டிருக்கிறது. சமூக விலக்கத்திற்கு அடிப்படையான சமூகப் பாகுபாடு ஆதிக்கச்சாதி மற்றும் அரசாங்கம் ஆகிய நிறுவனங்களால் பாதுகாக்கப்பட்டிருக்கின்றன.

---

36. *MLCD*, LXXI (23 March 1934), p. 676.
37. L. N. Gopalaswamy, 'Harijan Wells in Tamil Nad', *Harijan* (28 December 1935), p. 363.
38. *MLCD* (23 January 1939), pp. 418 – 419.

தலித் பிரதிநிதி மற்றும் அரசு ஊழியர் போராட்டம்

சாதியச் சமூகத்தில் ஒருவரின் வர்க்க நிலைமாறக்கூடும் ஆனால் சாதிய நிலை மாறுவது இயலாது. காலனியாட்சிக் காலத்தின்போது தலித்துகள் சிலரின் வர்க்க நிலை மாறி யிருந்த போதிலும் அவர்கள் தலித் பொது மக்கள் அனுபவித்து வந்த அதே சிக்கலினை அனுபவித்திருக்கின்றனர். வர்க்க நிலை மாறிய தலித்துகள் அவர்கள் பணிபுரிகின்ற இடங்களி லுள்ள பொது நீராதரங்களிலிருந்து விலக்கப்பட்டதனை உதாரண மாகக் கூறலாம். எனவே அவர்கள் அதற்கு எதிராகப் போராடி யிருக்கின்றனர். தலித் சமூகத்தினைச் சேர்ந்த ஆர். வீரையன் சென்னை மாகாண அவையின் தலித்துகளுக்கான பிரதிநிதி யாக நியமிக்கப்பட்டார். தலித் மக்கள் அன்றாடம் அனுபவித்து வரும் தீண்டாமை, சமூக ஒதுக்கல், வன்முறை ஆகியவற்றுக்கு எதிராகச் சென்னை மாகாண அவையில் போராடினார். ஆர். வீரையன் அலுவல் நிமித்தமாக கோயம்புத்தூர் மாவட்டம் வெள்ளக்கோயில் அரசு பங்களாவில் தங்கியிருக்க வேண்டிய சூழல் வந்தது. இப்பங்களா உள்ளாட்சிப் பணத்தின் மூலம் கட்டப்பட்டிருக்கிறது. ஆர். வீரையனும் தலித் சமூகத்தினைச் சேர்ந்த அவருடைய உதவியாளரும் அப்பங்களாவில் தங்கி யிருந்தனர். அங்கிருந்த கிணற்றில் அவர்கள் குடிப்பதற்குத் தண்ணீர் எடுத்துக்கொள்ள அனுமதி மறுக்கப்பட்டது. 'ஆதி திராவிடர்கள் தண்ணீர் எடுக்கக்கூடாது மீறினால் தண்டிக்கப் படுவர்' என்ற வாசகம் அடங்கிய பலகை ஒன்று அக்கிணற்றில் தொங்கவிடப்பட்டிருந்தது. இதனை எதிர்த்து ஆர். வீரையன் சென்னை மாகாண அவையில் கேள்வி எழுப்பினார். அச் சம்பவம் குறித்துக் கேள்விபதில் நேரத்தில் விவரித்த அவர், ஏன் பொது நீராதாரங்களிலிருந்து தலித்துகளுக்குத் தண்ணீர் மறுக்கப்படுகிறது? என்ற கேள்விக்குப் பதில் தரப்பட வேண்டும் என்றார். ஆனால் பதில் வழங்கப்படவில்லை.[39]

சேலம் காவலர் வளாகத்தில் சாதி இந்துக்கள், இசுலாமியர் ஆகியோருக்கு இரண்டு கிணறுகளும் தலித்துகளுக்கு இரண்டு கிணறுகளும் தனித்தனியாக ஒதுக்கப்பட்டிருந்தன. இவற்றில் மூன்று கிணறுகளில் 1946ஆம் ஆண்டு மார்ச் மாதம் தண்ணீர்ப் பற்றாக்குறை ஏற்பட்டது. ஆதிக்கச்சாதியினர் தங்களுக்கு ஒதுக்கப் பட்டிருந்த கிணற்றிலிருந்து தலித்துகளுக்குத் தண்ணீர் தரு வதற்கு ஒத்துக்கொண்டனர். ஆனால் கிராமங்களில் இருப்பது போல் ஆதிக்கச்சாதியினரின் பாத்திரங்கள் மூலமே கிணற்றி

---

39. *MLCD*, XXXII (04 September 1926), pp. 218 – 219.

லிருந்து தண்ணீர் எடுத்துத்தருவோம் என்று கூறினர். இத் தீண்டாமையினைத் தலித் காவலர்கள் ஏற்க மறுத்துவிட்டனர். மாவட்டக் காவல் கண்காணிப்பாளர் தலித்துகளுக்கு உள்ளூர்த் தீயணைப்புத் துறை மூலம் தண்ணீர் தருவதற்கு ஏற்பாடு செய்வதாகத் தெரிவித்தார். தாங்கள் வசிக்கும் இடத்தில் இருக் கின்ற கிணற்றிலிருந்து தாங்களே தண்ணீர் எடுத்துக்கொள் வதற்கு அனுமதிப்பதற்குப் பதில் வெளியிலிருந்து தண்ணீர் வழங்குவதைத் தீண்டாமையின் வேறு வடிவமெனக் கருதிய தலித் காவலர்கள் அதை ஏற்றுக்கொள்வதற்கு மறுத்து விட்டனர். இறுதியில் தலித் காவலர்களுக்கு ஒதுக்கப்பட்டிருந்த கிணற்றில் இருக்கின்ற தண்ணீரை மட்டும் பயன்படுத்திப் பற்றாக்குறை யைச் சமாளித்துக் கொண்டனர். பொதுக் கிணற்றில் தண்ணீர் எடுப்பது தங்களின் உரிமை என்று கோரி போராடிய இரண்டு தலித் காவலர்களைப் பணி இடமாற்றம் செய்தார் மாவட்டக் காவல் கண்காணிப்பாளர்.[40] தீண்டாமைக்கு எதிராக இருக் கின்ற சட்டங்களை அமல்படுத்துவதற்குத் துணைபுரிய வேண்டிய காவல்துறையே தீண்டாமையினைக் கடைபிடித்திருப்பது மட்டு மல்லாமல் உரிமைக்குப் போராடிய தலித் காவலர்களைப் பணிமாற்றம் செய்திருப்பது, சாதி மற்றும் தீண்டாமையின் பாதுகாவலர்களாகக் காவல்துறையினர் இருந்திருக்கின்றனர் என்பதை வெளிப்படுத்துகிறது. நகரங்களில் நிலைமை இவ்வாறு என்றால் கிராமங்களில் தலித்துகள் அனுபவித்திருக்கிற பாகு பாட்டின் தன்மை எவ்வாறு இருந்திருக்கும்? என்பதனைப் புரிந்துகொள்ள முடியும்.

பொதுப் போராட்ட நிலை 3

கேள்வி எழுப்புதல்

மேலே விவரிக்கப்பட்டுள்ள போராட்டங்கள் குறித்து நியமன தலித் உறுப்பினர்கள் சென்னை மாகாணப் பேரவைக் குள் கேள்வி நேரத்தில் கேள்வி எழுப்பியுள்ளனர். அக்கேள்வி களை வாசிக்கும்போது அவையனைத்தும் போராட்டங்கள் தொடர்பாக இருப்பதனைக் காணமுடிகிறது. பொது நீராதாரங் களை அணுகுவதற்கும் அனுபவிப்பதற்குமான உரிமை தலித்து களுக்கு மறுக்கப்படுகின்ற இடங்களை அவர்கள் முழுமையாக அறிந்திருந்தனர். இதிலிருந்து நியமன தலித் பிரதிநிதிகளுக்கும் தலித் மக்களுக்கும் நெருக்கமான உறவு இருந்ததை அறிந்து கொள்ள முடிகிறது. இத்தகைய சம்பவங்களை அறிந்திருக்கும் அவர்கள் கேள்வி நேரத்தில் முதலில் பொதுவான கேள்வி

---

40. *MLCD*, IV (06 March 1947).

யைப் பின்வருமாறு எழுப்பியுள்ளனர். 'பொது நீராதாரத் தினைத் தலித்துகள் பயன்படுத்திக்கொள்வதற்கு எவ்வித இடையூறும் இருக்கக்கூடாது என்ற அரசாணை அனைத்து உள்ளாட்சி நிர்வாக அமைப்புகளுக்கும் அனுப்பப்பட்டு விட்டதா? பொது நீராதாரங்களைத் தலித்துகளும் பயன்படுத்திக் கொள்வதற்கு அரசாணை இருக்கிறபோது அதனை நடைமுறைப்படுத்துவதற்கு மறுக்கின்ற போக்கு ஏன் இன்னும் நீடித்துக்கொண்டிருக்கிறது? இவ்விஷயத்தில் அரசாங்கத்தின் கொள்கை என்ன? பொது நீராதாரங்களில் தண்ணீர் எடுப்பதற்கு மறுக்கப்பட்ட சம்பவங்களைச் சுட்டிக்காட்டி அச்சம்பவம் குறித்து அரசாங்கம் அறிந்திருக்கிறதா? இல்லையென்றால் அது குறித்தத் தரவுகள் சேகரித்துத் தரப்படுமா? பொது நீராதாரங்களில் தண்ணீர் எடுப்பதனை உத்தரவாதம் செய்வதற்கு அரசாங்கத் தரப்பில் என்ன முயற்சி மேற்கொள்ளப்படும்?' இது போன்ற கேள்விகளைத் தலித் பிரதிநிதிகள் திரும்பத் திரும்ப எழுப்பியுள்ளனர். இக்கேள்விகளுக்கு அரசாங்கத்தின் பதில் இவ்வாறு இருந்திருக்கிறது: 'அந்த அரசாணை அனைத்து அரசு அலுவலகங்களுக்கும் அனுப்பி வைக்கப்பட்டிருக்கிறது. மேலும், பொது நீராதாரங்களில் தலித்துகள் தண்ணீர் எடுப்பதில் எவ்வித சிக்கலும் இல்லை.' இப்பதிலினை ஏற்றுக்கொள்ள மறுத்து, குறிப்பிட்ட சம்பவத்தினை எடுத்துக்கூறி அங்குள்ள பொது நீராதாரங்களை அணுகுவதற்கும் அனுபவிப்பதற்குமான உரிமை மறுக்கப்படுகிறதாமே? அது குறித்து அரசாங்கம் அறிந்திருக்கிறதா? 'ஆம்' என்று பதில் சொல்லப்பட்டால், அச்சிக்கலினைத் தீர்ப்பதற்கு அரசாங்கம் என்ன முயற்சியினை எடுத்திருக்கிறது? என்ற கேள்வியை எழுப்புவர். அக்குறிப்பிட்ட சம்பவம் குறித்து அரசாங்கம் அறிந்திருக்கவில்லை என்றால் அச்சம்பவம் குறித்துத் தரவுகள் சேகரிக்கப்படுமா? என்ற கேள்வி எழுப்பப்படும். பின்னர் அடுத்தக் கூட்டத் தொடரில் ஏற்கனவே எழுப்பப்பட்ட கேள்விக்குரிய பதிலைக் கேட்டிருக்கின்றனர். ஒரு சிக்கல் அவர்களின் கவனத்திற்குக் கொண்டுசெல்லப்பட்டால் அதற்குத் தீர்வு காண்பதற்குத் தொடர்ச்சியாக முயற்சி எடுத்துத் தீர்வு கண்டிருக்கின்றனர். ஒரு சம்பவம் குறித்துக் கேள்வி எழுப்பிவிட்டு அதற்கு உடனடியாகப் பதில் கிடைக்கவில்லை என்றால் பல மாதங்களுக்குப் பின்னர் நடைபெறும் கூட்டத்தொடரில் அச்சிக்கல் குறித்து மீண்டும் கேள்வி எழுப்பியுள்ள செயல் பாட்டினை நோக்கும்போது இது நியமன தலித் பிரதிநிதிகளின் போராட்டம் என்றே கூற முடியும். இனி, தலித்துகளின் போராட்டத்திற்கு இதர இயக்கங்களின் ஆதரவு எவ்வாறு இருந்திருக்கிறது? என்பதனைக் காண்போம்.

சுயமரியாதை இயக்கம்

பொது நீராதார அனுபவ உரிமைக்கான தலித்துகளின் போராட்டத்திற்கு ஆதரவான நிலைப்பாட்டினைச் சுயமரியாதை இயக்கம் எடுத்திருப்பதனைக் காணமுடிகிறது. தங்கள் அமைப்பு மாநாடுகளில் தீர்மானம் நிறைவேற்றுதல், பத்திரிகையில் எழுது தல் போன்ற வடிவங்களில் சுயமரியாதை இயக்கம் தனது ஆதரவினை வெளிப்படுத்தியிருக்கிறது. சென்னையில் 28 டிசம்பர் 1917 அன்று நடந்த பிராமணரல்லாதோர் மாநாட்டில் சிங்கம்பட்டி சமீன்தார் இராவ்பகதூர் தீர்த்தபதி பின்வரும் தீர்மானத்தினை முன்மொழிந்தார்: "ஆதி திராவிடர்களும் பிற ஒடுக்கப்பட்ட பிரிவினரும் பொதுக் கிணறுகள், குளங்கள், பொதுத் தெருக்கள் ஆகியவற்றைச் சுதந்திரமாகப் பயன்படுத்து வதனைத் தடுக்கும் அனைத்துத் தடைகளும் நீக்கப்பட வேண்டும்." இத்தீர்மானத்தைக் கந்தசாமி செட்டியார் வழிமொழிந்தார். பலரும் ஆதரிக்கவே அத்தீர்மானம் நிறைவேற்றப்பட்டது.[41] அத் தீர்மானத்தினை நடைமுறைப்படுத்துவதற்காக எவ்வித மான நடவடிக்கை எடுக்கப்பட்டது என்பதனை அறிந்துகொள்ள முடியவில்லை. தலித்துகளுக்குத் தண்ணீர் மறுத்த நிகழ்வினைத் "தாழ்ந்த வகுப்பினரும் தண்ணீருக்குக் கண்ணீரும்" என்று தலைப்பிட்டு குடியரசுப் பத்திரிகையில்[42] இவ்வாறு எழுதப் பட்டுள்ளது: "இராமநாதபுரம் ஜில்லா திருப்பத்தூர் தாலுகா கட்டுக்குடிப்பட்டியென்னும் கிராமத்தில் தாழ்ந்த வகுப்பா ரென்று உண்மை உணராப் போலி மக்களால் தள்ளப்பட் டிருக்கும் பள்ள நண்பர்கள் நாற்றமுள்ள தண்ணீரை விடுத்து நல்ல தண்ணீர் எடுத்துக் குடிப்பதற்கு ஊரிலுள்ள மற்ற வகுப்பினர் வீதிவழிச் செல்லக்கூடாது என்று மிகவும் கொடுமையாகவும் முரட்டுத்தனமாகவும் தடை செய்தனர். அது பற்றித் தாழ்ந்த வகுப்பினர் சுமார் 30 வீட்டுக்காரர்கள் நமது அரசாங்க நீதிமன்றங் களுக்கு ஒரு மாதத்திற்கு முன் இருமுறை மனுக்களெழுதி யிருந்தும் இந்நாள் வரை ஒரு நன்மையும் கிடைக்கவில்லை."[43] 1929ஆம் ஆண்டில் செங்கல்பட்டில் நடைபெற்ற முதல் சுய மரியாதை மாகாண மாநாட்டில், "மனித நாகரிகத்திற்கும் தேச முன்னேற்றத்திற்கும் தடையான தீண்டாமையை ஒழித்து ரஸ்தாக்கள், குளங்கள், கிணறுகள், பாடசாலைகள், சத்திரங்கள், தண்ணீர்ப் பந்தல்கள் முதலிய பொது ஸ்தாபனங்களைத் தட்டுத்

---

41. கோ. கேசவன், *கோயில் நுழைவுப் போராட்டங்கள்* (விழுப்புரம்: சரவண பாலு பதிப்பகம், 1997), பக். 89 – 90.

42. தலையங்கம், *குடியரசு* (18 செப்டம்பர் 1927).

43. *தந்தை பெரியாரும் தாழ்த்தப்பட்டோரும்* (புதுக்கோட்டை: பகுத்தறிவாளர் கழகம், 1983), ப. 6.

தடங்கலின்றி அனுபவிக்க சகல ஜனங்களுக்கும் சம உரிமை கொடுக்க வேண்டும்" என்ற தீர்மானத்தை நிறைவேற்றியது. 1930ஆம் ஆண்டு மே 10ஆம் நாள் ஈரோட்டில் நடைபெற்ற இரண்டாவது சுயமரியாதை மாநாட்டிலும் இத்தீர்மானம் மீண்டும் நிறைவேற்றப்பட்டது.[44] பெரியார் தலைமையிலான சுயமரியாதை இயக்கம் பொது நீராதாரங்களைப் பயன்படுத்துவதிலிருந்து தலித்துகள் விலக்கப்படுவதற்கு எதிரான போராட்டத்தை நடத்தியுள்ளது. ஆனால் தலித்துகளை ஒருங்கிணைத்து பொது நீராதாரங்களைப் பயன்படுத்துவதற்கான களப்போராட்டத்தை நடத்தியிருக்கவில்லை.

இந்து மகா சபை

சாதி மற்றும் தீண்டாமையை கோட்பாடு ரீதியாகவும் செயல்பாடு அளவிலும் ஆதரிக்கும் இந்துமத அமைப்புகள் மிக அபூர்வமாகத் தலித்துகளுக்கு ஆதரவாக குரல் கொடுத்தது. இந்து மகா சபை 1928ஆம் ஆண்டு நடத்திய கூட்டத்தில் தீண்டத்தகாத மக்கள் பொது நீராதாரங்களைப் பயன்படுத்திக் கொள்வதற்கு அனுமதிக்கப்பட வேண்டும் என்ற தீர்மானத்தினை நிறைவேற்றினர்.[45]

ஹரிஜன சேவா சங்கம்

அம்பேத்கரின் இரட்டைவாக்குரிமை கோரிக்கை முறியடிக்கப்பட்டபின் 1932ஆம் ஆண்டு உருவான ஹரிஜன சேவா சங்கம் தலித்துகளுக்குத் தொண்டு செய்யும் பணியில் ஈடுபட்டது. தலித்துகளுக்குப் புதிய தனிக் கிணறுகளை ஏற்படுத்திக் கொடுத்தல் அல்லது குழாய்க் கிணறுகளை அமைத்தல், பழைய கிணறுகளைப் பராமரித்தல் போன்றவை அச்சங்கத்தின் பணிகளாகும். தலித்துகளுக்குத் தொண்டு செய்வதற்கென நிதியைத் திரட்டுவதற்கு அகில இந்திய அளவில் சுற்றுப்பயணம் மேற்கொண்டார் காந்தி. அது 7 நவம்பர் 1933 முதல் 29 ஜூலை 1934 வரை நடைபெற்றது. மொத்தம் 8 லட்ச ரூபாயை காந்தி சேகரித்தார்.[46] தலித்துகளுக்குத் தண்ணீர் கொடுக்கும் பணிக்காக மட்டும் 25 ஜூலை 1935 வரை இவ்வமைப்பு திரட்டிய ஹரிஜன் கிணறு நிதி ரூ. 13,843 ஆகும்.[47] தலித்துகளின் தண்ணீர்ச் சிக்கலினைத் தீர்த்து வைப்பதினைப் பொறுத்த

---

44. தஞ்சை ஆடலரசன், *தந்தை பெரியாரும் தாழ்த்தப்பட்டோரும்* (சென்னை: பெரியார் சுயமரியாதைப் பிரச்சார நிறுவன வெளியீடு, 1996), பக். 37 – 38.

45. *The Modern Review*, XLIX (1928), p. 603.

46. *Harijan* (3 August 1934).

47. *Harijan* (3 August 1935), p. 194.

மட்டில் அவ்வமைப்பு சில கொள்கையினைக் கொண்டிருந் திருக்கிறது. தலித்துகளின் தண்ணீர்க் குறையினை உடனடியாகத் தீர்த்து வைப்பதற்குத் தலித்துகளுக்கெனத் தனிக் கிணறு ஏற்படுத்திக் கொடுப்பதே அக்கொள்கையாகும். ஆனால் இது முன்மாதிரியான தீர்வு அல்ல என்பதையும் ஏற்றுக்கொண் டிருக்கிறது. ஆதிக்கச்சாதியினரின் வசிப்பிடத்திலிருந்து தலித்து களின் வசிப்பிடம் சற்றுத் தொலைவில் இருப்பதால் தனிக் கிணறு ஏற்படுத்தும் முறையினைத் தவிர வேறு மாற்று நமக்கு இல்லை என்று கூறுகிறது.[48] அவ்வமைப்பு ஹரிஜன தினம் என்ற ஒரு தினத்தைக் கொண்டாடியது. பொதுக் கிணறுகளைத் தலித்துகளுக்குத் திறந்துவிடுவதில் ஆதிக்கச்சாதிப் பொது மக்க ளின் கருத்து சாதகமாக இருந்தால் அத்தினத்தன்று அதனைச் செய்ய வேண்டுமென்று வலியுறுத்தியுள்ளது.[49] பல பகுதிகளில் இதுவரை தலித்துகளுக்கு அனுமதி மறுக்கப்பட்ட கிணறுகளை இவ்வமைப்பு திறந்து வைத்ததாகக் கூறுகிறது. இது எவ்வாறு நிகழ்ந்தது? உண்மையில் தலித்துகள் பொதுக் கிணற்றிலிருந்து தண்ணீர் எடுப்பதற்கு அனுமதிக்கப்பட்டனரா? என்பன போன்ற கேள்விகள் எழுகின்றன. இதனைவிடவும் பொது நீராதாரங் களில் உரிமை வேண்டும் என்று தலித்துகள் போராடியபோது ஹரிஜன சேவா சங்கத்தினரும் காந்தியும் ஆதரவு கொடுத் தனரா? இல்லையா என்பதை விவாதிப்பது அவசியமாகும். தலித் மக்களின் குடிமைஉரிமைக்கான போராட்டத்தில் தீண்டாமை எதிர்ப்புக் கழகம் (ஹரிஜன சேவா சங்கம்) நேரடி யான பங்கினை எடுக்க வேண்டும் என்று அம்பேத்கர் வலியுறுத்தி னார். ஆனால் தனிக்கிணறு ஏற்படுத்திக் கொடுக்கும் திட்டத் தினை அமல்படுத்தி வந்த காரணத்தினால் அவ்வியக்கம் நேரடி நடவடிக்கையில் ஈடுபடவில்லை. அது மட்டுமின்றிப் பொது நீராதாரங்களில் தண்ணீர் வேண்டும் என்று தலித்து கள் போராடிய போதும் காந்தி அதற்கு ஆதரவு தருவதற்கு மறுத்துவிட்டார். மேலும், தலித்துகளின் செயல்பாட்டினைக் கண்டித்தார்.[50]

காலனியாட்சிக்குப் பிந்தைய போராட்டங்கள்

பொதுப் போராட்ட நிலை 2

காலனியாட்சிக்குப் பிந்தைய காலத்தில் பொதுநீராதார உரிமைக்கான தலித்துகளின் போராட்டத்தில் காலனியாட்சிக்

48. *Harijan* (28 December 1935), p. 363.

49. *Harijan*, 1, 10 (1933), p. 3.

50. *அம்பேத்கர்: பேச்சும் எழுத்தும் நூல் தொகுதி 16,* ப. 397.

காலத்தில் இருந்த ஒழுங்குமுறை இல்லை. சுதந்திர இந்தியாவில் தலித் அமைப்புகளின் சார்பில் மாநாடுகள் நடத்தப்பட்டு அதில் பொது நீராதாரங்களை அணுகுவதற்கும் அனுபவிப்பதற்கும் உரிமை வேண்டும் என்று தீர்மானம் நிறைவேற்றப்பட்டதாகத் தெரியவில்லை. இந்திய அரசியல் சாசனம் பொது ஆதாரங்களில் இதர சாதியினருக்கு உரிமை இருப்பது போல் தலித்துகளுக்கும் உரிமை உண்டு என்பதை அறிவிக்கிறது. தாழ்த்தப்பட்ட மற்றும் பழங்குடியினர் வன்கொடுமைத் தடுப்புச் சட்டம் தலித்துகளின் நீராதாரங்களை மாசுபடுத்துவதைக் குற்றமென அறிவிக்கிறது. இச்சட்டத்தில் தலித்துகளின் நலன் கருதி அவ்வப்போது பல மாறுதல்கள் செய்யப்பட்டிருக்கின்றன. இது தலித்துகளின் பொதுப் பிரச்சினைக்காக அம்பேத்கரின் பொதுப் போராட்டத்திலிருந்து விளைந்தது. இத்தகைய சட்டங்கள் பொது நீராதார உரிமைக்கான தலித்துகளின் போராட்டத்திற்கு ஆதரவாக இன்றும் இருந்து கொண்டிருக்கிறது.

சென்னைப் பேரவையில் பொதுப் போராட்டம் சுதந்திர காலத்தில் 1950களில் நடைபெற்றிருக்கிறது. ஏ. வைத்தியநாத அய்யர், நாகப்பா, லட்சுமி அம்மாள், பி.ராமமூர்த்தி, ஜி.ராமராவ், ஆர். தங்கவேலு, வி.ஆர். நாகராஜன் போன்ற உறுப்பினர்கள் தலித்துகள் பொதுக் கிணறு / குளங்களில் தண்ணீர் எடுத்துக் கொள்வதற்கு அனுமதிக்கப்படுவதில்லை என்று கூறியிருக்கின்றனர். மேலும், பொது நீராதாரங்களில் தலித்துகள் தண்ணீர் எடுப்பதனை உறுதிப்படுத்துவதன் மூலம் தலித்துகளின் தண்ணீர் பிரச்சினையினைத் தீர்க்க முடியும் என்றும் வலியுறுத்தியுள்ளார். ஏ. வைத்தியநாத அய்யர், "கிராமங்களில் பாதுகாப்பான தண்ணீர் இருக்கும் நீராதாரங்களில் தலித்துகளுக்கு அணுகும் உரிமை மறுக்கப்படுகின்ற காரணத்தினால் அவர்கள் கழிவு நீர் கலந்து விடுகின்ற குளம், கிணற்றைப் பயன்படுத்துவதால் தொற்றுநோய் முதலில் அவர்களுக்கு ஏற்பட்டு பின்னர் பரவுகிறது. இப் பிரச்சினையை மாவட்ட அரசு அதிகாரிகள் அல்லது ஹரிஜன நலத்துறை அதிகாரிகள் ஆகியோருக்குத் தெரிவித்து உரிய பாதுகாக்கப்பட்ட கிணறுகளைத் தலித்துகளுக்கு ஏற்படுத்தி கொடுக்க வேண்டும் என்று வலியுறுத்தப்படுகிறது. அவர்கள் சம்பந்தப்பட்ட பகுதிகளை ஆராய்ந்து திட்டம் உருவாக்கி வருவதற்குள் தொற்றுநோய் முற்றுப் பெறுகிறது. அச்சிக்கலும் மறக்கப்பட்டுவிடுகிறது. மிக அடிப்படைத் தேவையான தண்ணீர் தலித்துகளுக்கு வழங்கப்படவில்லை. இதன் காரணமாக அவர்களுக்குப் பெருந் தொல்லை ஏற்படுகிறது"[51] என்று தலித்துகளின் நடைமுறைச் சிக்கலினை வெளிப்படுத்தினார் அவர்.

---

51. *MLCD*, XIII (19 July 1948), pp. 277 – 278.

நாகப்பா என்ற உறுப்பினர், "அரசாங்கம் மிக எளிதாக தண்ணீர்ப் பிரச்சினையைத் தீர்த்து வைக்க முடியும். நமக்குச் சமூக இயலாமை ஒழிப்புச் சட்டம் இருக்கிறது. எண்ணற்ற கிணறுகள் சாதி இந்துக்களால் மட்டுமே பயன்படுத்தப்பட்டு வருகின்றன. அரசாங்கம் இக்கிணறுகளில் தலித்துகள் தண்ணீர் எடுக்கிறார்களா? என்பதைக் கண்காணிக்க வேண்டும்"⁵² என்றார். "எல்லா குளங்களிலும் மற்றவர்களைப் போல் தண்ணீர் எடுக்கவும்... அவர்களுக்கு வேண்டிய உரிமையைக் கொடுத்து சட்டத்தினால் அந்த உரிமைகளைப் பாதுகாக்க வேண்டியவைகளைச் செய்து கொடுக்க சர்க்கார் கடமைப்பட்டிருக்கிறது"⁵³ என்று வலியுறுத்தியுள்ளார் லட்சுமி அம்மாள். பொதுக் கிணற்றில் தலித்துகள் தண்ணீர் எடுத்துக்கொள்ளலாம் என்ற சட்டம் இருந்த போதிலும் நடைமுறையில் தலித்துகள் பொது நீராதாரங்களில் தண்ணீர் எடுக்க முடியாத நிலையிருப்பதைச் சுட்டிக்காட்டினார் பி. ராம மூர்த்தி. பொது நீராதாரங்களிலிருந்து தலித்துகளை விலக்குதல், சாதிய அடிப்படையிலான பாகுபாடு போன்றவை ஒழிக்கப்பட வேண்டும் என்பதை இந்த உறுப்பினர்களின் நோக்கம் என்பதை விளக்கிக்கூறத் தேவையில்லை. இவர்களின் உரைகள் ஆதிக்கச்சாதியினருக்கும் தலித்துகளுக்கும் இடையிலான முரண்பாடுகளை முதன்மைப்படுத்துகின்றன என்பதைக் கவனத்தில் கொள்ளவேண்டும். இந்நிலைப்பாடு காலனியாட்சிக் காலத்தில் தலித் பிரதிநிதிகளால் முன்னெடுக்கப்பட்டதே ஆகும். எனவே, பொதுப் போராட்டத்தின் இரண்டாம் நிலை காலனியாட்சிக் காலத்தில் இருந்தது போல் சுதந்திர இந்தியாவின் ஆரம்ப காலத்தில் இருந்திருக்கிறது. ஆனால் பொது நீராதார உரிமை மறுக்கப்படுவது குறித்தோ, தண்ணீர் வழங்குவதில் தீண்டாமை வேறு வடிவத்தில் மாறியிருப்பது குறித்தோ தேர்வு செய்யப்பட்ட தலித் உறுப்பினர்களால் விவாதிக்கப்பட்டிருக்கவில்லை. நீண்ட இடைவெளிக்குப் பின்னர் தலித் மக்களுக்கு ஒதுக்கப்பட்ட தொகுதியிலிருந்து தேர்வு செய்யப்பட்ட மருத்துவர் கிருஷ்ணசாமி, "பெரும்பாலும் சாதி இந்துக்களின் வசிப்பிடத்தில் தண்ணீர்த் தொட்டியை அமைக்கின்ற காரணத்தினால் தலித் மக்களுக்கு முறையாகத் தண்ணீர் கிடைக்கவில்லை"⁵⁴ என்று விமர்சனம் செய்தார். இவரைத் தவிர தேர்வு செய்யப்பட்ட வேறு எந்த தலித் உறுப்பினர்களும் பொது நீராதார உரிமை குறித்துப் பேசவில்லை.

---

52. *MLCD*, XIII (19 July 1948), pp. 307 – 308.
53. *MLCD* (13 March 1951), p. 731.
54. *TNLAD* (27 March 1997), p. 171.

உக்கிரமான உள்ளூர்ப் போராட்டங்கள்

கீழவளவு (1952)

மதுரைக்கு அருகே கீழவளவு என்ற கிராமத்தில் மனிதர்களும் வீட்டு விலங்குகளும் குளிக்கின்ற குட்டையிலிருந்து தலித்துகள் தண்ணீர் எடுத்துக் குடித்து வந்தனர். ஹரிஜன சேவா சங்கத்தினர் தலித்துகளுக்கு அறிவுரை வழங்கினர். இதனால் தலித்துகள் பொது ஊருணியில் தண்ணீர் எடுக்கச் சென்றபோது ஆதிக்கச்சாதியினரால் தாக்கப்பட்டனர். அங்கு ஒரு காவல் நிலையம் இருந்த போதிலும் தலித்துகள் ஒடுக்கு முறைக்குள்ளாவதற்கு எதிராக எவ்விதமான நடவடிக்கையும் எடுக்கப்படவில்லை. இதே காலத்தில் திருவாரூரில் பொதுக் கிணற்றில் தண்ணீர் எடுக்கச் சென்ற தலித் கர்ப்பிணிப் பெண் தாக்கப்பட்டார் அவருடைய தண்ணீர்க் குடமும் நொறுக்கப் பட்டது. இது தொடர்பான வழக்கில் குற்றவாளிக்கு ரூ.15 தண்டம் விதிக்கப்பட்டது. பின்னர் தலித்துகள் பொது ஊருணி யைப் பயன்படுத்திக் கொள்வதற்கு அனுமதிக்கப்பட்டனர்.[55]

தேரிப்பனை (1970)

தூத்துக்குடி மாவட்டம் சாத்தான்குளம் வட்டத்தில் உள்ளது தேரிப்பனை. இந்து மற்றும் கிறிஸ்துவ நாடார்களும் தலித்து களும் வசிக்கின்ற இக்கிராமத்தில் இரண்டு கிணறுகள் இருந்தன. இவற்றில் ஒன்று குடிப்பதற்கு ஏற்றதல்ல. மற்றொரு கிணற்றை நாடார்கள் மட்டுமே பயன்படுத்தி வந்தனர். எனவே குடிநீருக் காகத் தலித்துகள் நாடார்களைச் சார்ந்திருந்தனர். தலித்துகள், கிணற்றுக்குச் சற்று தொலைவில் குடத்தை வைத்தால் நாடார் கள் அதில் தண்ணீர் ஊற்றுவர். தலித்துகள் அக்கிணற்றருகே செல்வது தடைசெய்யப்பட்டிருந்தது. நாடார்களில் சிலர் தலித்து களுக்குத் தண்ணீர் ஊற்றுவதற்கு மறுத்தனர். எனவே தண்ணீர் இல்லாமை, தீண்டாமை ஆகியவற்றை எதிர்ப்பதற்குச் சுப்புத்தாய், வள்ளி, லீலா, பேச்சியம்மாள் ஆகிய தலித் பெண்கள் முடிவு செய்தனர். அவர்கள் மனித மலத்தினை அக்கிணற்றில் யாருக்கும் தெரியாமல் போட்டுவிட்டனர். இதனைச் செய்தது தலித் பெண்கள் என்பதைக் கண்டுபிடித்த நாடார்கள் ஊர்க் கூட்டம் நடத்தினர். தாங்கள்தாம் அவ்வாறு செய்தோம் என்பதனைத் தலித் பெண்கள் ஒத்துக்கொண்டதால் அவர்களுக்குத் தலா ரூ.11 அபராதம் விதிக்கப்பட்டது. இச்சூழ்நிலையில் தலித்து களின் வீடுகள் இரவு நேரங்களில் தாக்கப்பட்டன. மேலும்

---

55. Swamy Anand Tirth, 'Untouchability in Tamilnad', *Harijan*, XIX (1955), p. 250

மோதல் நடக்கலாம் என்ற சூழல் உருவானது. பல்வேறு வடிவங்களில் தீண்டாமை நிலவிவந்த அக்கிராமத்தில் அதிலிருந்து விடுபட அவ்வூரைவிட்டு இடம்பெயர்வது என்று முடிவு செய்தார் இடதுசாரி இயக்கத்தினைச் சேர்ந்த கோயில்பிள்ளை. தேரிப் பனையிலிருந்து சுமார் ஒரு கி.மீ. தூரத்தில் உள்ள காட்டுப் பகுதியில் தன் குடும்பத்தோடு குடியேறினார். பின்னர் அங்கிருந்த பெரும்பாலான தலித்துகள் கோயில்பிள்ளை குடியிருந்த அதே பகுதியில் குடியேறினர். மேலே விவரிக்கப்பட்ட சம்பவம் 1970களின் ஆரம்பத்தில் நடைபெற்றது.[56]

அரசூர் (1986)

விழுப்புரம் மாவட்டம் அரசூர் கிராமத்தில் தலித்துகளும் ஆதிக்கச்சாதியினரும் வசிக்கின்றனர். இங்கிருந்த பொதுக் குளத்தில் தலித்துகள் தண்ணீர் எடுக்க அனுமதிக்கப்படவில்லை. இந்தியப் பொதுவுடைமைக் கட்சி (மார்க்சிஸ்ட்) விழுப்புரம் மாவட்டக்குழுச் செயலாளரான ஆனந்தன் தன்னுடைய சிறு வயதில் தண்ணீர்த் தாகம் ஏற்பட்டபோது பொதுக் குளத்தில் தண்ணீர் குடிப்பதற்கு முயன்றார். அக்குளத்தில் தண்ணீர் குடித்தால் ஆதிக்கச்சாதியினர் தாக்குவார்கள் என்பதை அறிந்திருந்த ஆனந்தனின் தந்தை அதைத் தடுத்துவிட்டார். இந்நிகழ்வு ஆனந்தனின் மனதில் வடுவாக மாறியது. இடதுசாரி இயக்கத்தில் இணைந்த பின்னர் அவர் தீண்டாமைக்கு எதிராகப் பல போராட்டங்களை நடத்திய சூழலில் 1986ஆம் ஆண்டு பஞ்சாயத்துத் தேர்தலில் வெற்றி பெற்று அவ்வூரின் பஞ்சாயத்துத் தலைவரானார். பின்னர் பொதுக் குளத்தில் தண்ணீர் எடுப்பதற்கான போராட்டங்களை நடத்தி வெற்றி கண்டார். இப்போது அக்குளம் தலித்துகள் மற்றும் ஆதிக்கச்சாதியினரால் பயன்படுத்தப்பட்டு வருகிறது.

புதுப்புத்தூர் (2003)

கொடைக்கானல் புதுப்புத்தூர் கிராமத்தில் வசிக்கும் தலித் மக்களுக்கு இரண்டு கிணறுகள் இருக்கின்றன. ஒன்றில் சாக்கடை கலந்துவிடும். மற்றொன்று சுடுகாட்டிற்கு அருகே உள்ளது. இதனால் அவை இரண்டிலும் அசுத்தமான தண்ணீரே கிடைக்கும். அசுத்தமான இந்தத் தண்ணீரைத் தலித்துகள் குடிநீராகப் பயன்படுத்தி வந்தனர். இவையும் கோடைக்காலத்தில் வற்றிவிடும். ஆனால் ஆதிக்கச்சாதியினர் பயன்படுத்தி வருகின்ற கிணற்றில் கோடைக்காலத்திலும் சுத்தமான தண்ணீர்

---

56. நேர்காணல்: பேச்சியம்மாள்(60), டி.கே.சி. நகர், தூத்துக்குடி மாவட்டம், (18 ஜனவரி 2003).

கிடைக்கும். இக்கிணற்றில் தலித்துகள் தண்ணீர் எடுப்பதற்கு ஆதிக்கச்சாதியினர் அனுமதி மறுத்து வந்த காரணத்தினால் தலித்துகள் அங்குள்ள தோட்டங்களுக்குச் சென்று தண்ணீர் எடுத்து வந்தனர். இக்கிணற்றை ஆதிக்கச்சாதியினர் சாணம், டீசல் ஆகியவற்றைக் கலந்து மாசுபடுத்தினர். எனவே, தலித்து கள் பொதுக்கிணற்றைப் பயன்படுத்திக் கொள்வதற்கு அனுமதி கோரி பஞ்சாயத்துத் தலைவரிடம் முறையிட்டனர். அவர் மறுத்துவிட்டார். பின்னர் வருவாய் அதிகாரியிடம் முறை யிட்டனர். அவர் தலித்துகளுக்கெனத் தனிக்கிணறு ஏற்படுத்தித் தரப்படும் என்று கூறினார். ஆனால் அவர் பொதுக் கிணற்றில் தலித்துகள் தண்ணீர் எடுப்பதற்கு எந்த முயற்சியையும் மேற் கொள்ளவில்லை. மேலும், தலித்துகளுக்குத் தனிக்கிணறும் ஏற்படுத்திக் கொடுக்கவில்லை. இச்சூழலில் தலித்துகள் தாங்க ளாகவே அப்பொதுக் கிணற்றில் தண்ணீர் எடுப்பது என்று முடிவு செய்தனர். 07 ஏப்ரல் 2003 அன்று காலையில் தலித் பெண்கள் அப்பொதுக் கிணற்றில் தண்ணீர் எடுப்பதற்குச் சென்றனர். இதனைக் கண்டு ஆத்திரமுற்ற ஆதிக்கச்சாதியினர் ‘சக்கிலியத் தேவடியாக்களா’ என்று சப்தம் எழுப்பிக் கொண்டு உருட்டுக்கட்டைகளால் அப்பெண்களைத் தாக்கினர். பஞ்சாயத்துத் துணைத் தலைவர் சக்திவேல் மற்றும் ஆதிக்கச் சாதியினர் அப்பெண்கள் மீது பெட்ரோல் ஊற்றித் தீவைப் பதற்கு முயன்றனர். இதிலிருந்து தப்பித்துக்கொள்வதற்காகத் தலித் பெண்கள் பலர் ஓடிவிட்டனர். ஆதிக்கச்சாதிக் கும்பல் இரண்டு தலித் பெண்களை மிகக் கடுமையாகத் தாக்கியது. இவ்வன்முறைச் சம்பவத்தினைக் கண்டித்து 18 ஏப்ரல் 2003 அன்று ஆர்ப்பாட்டம் நடத்தப்பட்டது. இதில் சுமார் 3000 பேர் பங்கேடுத்துக் கொண்டனர். தலித் தலைவர் மற்றும் மக்களைச் சந்தித்து குற்றவாளிகளை கைது செய்வதாக முன்னாள் முதல்வர் ஓ. பன்னீர் செல்வம் கூறினார். மேலும் பொதுக் கிணற்றிலிருந்து அவரவர் பகுதிகளுக்குத் தண்ணீர் வரும் என்று உறுதியளித்தார்.[57]

வர்க்க நிலை மாறிய தலித்துகளின் போராட்டம்

வர்க்கம் மாறிய தலித்துகளின் தண்ணீருக்கான போராட்டங் கள் குறித்து ஒரே ஒரு தரவினை மட்டும் சேகரிக்க முடிந்தது. தூத்துக்குடி மாவட்டம் நாசரேத் மர்காஷியஸ் பள்ளியில் பெரும்பாலும் கிறிஸ்துவ நாடார்களே ஆசிரியர்களாகப் பணி யாற்றுகின்றனர். 1990களில் தலித் கிறிஸ்துவர் ஒருவர் கணித ஆசிரியராகப் பணியாற்றினார். இவர் அங்கு ஆசிரியர்களுக்

57. *The Hindu* (20 May 2004 & 20 June 2003).

கான அறையில் வைக்கப்பட்டிருக்கும் குடிநீர்ப்பானையில் தண்ணீர் குடிப்பதில் பல இன்னல்களைச் சந்தித்து வந்தார். ஒருமுறை மாணவர்களுக்குப் பாடம் கற்பித்துவிட்டு ஆசிரியர் அறையிலிருந்த தண்ணீர்ப்பானையில் தண்ணீர் குடிக்க வந்தார். அப்போது ஒரு கிறிஸ்துவ நாடார் ஆசிரியர் அப்பானையிலிருந்து தண்ணீர் எடுத்து குடித்துக்கொண்டிருந்தார். அவர் தலித் ஆசிரியருக்குத் தண்ணீர் தர மறுத்தார். இதனால் ஆத்திரமுற்ற தலித் ஆசிரியர் அந்த ஆதிக்கச்சாதி கிறிஸ்துவ நாடார் ஆசிரியரைத் தாக்கினார். தலித் என்பதற்காகத் தொடர்ந்து பல இன்னல்களை அனுபவித்த அவர் இறுதியில் வேறு பள்ளிக்கு மாறுதலாகிச் சென்றுவிட்டார்.[58] இதைத் தவிர வேறு தரவுகள் கிடைக்கவில்லை.

பொதுப் போராட்ட நிலை 3

1950களுக்குப் பின்னர் குறிப்பிட்டுக் கூறுமளவிற்கு மூன்று நிலைப் போராட்டங்களும் இல்லையென்றே கூறலாம். சுதந்திரத்திற்குப் பின்னர் பல வளர்ச்சித் திட்டங்கள் மூலம் பொது நீராதாரங்களில் தலித்துகளின் உரிமையை நிலைநாட்டுவதற்குப் பதிலாக அவர்களுக்கெனத் தனிக்கிணறுகள் ஏற்படுத்தும் கொள்கையினை அரசாங்கம் நடைமுறையில் முனைப்புடன் செயல்படுத்தி வருகிறது. அரசாங்கத்தின் இக்கொள்கையினால் தேர்வு செய்யப்பட்ட தலித் உறுப்பினர்களும் தலித்துகளுக்குத் தனிக்கிணறு ஏற்படுத்திக் கொடுப்பது குறித்தே விவாதித்தனர். பொது நீராதாரங்களில் தலித்துகளுக்கான உரிமை குறித்த விவாதத்தில் கவனம் செலுத்தவில்லை. மேலும் கடந்த பல பத்தாண்டுகளுக்கும் மேலாகத் தண்ணீர் வழங்குகின்ற முறையில் தொழில்நுட்பமாற்றம் செய்யப்பட்டிருக்கிறது. கிணறு ஏற்படுத்தித் தண்ணீர் வழங்குவதற்குப் பதிலாக ஆழ்துளைக் குழாய், மேல்நிலை நீர்த்தேக்கத் தொட்டி போன்ற தொழில்நுட்பங்களின் மூலமாகத் தண்ணீர் வழங்குவதால் பொதுக் கிணற்றில் தண்ணீர் எடுக்க வேண்டும் என்ற சிக்கல் குறைந்துவிட்டது.

காலனியாட்சிக் காலத்தில் தலித் பொது மக்கள் மட்டுமின்றி வர்க்க நிலை மாறிய தலித்துகளும் தீண்டாமையினை அனுபவித்திருக்கிறனர். உதாரணமாக, அம்பேத்கர், ஆர். வீரையன் போன்றோரைக் குறிப்பிடலாம். இவர்கள் தலித் இயக்கத்தோடும் தலித் மக்களோடும் நெருக்கமான உறவினைக் கொண்டிருந்தனர். தீண்டாமை மற்றும் சமுக விலக்கலினை அனுபவித்ததில் தலித் பொது மக்களின் அனுபவம் மற்றும் சுய அனுபவம்

58. இச்சம்பவம் நடைபெற்றபோது நான் அப்பள்ளியின் மாணவன்.

ஆகிய சூழல்கள் அவர்களைப் போராடுவதற்குத் தூண்டியது. ஆனால், காலனியாட்சிக்குப் பின்னர் தேர்வு செய்யப்பட்ட உறுப்பினர்கள் இத்தகைய தீண்டாமையினை அனுபவித்த தாகத் தெரியவில்லை. மேலும் இவர்களுக்கும் தலித் மக்களுக் கும் தலித் இயக்கத்திற்கும் குறிப்பிட்டுக் கூறும்படியான எந்த உறவும் இல்லை. இவர்கள் தலித்துகளுக்கு ஒதுக்கப்பட்ட தொகுதியிலிருந்து தேர்வு செய்யப்பட்ட தலித் உறுப்பினர்கள். ஆனால், இவர்கள் தலித்துகளுக்காகச் செயல்படுகிறார்களா? என்ற கேள்வி எழுகிறது. காங்கிரசு, பொதுவுடைமை, திராவிடக் கட்சிகள் ஆகியவற்றில் இருக்கின்ற தலித்துகள் ஒதுக்கப்பட்ட தொகுதியில் போட்டியிடும்போது அவர்கள் தலித் மக்களுக் காகத் தேர்வு செய்யப்படுகிறார்கள் என்பதனைவிடவும் அக் கட்சிகளுக்காகத் தேர்வு செய்யப்படுகிறார்கள் என்று கூறலாம். காரணம், இவர்கள் தலித் மக்களுக்கு ஆதரவாக இருப்பதற்குப் பதிலாக அவர்கள் எக்கட்சி மூலம் தேர்வு செய்யப்பட்டிருக் கிறார்களோ? அக்கட்சிக்கு விசுவாசமானவர்களாகவே இருக் கின்றனர். அவர்களிடத்தில் தாங்கள் எத்தொகுதியிலிருந்து யாருக்காகத் தேர்வு செய்யப்பட்டிருக்கிறோம்? என்ற ஓர்மை இல்லை. அன்று தலித் நியமன உறுப்பினர்களும் தலித் மக்களும் ஒரேவிதமான தீண்டாமை மற்றும் சமூக விலக்கத்தினை அனுபவித்தனர். ஆனால் இன்று பிற அரசியல் கட்சிகள் சார்பில் தேர்வு செய்யப்பட்டிருந்தாலும் சரி அல்லது தலித் கட்சியிலிருந்து தேர்வு செய்யப்பட்டிருந்தாலும் சரி அவர்கள் தீண்டாமை மற்றும் சமூக விலக்கலினை அனுபவிக்கவில்லை. எனவே தலித் மக்களோடும் தலித் இயக்கங்களோடும் எவ்வித உறவும் அவர்களுக்கு இல்லை. மக்களுடனான உறவினைத் துண்டித்துக் கொண்ட காரணத்தினால் அவர்கள் சமூக ஒடுக்கு முறை குறித்து அறிந்திருக்கவில்லை. மாறாகத் தன் கட்சியோடும் கட்சித் தலைவர்களோடும் நெருக்கமான உறவினை ஏற்படுத்திக் கொண்டிருக்கின்றனர். காலனியாட்சிக் காலத்தில் தலித்துகளுக் காக நியமிக்கப்பட்ட பிரதிநிதிகளின் சமூகப் பொருளாதார நிலையிலிருந்தும் அவர்களின் தலித் உணர்வு நிலையிலிருந்தும் தேர்வு செய்யப்பட்ட தலித் உறுப்பினர்களின் நிலை முற்றிலும் வேறுபட்டிருக்கிறது. இவர்களுக்குச் சுகபோக வாழ்க்கை கிடைத் திருக்கிறது. சமூக ஒடுக்குமுறையினை அனுபவித்துக் கொண்டு தலித் மக்களுக்கான அமைப்புகளை ஏற்படுத்திப் போராடிக் கொண்டிருந்த தலித் நியமனப் பிரதிநிதிகள் பேரவைக்குள் சுயமாகச் செயல்பட்டனர். ஆனால் தேர்வு செய்யப்பட்ட தலித் உறுப்பினர்கள் தாங்கள் சார்ந்திருக்கும் கட்சிக்குக் கட்டுப் பட்டு நடக்கின்றனர். இதுவே இவர்களைத் தலித் மக்களின் தண்ணீர்ச் சிக்கல் குறித்து எவ்வித கேள்வியும் எழுப்பாமல்

மவுனிகளாக மாற்றியிருக்கின்றது. தலித்துகளுக்காகப் பாடுபடக் கூடிய தலித் உறுப்பினர்களை இரட்டை வாக்குரிமை மூலமே தேர்வு செய்யமுடியும் என்று அம்பேத்கர் உணர்ந்ததால் அதற் காகப் போராடினார். ஆனால் இரட்டை வாக்குரிமை காந்தி யால் தோற்கடிக்கப்பட்டதன் விளைவாகக் கட்சி விசுவாசிகள் உருவாகினர். ஒதுக்கப்பட்ட தொகுதியில் தேர்வு செய்யப்படும் கட்சி விசுவாசிகளின் தலித் சிக்கல் மீதான அக்கறையின்மை வேறுவிதமான சிக்கல் உருவாக வழிவகுத்துவிட்டது. குறிப்பாக, சட்டப் பேரவையில் இவர்களின் மவுனம் தலித்துகளுக்கெனத் தனி நீராதாரமுறை தொடர்ந்து அமல்படுத்தப்படுவதற்கு வித்திட்டது. இக்கொள்கையின் மீது விமர்சனமற்ற போக்கால் ஏற்கனவே தலித்துகளுக்கிடையே இருந்த ஏற்றத்தாழ்வான எண்ணங்கள் மேலும் வலுப்பெற்று விட்டன.

தலித்துகளுக்கிடையேயான சிக்கல்

தலித்துகளில் பெரும்பான்மைச் சாதிகளாகப் பறையர், பள்ளர், அருந்ததியர், குறவர் போன்றோரைக் கூறலாம். இவர் களுக்குள் சார்புநிலை, படிநிலை ஆகியவை இல்லை. இருப்பினும் ஏற்றத்தாழ்வான கருத்தியல்கள் உண்டு. முதல் இருவரில் யார் உயர்ந்தவர்? என்ற போட்டி உள்ளது. இவ்விருவரும் மூன்றாமவ ரைத் தாழ்ந்தவர் என்று கருதுகின்றனர். இச்சூழலில் தண்ணீர்ச் சிக்கல் அவர்களுக்கிடையில் ஏற்றத்தாழ்வான கருத்தியல்கள் நடைமுறையில் செயல்படுவதற்கு வித்திட்டிருக்கிறது. கட்சி விசுவாச தலித் உறுப்பினர்களின் தலித் சிக்கல் குறித்த செயலற்ற தன்மை மற்றும் அரசாங்கத்தின் கொள்கை ஆகிய இரண்டும் முக்கியப் பங்காற்றியிருக்கின்றன. தேர்வு செய்யப்பட்ட தலித் உறுப்பினர்கள் பொது நீராதாரங்களை தலித்துகள் அணுகுதல், அனுபவித்தல் உரிமையை நிலைநாட்டுவதற்குப் பொதுப் போராட்டத்தினை நடத்தவில்லை. பொது நீராதாரங்களில் தலித்துகள் அணுகுவதற்கும் அனுபவிப்பதற்கும் உரிமை வழங்கு வதற்கு ஆதிக்கச்சாதி உறுப்பினர்கள் காலனியாட்சிக் காலத்தில் இருந்தது போல் சுதந்திர காலத்தில் ஆதரவாக இல்லை என்பது கவனத்திற்குரியது.

சட்ட அடிப்படையில் அரசாங்கம் தலித்துகளின் உரிமை யினை நிலைநாட்டுவதற்குப் பதில் தலித்துகளுக்கெனத் தனிக் கிணறு ஏற்படுத்தித் தருகின்ற திட்டத்தினை அமல்படுத்தி வருகிறது. இது தலித்துகளுக்கு இடையில் ஏற்றத்தாழ்வான கருத்தியல் முரணாக உருவாவதற்கு வித்திடுகிறது. இதனால், ஒருவருடைய நீராதாரத்தை மற்றவர்கள் உபயோகப்படுத்திக் கொள்வதற்கு அனுமதி மறுத்த நிகழ்வுகள் நடைபெற்றிருக்

கின்றன. மோடமங்கலம் என்ற கிராமத்தில் அருந்ததியர்களின் கிணற்றில் தண்ணீர் அதிகமாக இருந்திருக்கிறது. ஆனால் அங்கு வசித்த பறையர்களுக்குத் தண்ணீர் இல்லை. அருந்ததியர் களின் கிணற்றில் பறையர்கள் தண்ணீர் எடுக்கச் சென்றால் அருந்ததியர் அதனைத் தடுத்திருக்கின்றனர்.[59] இதேபோல் பறையர்களின் கிணற்றில் அருந்ததியர்கள் தண்ணீர் எடுக்கச் சென்றால் அதனைப் பறையர்கள் எதிர்த்த சம்பவங்களும் நடைபெற்றிருக்கின்றன. திருநெல்வேலி மாவட்டம் நாங்குனேரி யில் பறையர்களுக்கும் அருந்ததியர்களுக்கும் தனித்தனி கிணறு கள் இருந்தன. பின்னவர்களைவிடவும் முன்னவர்களின் கிணற் றில் நல்ல தண்ணீர் கிடைத்திருக்கிறது. ஆனால், அக்கிணற்றில் அருந்ததியர்கள் தண்ணீர் எடுப்பதனைப் பறையர்கள் தடுத் தனர். 1970களில் அருந்ததியர்கள் அக்கிணற்றில் தண்ணீர் எடுத்துக்கொள்ள தங்களுக்கு உரிமை வேண்டும் என்று கோரியத னால் பறையர்கள் அதனை ஏற்றுக்கொண்டனர். ஆனால் அருந்ததியர் நேரடியாக அக்கிணற்றிலிருந்து தண்ணீர் எடுத்துக் கொள்வதற்கு அனுமதி மறுக்கப்பட்டது. பறையர்களே தண்ணீர் எடுத்து அருந்ததியர்களின் குடங்களில் ஊற்றினர். இத் தீண்டாமைக்கு எதிராக அருந்ததியர் சாதியினைச் சேர்ந்த இசக்கியம்மாள் உட்பட நான்கு பெண்கள் அக்கிணற்றிலிருந்து தாங்கள் தண்ணீர் எடுப்போம் என்று போராடினர். பறையர் கள் இதனை மறுக்கவே அவர்களுக்குள் வாய்த்தகராறு ஏற் பட்டது. இதனால் அருந்ததியர்கள் காவல்துறையில் புகார் கொடுத்தனர். காவல் துறை அக்கிணற்றில் அருந்ததியர்கள் தண்ணீர் எடுப்பதனைப் பறையர்கள் தடுக்கக்கூடாது என்று கட்டளையிட்டதோடு அவர்கள் தண்ணீர் எடுப்பதற்குப் பாது காப்பும் கொடுத்தது. பின்னர் அக்கிணற்றில் தீண்டாமை வேறு வடிவத்தில் இருந்தது. அதாவது பறையர்கள் அக்கிணற்றிலிருந்து தண்ணீர் எடுத்துக் குளிக்கலாம், ஆனால் அருந்ததியர்கள் குளிக்கக்கூடாது. இத்தீண்டாமையும் பின்னர் மாறிவிட்டது.[60] இதனையொத்த சிக்கல் பறையர், பள்ளர், வேடர், குறவர் போன்ற தலித் சாதிகளிடத்தில் இருக்கிறது. இது காலனி யாட்சிக் காலத்தில் குறிப்பிட்டுக்கூறும்படி நடைபெறவில்லை, காலனியாட்சிக்குப் பிந்தைய காலத்தில் நிகழ்ந்திருக்கிறது. இதனைக் கையில் எடுத்துக் கொண்ட ஆதிக்கச்சாதி உறுப்பினர் கள் தலித்துகளின் தண்ணீர்ச் சிக்கலுக்குக் காரணம் அவர் களுக்கிடையே இருக்கின்ற தீண்டாமையே என்று கூறுவதற்கு வழிவகுத்தன.

---

59. *MLCD* (11 March 1955).

60. நேர்காணல்: இ. ராமையா (65), நாங்குனேரி, திருநெல்வேலி மாவட்டம் (28 ஜனவரி 2003).

ஹரிஜன நலத்துறை அமைச்சர் "ஹரிஜனங்களுக்குள்ளும் பல்வேறு வேறுபாடுகள் இருப்பது எனக்குத் தெரியும். பறையர் களுக்கெனக் கிணறு தோண்டினால் அதில் சக்கிலியர்களைத் தண்ணீர் எடுப்பதற்கு அனுமதிக்க மாட்டார்கள். குறவர் களுக்குக் கிணறு வெட்டினால் அதில் பள்ளர்கள் தண்ணீர் எடுப்பதற்கு அனுமதிக்கமாட்டார்கள். எனவே, வகுப்பிற்குள் இருக்கின்ற வேறுபாடுகளை அகற்ற வேண்டும்"[61] என்றார். மேலும் அவர், "அனைத்துச் சாதியினருக்கும் குடிதண்ணீருக் கான நிதி ஒரு புள்ளியின் கீழ் ஒதுக்கப்பட வேண்டும். இதற்குப் பிறகு அரசாங்கம் கிணறு வெட்ட வேண்டியதில்லை. ஆனால் ஹரிஜன மக்கள் வசிக்கும் இடத்தில் கிணறு ஏற்படுத்தலாம். சாதி இந்துக்களுக்குக் குடிநீர் வேண்டும் என்றால் அதில் சென்று எடுத்துக்கொள்ளட்டும்"[62] என்று கூறினார். பி. ரங்கசாமி ரெட்டியார் என்ற உறுப்பினர், "ஹரிஜனங்களுக்கு மற்றவர்கள் செய்வதனைவிட ஹரிஜனங்களே தங்களுக்குச் செய்துகொள்ள வேண்டிய வேலைகள் பல இருக்கின்றன. நம்முடைய சபையில் பலதரப்பட்ட ஹரிஜன உறுப்பினர்கள் இருக்கிறார்கள். திருச்சிராப்பள்ளி ஜில்லாவில் பள்ளர், பறையர் ஆகிய இரு பிரிவுகள் இருக்கின்றன. இவர்களுக்குள்ளேயே வேறுபாடுகள் இருக்கின்றன. துறையூருக்குப் பக்கத்தில் ஏழாவது மைலில் மூன்று குடிதண்ணீர்க் கிணறுகள் இருக்கின்றன. பள்ளர், பறையர் ஆகிய இரு வகுப்பினர் வசிக்கக்கூடிய இடத்தில் ஒரு கிணறு இருக்க வேண்டிய இடத்தில் இரண்டு கிணறுகள் இருக்கின்றன. அதன் மத்தியில் ஒரு சுவர் எழுப்பி தண்ணீர் எடுத்துக் கொள்ளுகிறார்கள். அதற்கு இருபது கஜ தூரத்தில் ஒரு ஏரியின் உள்வாயில் இருக்கிறது. முசிரி டெபுடி கலெக்ட ரிடம் சொல்லி ஒரு கிணறு வெட்டச் சொன்னால் மூன்று வகுப்பினரும் ஒரே பொதுக் கிணற்றில் தண்ணீர் எடுத்துக்கொள்ள ஒத்துக்கொள்வது இல்லை"[63] என்கிறார். மேலும் பி. ரங்கசாமி ரெட்டியார், "தீண்டத்தகாதவர்கள் என்று சொல்லப்படுகிறவர்க் கிடையே தீண்டாமை இருந்து வருகிறது. 'அன்டச்சபிளிட்டி அமொங் அன்டச்சபிள்' என்ற நிலை இருந்து வருகிறது. இரண்டு மூன்று பிரிவினர்களும் ஒருவரையொருவர் தீண்டக்கூடா தென்று சொல்லுவதால் மற்றவர்களுக்கு இடைஞ்சல் ஏற்பட் டிருக்கிறது. துறையூருக்குப் பக்கத்தில் ஒக்கரை என்ற கிராமத் தில் சர்க்கார் ஹரிஜனங்களுக்காக 2,500 முதல் 3,000 ரூபாய் வரையில் செலவு செய்து குடிதண்ணீர்க் கிணறு வெட்டியது.

61. *MLCD* (24 July 1952), p. 126.

62. *Ibid*.

63. *MLCD* (11 March 1955), p. 440.

அக்கிணற்றிலிருந்து தண்ணீர் எடுத்துக்கொள்வதற்குப் பள்ளர், பறையர், சக்கிலியர் ஆகியமூன்று வகுப்பினரும் ஒத்துக்கொள் ளாத காரணத்தினால் ஒரு கிணறு உபயோகப்படுத்தப்படாமல் மூடப்பட்டிருக்கிறது. ஆதனூர் என்ற கிராமத்தில் கிணறு வெட்டு வதற்கு முன்பே பள்ளர்கள் தடுத்துவிட்டார்கள். அரசாங்கத்தார் கிணறு வெட்டினால் மற்ற சமூகத்தினரும் தண்ணீர் எடுக்க வேண்டுமென்று சொல்வார்கள். இம்மாதிரி இடைஞ்சல் வரும். சக்கிலியர், பறையர் எல்லோரையும் தண்ணீர் எடுக்கச் சொல் வார்கள் என்ற காரணத்தினால் கிணறே வெட்ட வேண்டா மென்று சர்க்காருக்கு மகஜர் எழுதி கொடுத்துவிட்டார்கள். இம்மாதிரி ஹரிஜனங்களுக்குள்ளேயே வித்தியாசம் இருந்து வருகிறது."[64] பி.ஜி. கருத்திருமன் என்ற உறுப்பினர், "கிராமங் களில் ஹரிஜனங்களில் அருந்ததிய ஹரிஜனங்கள் என்றும், பள்ளர்கள், வேடர்கள் என்றும் பல வகுப்புகள் இருக்கிறார்கள். ஒருவர் பொருளை இன்னொருவர் தொடக்கூடாது. குடிதண்ணீர் இருந்தும் உபயோகப்படாமல் இருக்கிறது. ஒவ்வொரு இடத்தி லும் அருந்ததிய ஹரிஜனங்கள் தனிக்கிணறு வேண்டுமென்று சொல்லுகிறார்கள். பள்ளர்கள் இன்னொரு தனிக் கிணறு வேண்டுமென்று சொல்லுகிறார்கள். இவர்கள் பிற்பட்டவர்கள்.[65] இவர்களிடையே தீண்டாமையை ஒழித்துக் கொண்டார்களா? வேடர்களைத் தொட்டுவிட்டால், வேறு ஒருவரைத் தொடுவ தில்லை. இப்படி, இவர்களுடைய முன்னேற்றத்திற்குக் கோடிக் கணக்கான ரூபாய்களை ஒதுக்கி இருந்தாலும் இங்கு இருக்கும் பிற்பட்டவர்கள் அதனைப் பரிபூரணமாக உபயோகித்துக் கொள்வதில்லை. இங்குப் பேசுவதைவிட முதலாவதாக ஆங்காங்கு இருக்கும் பிற்பட்டவர்கள் அனைவரையும் ஒன்றாக இருக்க ஒரு வழி காணவேண்டுமென்று சட்டசபையிலுள்ள எம்.எல்.ஏக் களைக் கேட்டுக்கொள்கிறேன்"[66] என்றார். "கனம் அங்கத்தினர் கருத்திருமன் சொன்னது போல் ஹரிஜனங்களிடத்திலேயே ஏற்றத்தாழ்வுகள் இருக்கின்றன. பள்ளர், பறையர், சக்கிலியர் என்ற பாகுபாடுகள் இருக்கின்றன. ஜாதி இந்துக்களின் தொந்தரவு கள் அதிகமாக இருக்கின்றன என்பதை நாம் கவனத்தில் கொள்ள வேண்டும். பொதுவாக தண்ணீர் வசதிகள் இருக்கக் கூடிய இடத்திலும்கூட இம்மாதிரி அவர்களுக்குள் சச்சரவுகள் ஏற்படுகின்றன. உதாரணமாக, மோடமங்கலம் கிராமத்தில் சக்கிலியர் கிணற்றில் தண்ணீர் அதிகமாகத்தான் இருக்கிறது.

64. *MLCD* (15 March 1956), pp. 778 – 754.

65. தலித்துகளைச் சுட்டுவதற்கு 'பிற்பட்டவர்' என்ற வார்த்தையை அவர் பயன்படுத்தியுள்ளார்.

66. *MLCD* (11 March 1955), pp. 457 – 458.

ஆனால் அங்கு இருக்கும் ஆதிதிராவிடர்களுக்குத் தண்ணீர் கிடையாது. அவர்கள் தண்ணீர் மொண்டுக்கொள்வதற்கு வந்தால் பெரிய ரகளைதான் ஏற்படுகிறது. இதைக் கலெக்டருக்குத் தெரியப்படுத்தினால் அதற்கு அவர்கள் அந்தக் கிணற்றில்தான் தண்ணீர் மொண்டுகொள்ள வேண்டும், இல்லையென்றால் சும்மா இருங்கள் என்று சொல்லுகிறார்கள். இம்மாதிரியான பாகுபாடுகள் இல்லாமல் பார்த்துக்கொள்வதற்கு அந்தந்தத் தொகுதி ஹரிஜன எம்.எல்.ஏக்களும், மற்ற எம்.எல்.ஏக்களும் முயற்சி எடுக்க வேண்டுமென்று கேட்டுக்கொள்கிறேன்"[67] என்று அறிவுறுத்தியுள்ளார் டி.எஸ். அர்த்தநாரி. பொது நீராதாரங்களில் தலித்துகள் தண்ணீர் எடுப்பதற்கு அனுமதிக்கப்பட வேண்டும் என்ற நிலைப்பாட்டினைக் கொண்டிருந்த லட்சுமி அம்மாள், "பிராமணரல்லாத மேல் ஜாதி இந்துக்கள் இந்தக் கிணற்றில் ஜலம் எடுக்கக் கூடாது, என்று பலவிதமான தொந்தரவுகள் கொடுக்கிறார்கள். ஆகையால் பிராமணரல்லாத மேல் ஜாதி இந்துக்களின் மனம்தான் மாறவில்லை"[68] என்றார்.

மேலே எடுத்துரைக்கப்பட்ட உறுப்பினர்களின் உரையிலிருந்து தலித்துகளுக்குத் தண்ணீர் இல்லாத நிலைக்குக் காரணம் தலித்துகளே என்று குற்றம் சாட்டியுள்ளனர் என்பது விளங்குகிறது. அதே சமயம் ஆதிக்கச்சாதியினர் இதற்குக் காரணமல்ல என்று கூறுவதற்கும் முயற்சிசெய்துள்ளனர். அதாவது பிராமணர்கள் பிராமணரல்லாத சாதி இந்துக்கள் மீதும், பிராமணரல்லாதோர் தலித்துகளுக்கிடையே தீண்டாமை இருக்கிறது என்று கூறுவதன் மூலம் தங்கள் சாதியினரை விடுவிப்பதற்கு முயன்றிருக்கின்றனரோ என்று சந்தேகிக்கத் தோன்றுகிறது. இந்த உறுப்பினர்களிடம் சுயவிமர்சனப் பார்வை இல்லாதது அவர்கள்மீது சந்தேகத்தினை ஏற்படுத்துகிறது. மேலும் சாதிய அமைப்பு குறித்த புரிதலும் அவர்களிடத்தில் இல்லாதிருப்பதனைக் காணமுடிகிறது. ஆனால் காலனியாட்சிக் காலத்தில் தலித் நியமனப் பிரதிநிதிகளிடம் சாதி மற்றும் தீண்டாமை குறித்த புரிதலும், சுயவிமர்சனப் பண்பும் இருந்திருக்கின்றன. இக்கூற்றிற்கு ஆர். வீரையனின் உரை சாட்சியாயிருக்கிறது. "உண்மையினை இங்கு வெளிப்படுத்துவதனால் நான் விமர்சிக்கப் படுவேன் ஏளனப்படுத்தப்படுவேன் என்று எண்ணவில்லை. தலித்துகளின் மெய்யான பிரதிநிதியாகவே இங்கு வந்திருக்கிறேன். தலித்துகளிடத்திலும் பல பிரிவுகள் இருக்கின்றன. தலித்துகளின் ஒரு உட்பிரிவு மற்றொரு உட்பிரிவினை ஒரே கிணற்றில் தண்ணீர் எடுப்பதனை அனுமதிக்கும் என்று நான்

67. *MLCD* (11 March 1955), pp. 462 – 463.

68. *MLCD*, XIII (19 July 1948), pp. 319 -320.

எண்ணவில்லை”[69] என்றார் ஆர். வீரையன். இரட்டைமலை சீனிவாசன் அறிமுகப்படுத்திய, ‘பொது ஆதாரங்களையும் பொது வெளிகளையும் தலித்துகள் பயன்படுத்திக்கொள்வதற்கு உரிமை வழங்கப்பட வேண்டும்’ என்ற தீர்மானத்தின் மீதான விவாதத்தின் போதுதான் ஆர். வீரையன் மேற்கண்டவாறு கூறியிருக்கிறார். ஆர். வீரையனிடம் இருந்த சுயவிமர்சனப் பார்வை மேலே கூறப்பட்ட உறுப்பினர்களில் டி.எஸ். அர்த்தநாரி யிடம் மட்டுமே இருந்திருக்கிறது.

தீண்டாமைக்குள் தீண்டாமை என்ற சிக்கலை முன்வைத் தவர்கள் அதனைத் திட்டமிட்டுச் செய்தனரோ? என்ற கேள்வி எழுகிறது. காரணம், அவர்கள் பள்ளர், பறையர் ஆகிய இரு வகுப்பினர் வசிக்கக்கூடிய இடத்தில் ஒரு கிணறு இருக்க வேண்டிய இடத்தில் இரண்டு கிணறுகள் இருக்கின்றன என்று குற்றம் சுமத்தியிருக்கிறன்றனர். பல சாதிகள் வசிக்கும் ஒரே கிராமத்தில் ஒரு கிணறு இருப்பதற்குப் பதிலாக பல கிணறு கள் இருப்பது ஏன்? என்ற கேள்வியினை எழுப்பாதது அவர்கள் திட்டமிட்டே தீண்டாமைக்குள் தீண்டாமை என்ற சிக்கலினை முன்வைத்திருக்கின்றனர் என்று கூறுவதற்கு இடமிருக்கிறது.

அரசியல் சாசனம் தலித்துகளுக்கு வழங்கியிருக்கக்கூடிய பொது நீராதாரங்களை அணுகுவதற்கும் அனுபவிப்பதற்கு மான உரிமையினை நிறைவேற்றுவதற்கு ஒதுக்கப்பட்ட தொகுதியிலிருந்து தேர்வு செய்யப்பட்ட தலித் உறுப்பினர்கள் போராடியிருந்தால், இவர்களுக்கு ஆதிக்கச்சாதி உறுப்பினர் கள் ஆதரவு கொடுத்திருந்தால் அல்லது தலித்துகளின் உரிமை யினைச் செயல்படுத்துவதற்கு அரசாங்கம் முயற்சி எடுத்திருந் தால் ஆதிக்கச்சாதியினர் தலித்துகள் மீது செலுத்துகின்ற தீண்டாமை மற்றும் சமூக விலக்கத்தினை ஒழித்துவிட முடியும். எனவே, அரசியல் சாசனம் தலித்துகளுக்கு வழங்கியிருக்கும் உரிமைகள் செயல்படுத்தப்படாமை மற்றும் தேர்வு செய்யப் பட்ட தலித் உறுப்பினர்களின் கட்சி விசுவாசம் ஆகியன தண்ணீருக்கான தலித்துகளின் பொதுப் போராட்டத்தின் மூன்றாம் நிலையான சட்டமன்றத்தில் தலித்துகளின் சிக்கல் குறித்துக் கேள்வி எழுப்புதலை இல்லாததாக்கிவிட்டதோடு தலித் மக்களுக்கிடையே முரண்பாடுகளை உருவாக்கிவிட்டது.

❖

---

69. *MLCD* (22 August 1924), p. 827.

III

மரபைப் பேணும் ஜனநாயக அரசு

சுதந்திர நாட்டிலே உண்ண உணவு, உடுக்க உடை, இருக்க இருப்பிடம் வேண்டும். இந்தப் பிரச்சினைகளெல்லாம் ஹரிஜனங்களுக்கு இருந்து வருகின்றன. நாங்கள் என்ன சொல்லுகிறோமென்றால், சுதந்திர நாட்டில் குடிக்கத் தண்ணீர் கூட கிடைக்கவில்லையே என்று மனவருத்தத்துடன் சர்க்காருக்குத் தெரிவிக்க வேண்டியிருக்கிறது . . . ஹரிஜனங்கள் என்ன கேட்கிறார்கள்? குடிப்பதற்குத் தண்ணீர் வேண்டும் என்றுதான் கேட்கிறார்கள். அதைச் செய்து கொடுக்க வேண்டாமா?[1] – பி.ஜி. மாணிக்கம்

பேரவையில் *1954*ஆம் ஆண்டு நடைபெற்ற 'ஹரிஜன' முன்னேற்றம் குறித்த விவாதத்தில் தலித் உறுப்பினரான பி.ஜி. மாணிக்கம் மேற்கண்ட கேள்வியினை எழுப்பியிருக்கிறார். "இந்தியாவில் ஜனநாயகத்தின் தோற்றம் நவீன அரசான காலனியாட்சிக் காலத்திலிருந்து தொடங்குகிறது. ஜனநாயகம் என்பது கோட்பாட்டு அடிப்படையிலும் நடைமுறையிலும் சாதியமைப்பு முறைக்கு எதிரானது"[2] என்கிறார் கே.எம். பணிக்கர். "சாதி அமைப்பு முறையின் பண்பு ஜனநாயகத்திற்கு எதிரானது"[3] என்கிறார் அம்பேத்கர். நவீன சமூகத்தோடு பிறந்த ஜனநாயகம் அடிப்படையில் சமத்துவத்தை வலியுறுத்துகிறது. மேலும் அது சமயச் சார்பற்றத் தன்மையையும் கொண்டிருக்கிறது. எனவே, ஜனநாயக அரசுகளான காலனியாட்சி மற்றும் காலனியாட்சிக்குப் பிந்தைய ஆட்சிகள் கோட்பாட்டு

1. *MLCD* (24 March 1954), p. 970.
2. K.M. Panikkar, *Caste & Democracy* (New Delhi: Critical Quest, 2004), p. 16. First Published in 1933.
3. *Babasaheb Ambedkar Writings and Speeches, 17 Part III*, pp. 519 – 523.

அடிப்படையிலும் நடைமுறையிலும் தலித்துகளின் தண்ணீர்ப் பிரச்சினையினை எவ்வாறு தீர்த்து வைத்தன? என்பதை விவாதிப்போம்.

அரசாங்க ஆதரவினை வேண்டுதல்

சாதியச் சமூகம் கோட்பாட்டு ரீதியாகவும் நடைமுறை யிலும் தலித்துகளைப் பொதுச் சொத்து, பொது வெளி ஆகிய வற்றிலிருந்து விலக்குகிறது என்பதால் தலித்துகள் அவற்றை அணுகுவதற்கும் அனுபவிப்பதற்கும் நவீன அரசுகளை நாடினர். தலித்துகள் சட்டம் இயற்ற போராடியதன் அடிப்படை நோக்கமே 'சட்டம் இருக்கின்ற வரை அதற்குக் கீழ்ப்படிவார்கள்' என்ற நம்பிக்கை தான். இரட்டைமலை சீனிவாசன் பொது நீராதாரங் களில் தலித்துகளுக்கு உரிமையைப் பெறுவதற்கான தீர்மானத்தை அறிமுகம் செய்யும்போது இந்நம்பிக்கை அவரிடம் இருந்ததைக் காணமுடிகிறது.[4] மேலும் தலித் உறுப்பினர்கள் சட்டத்தினைச் செயல்படுத்த அரசாங்கத்திடம் ஆதரவு கோரினர். சென்னை மாகாணப் பேரவையில் பொதுச் சொத்துகளின் உரிமைக்கு அங்கீகாரம் பெறுவதற்காக எம்.சி. ராஜா முன்மொழிந்த தீர்மானத்தில், "தலித்துகள் தங்களின் உரிமையினைச் செயல் படுத்துவதனை எவரும் வழிமறித்தால் காவல்துறை, நீதிமன்றங் கள் மூலம் நடவடிக்கை எடுக்க வேண்டும்"[5] என்றார். இரட்டை மலை சீனிவாசன் முன்மொழிந்த தீர்மான விவாதத்தில் பங்கேற்ற தலித் நியமனப் பிரதிநிதி ஆர்.வீரையன், "அரசாங்கம் முன் வந்து காவலர்களை அனுப்பாதவரை தலித்துகள் எளிதாக பொதுக் கிணறுகளில் தண்ணீர் எடுப்பார்கள் என்று நான் நம்பவில்லை" என்றார். இவ்வாறு அவர் கூறும்போது அவை யில் சிரிப்பொலி எழுந்தது.[6] யார் சிரித்தார்கள்? எதற்காகச் சிரித்தார்கள்? அச்சிரிப்பின் பொருள் என்ன? என்பன விளங்க வில்லை. தங்களின் சமூகப் பிரச்சினைக்காகத் தலித் நியமனப் பிரதிநிதிகள் பொறுப்புடன் செயல்பட்டுக்கொண்டிருக்கும் போது அவை உறுப்பினர்கள் தங்களின் சிரிப்பு மூலம் தலித்து களை அவமதித்திருக்கின்றனர் என்றே புரிந்துகொள்ள முடியும். 1925ஆம் ஆண்டு நஞ்சமகத்துவாழ்க்கை என்ற கிராமத்தில் தலித்துகள் தண்ணீருக்காகப் போராடியபோது அவர்கள் தாக்கப்பட்டதால் இரட்டைமலை சீனிவாசன்: "பொது நீராதாரங் களில் தண்ணீர் எடுக்கின்ற தலித்துகளின் உரிமை ஆயுதம் தரித்த காவல் துறையின் உதவியுடன் நிறைவேற்றப்பட வேண்டும்"[7]

---

4. *MLCD* (22 August 1924), pp. 821 – 830.
5. *MLCD* (20 November 1919), p. 153.
6. *MLCD* (22 August 1924), pp. 821 – 830.
7. G. O. No. 2596, Law (General), (18 August 1925).

என்றார். இதிலிருந்து சட்டம் இயற்றுவதற்காக மட்டுமின்றி அதனைச் செயல்படுத்துவதற்கும் அவர்கள் அரசாங்கத்தின் ஆதரவினையே வேண்டினர் என்பது தெளிவு.

கொள்கையில் இரட்டைநிலை

கோட்பாட்டு அடிப்படையில் ஜனநாயகம் சாதி முறைக்கு எதிரானது என்று கூறப்படுகிறது. ஆனால் தலித்துகளின் சிக்க லினைப் பொறுத்தமட்டில் காலனியாட்சியினர் ஜனநாயகக் கோட்பாட்டினை ஏற்றிருக்கவில்லை. இதற்கான உதாரணம், பொதுச் சொத்து, பொதுவெளி ஆகியவற்றை அணுகுவதற்கும் அனுபவிப்பதற்குமான உரிமைக்காக எம்.சி. ராஜா முன் மொழிந்த தீர்மானத்தினை அவர்கள் புறக்கணித்ததாகும். ஆனால் காலனிய ஆட்சியினர் இதற்கு முன்னர் ஆதிக்கச் சாதியினரிடமிருந்த பிற்போக்குத் தன்மையும் மனிதத் தன்மையு மற்ற செயல்களான சதி, குழந்தை மணம் ஆகியவற்றைச் சட்ட ரீதியாக ஒழித்தனர் என்பது குறிப்பிடத்தக்கது. பின்னர் இரட்டைமலை சீனிவாசன் அதே தீர்மானத்தினை அறிமுகம் செய்தபோது அவை உறுப்பினர்களின் ஆதரவு இருந்ததால் அத்தீர்மானம் வெற்றியினைப் பெற்றது. சென்னைப் பேரவையில் நிறைவேற்றப்பட்ட இரட்டைமலை சீனிவாசனின் தீர்மானம் பொது நீராதாரங்கள் உட்பட இதர பொதுச் சொத்துக்கள், பொதுவெளி ஆகியவற்றைச் சாதி இந்துக்களைப் போல் தலித்து கள் அணுகுவதற்கும் அனுபவிப்பதற்கும் எவ்விதத் தடையும் இல்லை என்று அறிவித்தது. நிறைவேற்றப்பட்ட அத்தீர்மானம் எவ்வித மாற்றமும் செய்யப்படாமல் அரசாணையாக அரசு அலுவலகங்களுக்கு அனுப்பப்பட்டது. ஆனால் அரசாங்கம் அத்தீர்மானத்திற்கு நேரெதிரான நிலைப்பாட்டினைக் கொண் டிருப்பதனைக் காணமுடிகிறது. “இத்துறையானது (உள்ளாட்சி) பொதுக் குளத்தினைப் பயன்படுத்திக்கொள்வதற்கு எவ்வித தடையும் இருப்பது குறித்து அறிந்திருக்கவில்லை. பொதுக் கிணறுகளை அனைத்து வகுப்பினரின் பயன்பாட்டிற்குத் திறந்துவிடுவதற்குப் பதிலாக தலித்துகளுக்குத் தனிக்கிணறு ஏற்படுத்தித் தருவதே கொள்கையாகும். அனைத்துப் பொதுக் கிணறுகளும் தலித்துகளாலும் பயன்படுத்திக்கொள்ள முடியும் என்று அறிவிக்கும் போது பெரும் ஆட்சேபனை ஏற்படும்”[8] என்று அவ்வரசாணையில் கூறப்பட்டிருக்கிறது. அரசாங்கத் தின் இந்நிலைப்பாடு தலித் நியமன பிரதிநிதிகளுக்கு அறிவிக்கப் பட்டதா? இல்லையா? என்பது குறித்த எவ்வித ஆவணங் களும் கிடைக்கவில்லை. ஆனால் அரசாங்கம் இதனை அவர்

8. G.O. 2660, L & M (25 September 1924).

களுக்குத் தெரிவித்திருக்கவில்லை என்று எண்ணத் தோன்று கிறது. ஏன் அரசாங்கம் இவ்வாறு இரட்டை நிலைப்பாட் டினைக் கொண்டிருந்தது? என்பதைப் புரிந்துகொள்வது கடின மல்ல. "பொதுவெளிகளை அனைத்துச் சாதியினரும் பயன் படுத்திக்கொள்வதற்குத் திறந்துவிடப்படுகிறது என்று அரசாங்கம் அறிவிப்பதனால் மட்டும் தலித் மக்களுக்கு எவ்வித முன்னேற்ற மும் ஏற்பட்டுவிடாது மாறாக, இது பிற சாதியினருக்கு எதிராக தலித்துகள் கிளர்ந்தெழுவதற்குக் காரணமாக அமைந்துவிடும். மேலும் இடையூறுகளுக்கும் மோதல்களுக்கும் வழிவகுக்கும்" என்ற குறிப்பும் மேற்கூறப்பட்ட அரசாணையில் இருக்கிறது. இதிலிருந்து என்ன புரிந்துகொள்ள முடிகிறதென்றால், தேவைப் படும் போதெல்லாம் பொது நீராதாரங்களைப் பயன்படுத்திக் கொள்வதற்குத் தலித்துகள் முயலலாம்; இதனால் அமைதிக்குப் பங்கம் ஏற்படும் என்று காலனிய அரசு அறிந்திருந்ததனால் தனிக்கிணறு என்ற ஏற்பாட்டு முறைக்கு வந்திருக்கிறது. இந்து மதம், சாதி சார்ந்த ஒழுங்கு முறையில் தலையிடுவது சமூக அமைதிக்குப் பாதகமான விளைவினையே ஏற்படுத்தும் என்பது மட்டுமல்ல தங்களுடைய ஆட்சிக்கும் பங்கம் விளைவிக்கும் என்ற அச்சத்தின் விளைவினால் காலனிய அரசாங்கம் அந்த நிலைபாட்டினை எடுத்திருக்கிறது. இதிலிருந்து தலித் இயக்கம் ஆழமாக வேரூன்றி வளரத் தொடங்கிய ஆரம்ப காலகட்டங் களில் காலனியாட்சியினரிடம் ஜனநாயகத்திற்கு முரணாக மட்டுமின்றி இரட்டைநிலையும் இருந்திருக்கிறது என்பது தெளிவு.

தெளிவான கொள்கை

மேற்கூறப்பட்ட தீர்மானங்களுக்குப் பின்னர் அறிமுகம் செய்யப்பட்ட சட்ட வரைவுகளுக்குப் பேரவையில் உறுப்பினர் களின் ஆதரவு இருந்ததால் அவை சட்டங்களாக நிறைவேற்றப் பட்டிருக்கின்றன. 1938ஆம் ஆண்டு குடிமை இயலாமை நீக்குதல் சட்டம், பிரிவு 2, சமூக இயலாமைச் சட்டத்தினால் அங்கீகரிக்கப்பட்டிருக்கவில்லை என்ற தலைப்பின் கீழ், ஹரிஜன், தீண்டத்தகாதோர், ஒடுக்கப்பட்டோர் போன்றோர் நீரோட்டம், நதி, கிணறு, குளம் போன்றவற்றினை அணுகுவதற்கும் அனுபவிப் பதற்கும் தடையில்லை என்று அறிவித்திருக்கிறது. 1939ஆம் ஆண்டு கோயில் நுழைவுச்சட்டமும் கோயிலுக்குள் அல்லது அதனையொட்டிய பகுதிகளில் அமைந்திருக்கும் புனித குளம், கிணறு, நீரோட்டம் ஆகியவற்றை விலக்கப்பட்ட சமூகத்தினர் அனுபவிப்பதற்கு உரிமை உண்டு என்றே அறிவிக்கிறது. இச் சட்டங்கள் நிறைவேற்றப்பட்ட பின்னர் தலித்துகளுக்குத் தனிக் கிணறு ஏற்படுத்திக் கொடுப்பதே கொள்கை என்று கூறியிருப் பதாகத் தெரியவில்லை. தலித்துகளுக்கெனத் தனிக்கிணறு

ஏற்படுத்திக் கொடுப்பது அரசாங்கத்தின் கொள்கை இல்லையா? அல்லது தலித்துகள் துணிச்சலுடன் அவர்களின் உரிமையினைச் செயல்படுத்தக் கேட்டுக் கொள்ளப்படுவார்களா? என்ற கேள்வி எழுப்பப்பட்டபோது சாதி மத வேறுபாடின்றி பொதுக் கிணறு களை அனைவருக்கும் திறந்துவிடுவது அரசாங்கத்தின் கொள்கை என்று பதிலளிக்கப்பட்டுள்ளது.[9] தலித்துகளுக்கெனத் தனிக் கிணறு இல்லாத காரணத்தினால் அவர்களுக்குக் குடிநீர் கிடைப்பது கடினமாக இருக்கிறது என்ற வாதம் சில உறுப்பினர் களால் முன்வைக்கப்பட்டிருக்கிறது. இத்தகைய சூழல் நிலவும் பகுதிகளில் தலித்துகளுக்கெனத் தனிக்கிணறு ஏற்படுத்தித் தரப் படும் என்று பதிலளிக்கப்பட்டுள்ளது.[10] இக்கேள்வி – பதில்களி லிருந்து பொதுக் கிணறுகளைச் சாதி மத வேறுபாடின்றி அனைவருக்கும் திறந்து விடுதல் அரசாங்கத்தின் கொள்கை. இதில் இரட்டைநிலை இருந்திருக்கவில்லை என்பது தெளிவு. மேலும் தவிர்க்க இயலாத இடங்களில் மட்டுமே தலித்துகளுக் கெனத் தனிக் கிணறு அமைத்துக் கொடுப்பதும் அரசாங்கத் தின் நிலைப்பாடு என்பதும் தெளிவு. காலனிக்குப் பிந்தைய அரசு சட்ட அடிப்படையில் தீண்டாமையை ஒழித்திருக்கிறது. அதனைப் பின்பற்றுவது குற்றமென அறிவிக்கிறது. மேலும் பொது நீராதாரங்களைச் சாதி மத வேறுபாடின்றி உபயோகப் படுத்திக் கொள்வதற்கு அனுமதிக்கிறது. தீண்டாமையினை ஒழிப்பதற்கு முன் வந்திருந்த தொண்டு நிறுவனங்கள்கூட பொது நீராதாரங்களில் அனைவரும் சாதிப் பாகுபாடின்றி தண்ணீர் எடுப்பதைச் செயல்படுத்துவதாக அறிவித்திருக்கிறது. சென்னை அட்டவணைச் சாதியினர் நலச்சங்கம் அரசாங்கத் திற்குச் சமர்ப்பித்த அறிக்கையில் தன்னுடைய திட்டத்தினை இவ்வாறு கூறியிருக்கிறது: "எச்சூழலிலும் தனிக்கிணறு முறை ஊக்கப்படுத்தப்படமாட்டாது. இயன்றவரை சாதி இந்துக்களும் ஹரிஜனங்களும் ஒரே கிணற்றிலிருந்து தண்ணீர் எடுப்பதற்கு ஊக்கப்படுத்தப்படுவர். ஏதாவது தகராறு ஏற்பட்டால் காவல் துறையின் உதவியுடன் ஹரிஜனங்களுக்கு நீதி வழங்கப்படும்."[11] எனவே, காலனிக்குப் பிந்தைய காலத்தில் அரசு மட்டுமின்றி இதர தொண்டு நிறுவனங்களும் பொது நீராதாரங்களைத் தலித்துகள் அணுகுவதையும் அனுபவிப்பதையும் கொள்கை அடிப்படையில் ஏற்றுக்கொண்டிருக்கின்றன. இதில் இரட்டை நிலை எதுவும் இல்லை என்பது தெளிவு.

---

9. *MLCD*, VI (24 March 1938), p. 669; *MLCD*, IV (6 March 1947), pp. 450 – 451.
10. *Ibid*.
11. *MLCD*, XIX (21 December 1954), p. 730.

முரணான செயல்பாடு

காலனியாட்சி, தான் ஏற்றுக் கொண்ட கொள்கையினை நடைமுறைப்படுத்துவதற்கு எவ்வித முயற்சியும் எடுத்திருப்பதாகத் தெரியவில்லை. நடைமுறையில் தலித்துகளுக்குத் தனிக் கிணறு ஏற்படுத்திக் கொடுக்கின்ற முறையினையே செயல் படுத்தியிருக்கிறது. தலித்துகள் தங்களுக்கெனத் தனிக்கிணறுகள் சொந்தமாக வைத்துக்கொள்ளக் கூடாது என்று ஆதிக்கச்சாதியினர் நிர்ப்பந்தித்ததிலிருந்து தனிக்கிணறு முறையினை நோக்கினால் அது ஒரு சாதகமான செயல்பாடுதான். காரணம் தலித்துகளுக்கெனச் சொந்தமாகக் கிணறு இந்த முறையிலாவது கிடைக்கிறது. ஆனால் இச்செயல்பாடு அரசாங்கத்தின் சட்டத்திற்குப் புறம்பானதுதான். இத்தகைய தனிக்கிணறுகள் அகழ்வதற்கென அரசாங்கம் நிதி ஒதுக்கி அதனைச் செயல் படுத்தியிருக்கிறது. பின்வரும் அட்டவணையிலிருந்து சில குறிப்பிட்ட ஆண்டுகளில் தலித்துகளுக்கெனக் கிணறு தோண்டுவதற்கு ஒதுக்கப்பட்ட நிதியினை அறிந்துகொள்ளலாம்:

அட்டவணை: அ. 1.

கிணறு தோண்டுவதற்கு ஒதுக்கப்பட்ட நிதி

மாவட்டம்	ஒதுக்கப்பட்ட நிதி	
	1922-23	1923-24
வட ஆற்காடு	13,020/-	16,340/-
திருநெல்வேலி	745/-	745/-
செங்கற்பட்டு	9,190/-	---
மதுரை	2,953/-	4,850/-
தென் ஆற்காடு	1,800/-	---
தஞ்சாவூர்	4,620/-	---
கர்னூல்	14,274/-	
நெல்லூர்	3,140/-	2,092/-
பெல்லாரி	11,290/-	---
சேலம்	---	1,967/-

ஆதாரம் : G.O. No.3465, Law (General), (05 December 1924).

தலித்துகளுக்கெனத் தனிக்கிணறு தோண்டுவதற்கு அவ்வப் போது வரவு-செலவுத் திட்டத்தில் நிதி ஒதுக்கப்பட்டிருக் கிறது. இந்நிதி மூலம் எங்கெல்லாம் தலித்துகளுக்குப் பொது

நீராதாரங்களில் உரிமை மறுக்கப்படுகிறதோ அங்கெல்லாம் தனிக்கிணறு ஏற்படுத்திக் கொடுக்கப்பட்டிருக்கிறது. பொது வாக சென்னை மாகாணத்தின் பல பகுதிகளிலும் தலித்து களுக்கு மட்டுமேயெனத் தனிக்கிணறுகள் அமைத்துக் கொடுக்கப் பட்டிருக்கின்றன.[12] சில இடங்களில் தண்ணீர்ப் பற்றாக்குறை யினைத் தீர்த்துக்கொள்வதற்குத் தனிக்கிணறு வேண்டும் என்ற கோரிக்கை தலித்துகளாலும் முன்வைக்கப்பட்டிருக் கிறது. இது உடனடியாக நிறைவேற்றப்பட்டதும் உண்டு. தலித்து கள் தனிக்கிணறு வேண்டும் என்று கோரிக்கைமனு கொடுத்துப் பல மாதங்கள் கடந்த போதிலும் அது நிறைவேற்றப்படா மலும் இருந்திருக்கிறது.[13] எனவே மேலே விவாதித்ததிலிருந்து, பொது நீராதாரங்களை தலித்துகள் அணுகுவதற்கும் அனுபவிப் பதற்குமான உரிமையினைச் சட்ட அடிப்படையில் காலனிய அரசு ஏற்றுக்கொண்டிருந்த போதிலும், அவ்வரசு தான் ஏற்றுக் கொண்ட சட்டத்தினை நிறைவேற்றவில்லை. அதற்கு முரணாக நடைமுறையில் செயல்பட்டிருக்கிறது என்பது தெளிவு.

காலனியாட்சிக்குப் பிந்தைய அரசு பல்வேறு நலத்திட்டங் களை உருவாக்கி மக்களின் வாழ்க்கை நிலையினை மேம்படுத்து வதற்கு முயற்சி செய்தது. ஆனால், பொது நீராதாரங்களைத் தலித்துகள் அணுகுவதற்கும் அனுபவிப்பதற்குமான சட்ட அடிப் படையிலான உரிமையினைச் செயல்படுத்துவதற்கு எவ்வித முயற்சியும் எடுக்கப்பட்டதாகத் தெரியவில்லை. ஆனால், தலித்துகளின் தண்ணீர்த் தேவையினைத் தீர்த்து வைப்பதற்கு முயற்சிகள் மேற்கொள்ளப்பட்டிருக்கின்றன. 1948ஆம் ஆண்டு ஹரிஜன நலக்குழுவின் அறிக்கை தலித் குடியிருப்புகளில் சுமார் 10,000 கிணறுகளை ஐந்தாண்டுகளுக்குள் ஏற்படுத்த வேண்டும் என்று பரிந்துரைத்திருக்கிறது.[14] தலித்துகளுக்கு மூன்று பிரிவு களின் கீழ் கிணறுகள் வெட்டப்பட்டிருக்கின்றன: அவை: 1. ஹரிஜன நலத்துறை, 2. வருவாய்த் துறை, 3. பிர்க்கா வளர்ச்சித் துறை.[15] கிணறு தேவைப்படும் தலித்துகள் மனுக்கள் அனுப்பி னால், அவை அதிகாரிகளால் பரிசீலனை செய்யப்பட்ட பின்னர் அவர்களுக்கு மேற்கூறப்பட்ட துறைகளில் ஏதாவது ஒன்றின் கீழ் கிணறு ஏற்படுத்திக் கொடுக்கப்பட்டிருக்கிறது. பொதுவாகத் தலித்துகளால் அனுப்பப்பட்ட அனைத்து மனுக் களும் ஏற்றுக்கொள்ளப்படவில்லை. பல மனுக்கள் புறக்கணிக்கப்

---

12. G.O. No. 15, Law (General), (06 January 1925), *MLCD*, XLVIII, pp. 304 – 397.

13. *MLCD* (20 August 1924), p. 437.

14. *MLCD*, IX (18 July 1953), p. 560.

15. *MLCD* (20 July 1957), p. 28.

பட்டிருக்கின்றன. 1952ஆம் ஆண்டு தென்னாற்காடு மாவட்டத்தில் தலித்துகளிடமிருந்து கிராமப்புறக் குடிநீர் வழங்குதல், ஹரிஜன நலத்திட்டம் இவற்றின் கீழ் கிணறு தோண்டுவதற்காகப் பெறப்பட்ட மனுக்கள், பரிசீலனை செய்து ஏற்றுக் கொள்ளப்பட்டவை, தோண்டப்பட்ட கிணறுகளின் எண்ணிக்கை பின்வரும் அட்டவணையில் தரப்பட்டிருக்கிறது:

அட்டவணை: அ. 2.

கிணறுகளுக்கான கோரிக்கைகள்

கிராமப்புறக் குடிநீர் வழங்கும் திட்டம்,		ஹரிஜன நலத்திட்டம்
பெறப்பட்டவை 181	ஏற்கப்பட்டவை 126	தோண்டப்பட்டவை 73
பெறப்பட்டவை 53	ஏற்கப்பட்டவை 17	தோண்டப்பட்டவை 03

ஆதாரம்: MLCD, XV (06 May 1954), p. 119

கிணறுகள் வேண்டும் என்று தலித்துகள் கொடுத்த மனுக்களின் எண்ணிக்கையோடு தோண்டிக் கொடுக்கப்பட்ட கிணறுகளின் எண்ணிக்கையை ஒப்பிடுகையில் தென்னாற்காடு மாவட்டத்தில் தலித்துகள் கோரிய கிணறுகளின் எண்ணிக்கையில் கிராமப்புறக் குடிநீர் வழங்கும் திட்டத்தின் கீழ், பகுதி கிணறுகளும், ஹரிஜன நலத்திட்டத்தின் கீழ் சில கிணறுகளும் ஏற்படுத்திக் கொடுக்கப்பட்டிருக்கின்றன. தலித்துகளின் கோரிக்கையில் பகுதியைக்கூட அரசாங்கம் நிறைவேற்றியிருக்கவில்லை என்பதை அட்டவணை: அ. 2 தெரிவிக்கிறது. தலித்துகளுக்கெனக் கிணறுகள் தோண்டிக் கொடுப்பது மூன்று துறைகளின் பொறுப்பு என்பதை ஏற்கனவே விவரித்திருக்கிறோம். தலித்துகள் தங்களின் கோரிக்கை மனுக்களோடு சென்றால் ஒவ்வொரு துறையினரும் அடுத்த துறைக்கு அனுப்பி வைத்திருக்கின்றனர். இதனால் திட்டம் கைவிடப்படுகிறது என்று பேரவையில் சின்னையா விமர்சித்திருக்கிறார்.[16] இனி, ஏற்படுத்திக் கொடுக்கப்பட்ட தனிக்கிணறுகளின் எண்ணிக்கை அதற்கு ஒதுக்கப்பட்ட நிதி குறித்துக் காண்போம். இது தோராயமான புள்ளி விவரமே, துல்லியமானது அன்று.

---

16. *MLCD* (20 July 1957), p. 28.

அட்டவணை: அ. 3.

கிணறு தோண்ட ஒதுக்கப்பட்ட நிதி

மாவட்டம்	ஒதுக்கப்பட்ட நிதி	
	1958–59	1959–60
செங்கற்பட்டு	11,000/–	27,000/–
தென் ஆற்காடு	20,000/–	24,000/–
வட ஆற்காடு	-------	27,000/–
திருச்சிராப்பள்ளி	20,000/–	24,000/–
சேலம்	19,000/–	24,000/–
கோயம்புத்தூர்	20,000/–	----
தஞ்சாவூர்	----	24,000/–
மதுரை	20,000/–	27,000/–
இராமநாதபுரம்	20,000/–	24,000/–
திருநெல்வேலி	---	24,000/–
கன்னியாகுமாரி	20,000/–	24,000/–
மொத்தம்	1,50,000/–	2,76,000

ஆதாரம்: MLCD (11 September 1959), p. 376.

அட்டவணை: அ. 4.

தோண்டப்பட்ட கிணறுகள்

மாவட்டம்	1951–52	1953–54	1955–56	1956–57	1957–58	1958–59
மெட்ராஸ்	953	----	650	1068	1061	----
தெ.ஆற்காடு	----	70	80	113	86	189

ஆதாரம்: MLCD, IX (18 July 1953), MLCD (19 March 1955), p. 1087, MLCD (24 July 1959), pp. 331 – 331.

அட்டவணை அ. 3 மற்றும் 4 தலித்துகளுக்குக் கிணறு தோண்டுவதற்கென ஒதுக்கப்பட்ட நிதி மற்றும் தோண்டப் பட்ட கிணறுகளின் எண்ணிக்கையினைக் காட்டுகிறது. ஒவ்வொரு மாவட்டத்திற்கும் ஒதுக்கப்பட்ட நிதி மற்றும் தோண்டப்பட்ட கிணறுகள் தலித்துகளின் தண்ணீர்த் தேவை யினைப் பூர்த்தி செய்வதற்குப் போதுமானதாக இருந்தனவா என்பது ஒருபுறம் இருக்கட்டும். தனிக்கிணறு முறையாவது முறையாகச் செயல்படுத்தப்பட்டதா? என்பது இங்கு விவாதிக்கப்

பட வேண்டும். பேரவையின் ஏடுகளை வாசிக்கிறபோது, தலித்துகளுக்குக் கிணறுகள் வெட்டுவதற்கு ஒப்பந்ததாரர்கள் முன்வரவில்லை[17] என்றும் தலித்துகளுக்குக் கிணறு வெட்டு வதற்கென ஒதுக்கப்பட்ட நிதி அதற்குச் செலவு செய்யப்பட வில்லை என்பதையும் புரிந்துகொள்ள முடிகிறது.[18] ஒரு கிராமத் தில் வசிக்கின்ற தலித்துகளுக்குக் கிணறு தோண்டி கொடுக்கப் பட வேண்டுமென்றால் அக்கிராமத்தில் குறிப்பிட்ட எண்ணிக்கை யிலான தலித் குடும்பங்கள் அங்கு இருக்க வேண்டும் என்ற கொள்கையினை அரசாங்கம் கடைபிடித்திருக்கிறது. இது குறித்து 1957ஆம் ஆண்டு நடைபெற்ற பேரவை விவாதத்தின் போது அப்போதைய அமைச்சர் கக்கன் இவ்வாறு கூறியுள் ளார்: “20, 30 வீடுகள் இருக்கும் இடங்களில் குடிதண்ணீர் வசதி செய்து கொடுக்கவில்லை என்று சொல்லப்பட்டது. இருபது வீடுகள் உள்ள கிராமமாக இருந்தாலும் அங்கே குடி தண்ணீர் வசதி செய்து கொடுக்கப்பட வேண்டும் என்பது நமது திட்டம். குடிதண்ணீர் வசதி இல்லாத கிராமமே இருக்கக் கூடாது. குடிக்க தண்ணீர் இல்லை என்று யாரும் சொல்லாத நிலைமையில் அரசாங்கம் அக்கறை எடுத்துக் கொண்டிருக் கிறது.”[19] ஆனால் இது தொடர்பான கேள்வி – பதில் ஒன்றி லிருந்து ஒரு கிராமத்தில் 20 தலித் குடும்பங்கள் இருந்தால் மட்டுமே கிணறு தோண்டிக் கொடுப்பதற்கு அரசு முன்வந் துள்ளது என்பதைப் புரிந்துகொள்ள முடிகிறது. பத்துக்கும் குறைவான தலித் குடும்பங்கள் வசிக்கின்ற கிராமங்கள் இருக் கின்றன. அங்கெல்லாம் அவர்களுக்கெனக் கிணறு இல்லை மேலும் அவர்கள் அங்குள்ள ஆதிக்கச்சாதியினரின் கட்டுப் பாட்டிலிருக்கும் பொதுக் கிணறுகளிலும் தண்ணீர் எடுப் பதற்கு அனுமதிக்கப்படவில்லை. கிராமங்களில் 20 குடும்பங் களுக்கும் குறைவான எண்ணிகையில் வசித்த தலித்துகளுக்குப் பொது நீராதாரங்களில் தண்ணீர் எடுப்பதற்கு அனுமதி மறுக்கப் பட்டதோடு குறைவான எண்ணிக்கையின் காரணமாகத் தனிக் கிணறும் மறுக்கப்பட்டிருக்கிறது.[20] எண்ணிக்கை குறைவாக இருந்தாலும் அவர்களுக்கும் தாகம் எடுக்கும் என்பது காலனி யாட்சிக்குப் பிந்தைய அரசாங்கத்திற்கு விளங்கவில்லை போலும். எண்ணிக்கையில் குறைவாக இருந்த தலித்துகள் தண்ணீருக் காக என்னென்ன இன்னல்களைச் சந்தித்திருப்பர் என்பதை எளிதாக ஊகித்துக்கொள்ள முடியும். தோண்டப்பட்ட கிணறு

---

17. இத்தகைய சிக்கல்கள் இன்றும் நீடித்துக் கொண்டிருப்பதனைக் காண முடிகிறது: பார்க்க இந்திரா, *நீர் பிறக்கும்முன்*.

18. *MLCD* (20 July 1957), p. 45; *MLCD* (24 March 1958), pp. 320 – 321.

19. *MLCD* (15 November 1957), p. 368.

20. *MLCD*, XXXV (12 December 1959), pp. 240 – 243.

களின் எண்ணிக்கையை அட்டவணையாக உருவாக்கியதில் அடிப்படை நோக்கம் ஒன்று உண்டு. அதாவது அந்தந்த மாவட்டங்களிலுள்ள கிராமங்களில் தனிக்கிணறு தோண்டி கொடுப்பதற்கு முன்னர் தலித்துகளுக்கு நீராதாரம் இருந் திருக்கவில்லை என்பதை எடுத்துக்காட்டுவதுதான் அந் நோக்கம். தண்ணீர் இல்லாத இந்தக் கிராமங்களில் காலனியாட்சி யினரைப் போலவே காலனியாட்சிக்குப் பிந்தைய அரசும் தான் ஏற்றுக் கொண்ட சட்டத்தினை அமல்படுத்தவில்லை அதற்கு முரணாகவே இருக்கிறது. காலனியாட்சிக்குப் பிந்தைய அரசு தனிக்கிணறு முறையினைச் செயல்படுத்திய போதிலும் அதனையும் முழுமையாகச் செயல்படுத்தவில்லை என்பது தெளிவு.

சட்ட ரீதியான போராட்டத்தில் அரசின் நிலைப்பாடு

பொது நீராதாரங்களை அணுகுவதற்கும் அனுபவிப்பதற்கு மான உரிமை வேண்டும் என்ற கோரிக்கையையும் அதற்காகச் சட்டத்திற்குட்பட்ட போராட்டத்தையும் தலித்துகள் காலனி யாட்சிக் காலத்தில் நடத்தியிருக்கின்றனர். இப்போதும் ஆங்காங்கே நடத்துகின்றனர். எனவே, இத்தகைய சட்ட ரீதியிலான போராட்டங்களின்போது அரசாங்கத்தின் நிலைப் பாடு என்னவாக இருந்தது என்பதை விவாதிப்பது அவசியம். அரசாங்கம் ஏற்றுக்கொண்ட கொள்கையினை அடிப்படை யாகக் கொண்டு தலித்துகள் பொது நீராதாரங்களில் தண்ணீர் எடுப்பதற்கு முயன்ற சமயங்களில் ஆதிக்கச்சாதியினர் அதனை மிகக் கடுமையாக எதிர்த்ததோடு தலித்துகள் மீது வன்முறை யினையும் ஏவியிருக்கின்றனர். காலனிய அரசாங்கம் இத்தகைய சிக்கலில் தான் ஏற்றுக்கொண்ட கொள்கைக்கு முரணாக நடந்து கொண்டதைக் காணமுடிகிறது. தலித்துகள் பொது நீராதாரங்களில் தண்ணீர் எடுக்கின்ற சமயத்தில் ஆதிக்கச் சாதியினர் எதிர்ப்புத் தெரிவித்து வன்முறையில் ஈடுபட்டதால் விளையும் சிக்கலினைத் தீர்ப்பதற்குக் காலனியாட்சியினர் பின்வரும் உத்திகளைக் கையாண்டிருக்கின்றனர்: 1) தலித்துகள் பொது நீராதாரங்களில் தண்ணீர் எடுப்பதற்கு எதிராக 144 தடையுத்தரவினை பிறப்பித்தது[21], 2) தொன்றுதொட்டு வரும் நடைமுறை மற்றும் சம்பிரதாயம் சம்பந்தப்பட்ட பொது நீராதாரங்களில் தலித்துகள் தண்ணீர் எடுப்பதனை ஆதரிக்க வில்லை. ஆதலால் தலித்துகள் தங்களின் உரிமையினைச் செயல் படுத்துவதற்கு முயன்றது குற்றமென்றே கருதியிருக்கிறது.[22]

---

21. *MLCD*, LXVI (25 March 1933), pp. 787 – 789, *MLCD,* V (24 April 1947), pp. 972 – 973.

22. *MLCD*, LXVI (25 March 1933), pp. 787 – 788.

3) கிராமங்களில் இருக்கின்ற குடியிருப்பு அமைப்பினை கூறி அதாவது, ஆதிக்கச்சாதியினரும் தலித்துகளும் வெவ்வேறு திசைகளில் வசிக்கின்றனர் இவ்விருவருக்கும் அதிக இடைவெளி இருப்பதால் ஆங்காங்கே பொதுநிதியின் மூலம் அவர்களுக்கெனத் தனிக் கிணறுகள் ஏற்படுத்தப்பட்டிருக்கின்றன. அதனை அவர்கள் மட்டுமே பயன்படுத்தி வருகின்றனர்[23] என்ற வாதங்களை முன்வைத்ததோடு சட்ட உரிமைக்காகப் போராடிய தலித்துகளைக் காலனியாட்சி தண்டித்திருக்கிறது. உதாரணமாக, சேலம் காவல் நிலையத்தில் பொதுக் கிணற்றில் தண்ணீர் எடுப்பதற்கு உரிமை வேண்டும் என்று போராடிய தலித் காவலர்களுக்கு அவ்வுரிமை மறுக்கப்பட்டதோடு, அவர்கள் பணி இடமாற்றம் செய்யப்பட்ட சம்பவத்தினைக் கூறலாம். தலித் காவலர்களுக்கே இந்நிலைமை என்றால் தலித் பொது மக்கள் என்ன விதமான விளைவுகளை எதிர்கொண்டிருப்பர் என்பதை எளிதாகப் புரிந்துகொள்ளலாம். பொது நீராதாரங்களில் உரிமை கோரி தலித்துகள் போராடியபோது மேற்கூறிய வாதங்களை முன்வைத்ததோடு தலித்துகளுக்கெனத் தனிக்கிணறு ஏற்படுத்தி அப்போராட்டத்திற்கு முற்றுப்புள்ளி வைத்திருக்கிறது.

காலனியாட்சிக்குப் பிந்தைய இந்திய ஆட்சியாளர்கள் காலனியாட்சியாளர்கள் மேற்கொண்ட அதே நடவடிக்கையினையே மேற்கொண்டு வருகின்றனர். காலனியாட்சிக் காலத்தினைவிடவும் காலனியாட்சிக்குப் பிந்தைய அரசு தனிக் கிணறுகளை அதிக எண்ணிக்கையில் ஏற்படுத்தியதால் பொது நீராதாரங்களில் உரிமை வேண்டும் என்ற தலித் போராட்டம் குறைந்த எண்ணிக்கையிலேயே நடைபெற்றிருக்கிறது. சமீபத்தில் பொதுநீராதாரங்களில் உரிமை வேண்டி தலித்துகள் போராட்டம் நடத்தியபோது காலனியாட்சிக்குப் பிந்தைய அரசு அதற்குத் தீர்வு காண்பதற்குத் தனி நீராதார முறையினையே அமல்படுத்தியது. கொடைக்கானல் புதுப்புத்தூர் கிராமத்தில் நடைபெற்ற போராட்டத்தினை இதற்கு உதாரணமாகக் கூறலாம். அந்தக் கிராமத்திலுள்ள பொதுக் கிணற்றில் தலித்துகள் தண்ணீர் எடுப்பதற்கு அனுமதி மறுக்கப்பட்டு வந்தது. குடிப்பதற்குத் தண்ணீரின்றி அவதிப்பட்டு வந்த தலித்துகள் ஒரு கோடைக் காலத்தில் (07 ஏப்ரல் 2003) பொதுக்கிணற்றில் தண்ணீர் எடுக்கச் சென்றபோது வன்முறைக்குள்ளாயினர். தலித்துகளின் பெரும் போராட்டத்தின் விளைவால் அப்போதிருந்த தமிழக முதல்வர் ஒரு தீர்மானமான முடிவினை அறிவித்தார். பொதுக்கிணற்றில் தலித்துகள் தண்ணீர் எடுப்பதற்குப் பதில் பொதுக் கிணற்றிலிருந்து குழாய் இணைப்பு

---

23. *MLCD* (23 January 1939), pp. 418 – 419, *MLCD*, IV (6 March 1947), pp. 450 – 451.

மூலம் தலித் பகுதிகளுக்குத் தண்ணீர் வழங்குவது என்பதே அந்த முடிவு.[24] இதே போல் ஈரோடு அருகே மொடக்குறிச்சி என்ற பகுதியில் தலித்துகள் பொது நீராதாரங்களில் தண்ணீர் எடுப்பதற்காகப் போராடியபோது அவர்களுக்கும் தனிக்கிணறு தான் ஏற்படுத்திக் கொடுக்கப்பட்டது. "பொது உபயோக வசதிகளனைத்தையும் பயன்படுத்துவதற்கான உரிமைகளைத் தாழ்த்தப்பட்ட வர்க்கத்தினருக்குப் பெற்றுத் தருவதற்குப் பல்வேறு பரிகாரங்களை நாம் பரிந்துரை செய்திருந்த போதிலும், இன்னும் பல காலத்திற்கு அவற்றை அவர்கள் பிரயோகிப்பதில் சிரமங்கள் இருந்து கொண்டிருக்கும் என்று அஞ்சுகிறோம்"[25] என்று பல பத்தாண்டுகளுக்கு முன்னரே அம்பேத்கர் கூறியிருக் கிறார். உண்மையில் இன்றும் பொது நீராதாரங்களில் தலித்து களின் சட்ட உரிமையை நிலைநாட்டுவது இயலாத காரிய மாகவே இருந்து வருகிறது. சுதந்திரப் போராட்டத்தில் தலித்து கள் பங்கேற்காததற்குக் காரணம் சுதந்திர அரசு தலித்து களுக்குப் பாதுகாப்பற்றதாக இருக்குமென்ற அச்சமே ஆகும் என்று அம்பேத்கர் கூறியிருக்கிறார். காலனியாட்சிக்குப் பிந்தைய அரசுகளின் செயல்பாடுகளை உற்றுநோக்கினால் அது அன்று எதிர்பார்க்கப்பட்டதை விடவும் கூடுதலான சிக்கலையே ஏற்படுத்தியிருக்கிறது.

காலனியாட்சியும் காலனியாட்சிக்குப் பிந்தைய அரசும் அடிப்படையில் நவீன அரசுகள். பொது நீராதாரங்களை அணுகுவதற்கும் அனுபவிப்பதற்கும் சாதி மதப் பாகுபாடு இல்லை. மேலும், சாதி மத அடிப்படையில் ஒருவரை அல்லது ஒரு குழுவினரைப் பொது நீராதாரங்களிலிருந்து விலக்குவது குற்றம் என்பதே அவ்விரு அரசுகளின் கொள்கைகள். இருப் பினும் நடைமுறையில் அவ்வரசுகள் தலித்துகளுக்கெனப் பொது நீராதாரங்களைத் திறந்துவிடுவதற்குப் பதிலாகத் தனிக்கிணறு ஏற்படுத்திக் கொடுக்கும் நடைமுறையினையே செயல்படுத்தி வந்திருக்கிறது. தலித்துகள் பொது நீராதார உரிமைக்குப் போராடுகிறபோது சிக்கல் உருவானால் தலித்துகளுக்குத் தனி நீராதாரத்தினை ஏற்படுத்திக் கொடுத்துச் சிக்கலினைத் தீர்த்து வைக்கிறது. தான் ஏற்றுக்கொண்ட சட்டத்தினைச் செயல் படுத்துவதற்கு மாறாகச் சட்டத்திற்கு முரணாக இந்துமத சாதி சார்ந்த மரபுகளை வலியுறுத்தும் ஆதிக்கச்சாதியினருக்கு ஆதரவாகவே இருக்கிறது. அதாவது, நவீன அரசுகளான காலனி யாட்சியும் காலனியாட்சிக்குப் பிந்தைய அரசும் மரபு சார்ந்த ஒழுங்குகளை நிலைநிறுத்துவதற்குத் துணைபுரிகின்றன. காலனிய

---

24. *The Hindu* (20 June 2003 & 20 May 2004).

25. *அம்பேத்கர் பேச்சும் எழுத்தும், தொகுப்பு. 16*, ப. 70.

அரசின் செயல்பாடுகளோடு சுதந்திர அரசாங்கத்தின் செயல்பாடுகளை ஒப்பிட்டு நோக்கினால் காலனியாட்சிக்குப் பிந்தைய அரசு புலன்களால் உணரமுடியாத அளவிற்குச் சாதியைப் பேணிப் பாதுகாத்துக் கொண்டிருப்பதனைக் காண முடிகிறது.

தொழில்நுட்பத்தின் நுட்பமான செயல்

நீரைச் சேகரிப்பதற்கும், நீரை எடுப்பதற்கும் நிலம் இன்றியமையாதது. ஆனால் நீர்ச் சேமிப்பு முறையில் காலனியாட்சிக்குப் பிந்தைய அரசு அறிமுகப்படுத்தியிருக்கும் மேல்நிலை நீர்த்தேக்கத் தொட்டி என்ற புதிய முறை தலைகீழ் மாற்றத்தினை ஏற்படுத்திவிட்டது. குளம், கிணறு ஆகியவற்றில் நீர் சேமிப்பதற்குப் பரந்த அளவில் நிலம் அவசியம். இப்புதிய முறையில், குளம், கிணறு ஆகியவற்றிற்குத் தேவைப்படுகின்ற அளவிற்கு நிலம் அவசியம் இல்லை. மேல்நிலைத் தொட்டியின் கொள்ளளவிற்கேற்ப தரையிலிருந்து பல அடி உயரத்திற்குப் பல தூண்கள் எழுப்பப்பட்டு இறுதியில் பெரிய தொட்டி உருவாக்கப்படுவதே மேல்நிலை நீர்த்தேக்கத் தொட்டி ஆகும். இப்புதிய முறைக்குத் தூண்கள் அமைப்பதற்கு நிலம் வேண்டும். தரையில் அமைக்கப்படும் ஆழ்துளைக் கிணற்றிலிருந்து நீர் உறிஞ்சப்பட்டு இத் தொட்டியில் நிரப்பப்படும். இதே முறையில் ஆற்றுத் தண்ணீரும் நிரப்பப்படுவதுமுண்டு. இந்தத் தொட்டியிலிருந்து குழாய்கள் இணைக்கப்பட்டு வீடுகளுக்கும் தெருக்களுக்கும் இணைப்பு ஏற்படுத்திக் கொடுக்கப்பட்டு அதன் மூலம் தண்ணீர் வழங்கப்படுகிறது. இப்புதிய முறை ஏற்படுத்திய தலைகீழ் மாற்றம் இதுதான்: முன்பு நீரைத் தேடி மக்கள் சென்றனர். இப்போது நீர் மக்களைத்தேடிச் செல்கிறது. இப்புதிய முறையில் மக்களுக்குச் சாதகமான சில அம்சங்கள் இருக்கின்றன. முன்போல் பொது நீராதரங்களில் தண்ணீர் எடுப்பதற்காக ஆதிக்கச்சாதியினரின் தயவிற்காகக் காத்திருத்தல், ஆதிக்கச் சாதியினரின் வசைச் சொற்களைக் கேட்டல், நீண்ட தூரம் நடத்தல், உழைப்பினைச் செலுத்துதல் போன்றவை முற்றிலுமாக ஒழிந்துவிட்டன. உண்மையில் மேல்நிலை நீர்த்தேக்கத் தொட்டி தலைகீழ் மாற்றத்தினை ஏற்படுத்திவிட்டது. சுருக்கமாகக் கூறினால், பாரம்பரிய முறையில் தண்ணீர் எடுப்பதற்காக எவற்றையெல்லாம் செய்ய வேண்டி இருந்தனவோ அவற்றையெல்லாம் புதிய முறை ஒழித்துவிட்டது.

தேவை என்ற நோக்கில் மட்டும் தண்ணீரை அணுகுகின்ற ஆய்வாளர்கள் இப்புதிய முறையினை வரவேற்கக்கூடும். குடிமக்களுக்கான உரிமையினை அனுபவித்தல் என்ற பார்வை

யில் இதனை நோக்கினால் இப்புதிய முறை சிக்கலுக்குரியதே. இப்புதிய முறையினை அறிமுகப்படுத்தியதில் அரசாங்கத்தின் நோக்கம் என்ன? என்பது விவாதத்திற்குரியது. ஆனால் இப் புதியமுறை பொது நீராதாரங்களில் தண்ணீர் எடுப்பதற்கான தலித்துகளின் போராட்டத்திற்கு முற்றுப்புள்ளி வைத்திருப்பதே முக்கியமான ஒரு சிக்கலாகும். பொது நீராதார முறையின் அடிப்படையினை மாற்றி அமைத்துவிட்டால் பொது நீராதாரங் களில் தண்ணீர் எடுக்க வேண்டும் என்ற கோரிக்கை எழுவதற் கான வாய்ப்போ அதனால் சாதிகளுக்கிடையேயான மோதலோ உருவாவதற்கு வாய்ப்பு இல்லை. நீரைத் தேடி மக்கள் செல் வதற்குப் பதில் மக்களைத் தேடி நீர் செல்கின்ற காரணத்தி னால் பொது நீராதாரங்களுக்குச் செல்ல வேண்டும் என்ற முறையே ஒழிக்கப்பட்டுவிட்டது. பொதுநீராதாரம் இருக்கின்ற இடம் ஒருவிதத்தில் பொதுவெளியும்கூட. இங்கு பலவற்றையும் விவாதிப்பதற்கான வாய்ப்பு உண்டு. இது சமூக மாற்றத்திற்கு வழிவகுக்கும். இதனைவிடவும் மிக முக்கியமானது. தீண்டாமை ஒழிப்பு என்ற கொள்கையின் நடைமுறைச் செயல்பாடு ஆதிக்கச் சாதியினரின் ஏகபோகத்திலிருக்கின்ற பொது நீராதாரங்களில் தலித்துகளுக்குத் தண்ணீர் எடுக்கின்ற உரிமையினை நிலைநாட்டு வதாகும். தலித்துகள் பொதுச் சொத்தினை அணுகுதல், அனுபவித் தல் மற்றும் பொது வெளியினைப் புழங்குதல் ஆகியவை தீண்டாமை ஒழிப்பின் குறியீடு ஆகும். மேல்நிலை நீர்த்தேக்கத் தொட்டி பொது வெளியினை ஒழித்துவிட்ட காரணத்தினால் இங்குத் தீண்டாமை ஒழிக்கப்படவில்லை. மாறாக மறைமுக மாகப் பேணப்பட்டு வருகிறது. அதாவது, மேல்நிலை நீர்த் தேக்கத்தொட்டி பொதுவாக தலித்துகளின் வசிப்பிடத்தில் அரிதாகவே அமைக்கப்படுகிறது. பெரும்பாலும் அது ஆதிக்கச் சாதியினரின் வசிப்பிடத்தில் அமைக்கப்படுகிறது. தீட்டுக்குரிய சாதிகள் தீட்டு நீக்கும் தண்ணீரைத் தொட்டுவிட்டால் அதுவும் தீட்டாகிவிடும் என்ற நோக்கமே தலித்துகளுக்குப் பொது நீராதாரங்களில் உரிமை மறுக்கப்பட்டது என்று முதல் இயலில் விவாதித்திருக்கிறோம். பாரம்பரிய முறையில் தண்ணீர் திறந்து இருப்பது போல் இப்புதிய முறையில் இருப்பதில்லை. இம் முறையில் தொட்டி மட்டுமின்றி தண்ணீரும் பாதுகாப்பாகக் குழாய் வழியாகச் செல்கின்ற காரணத்தினால் யாரும் அதனைத் தீண்டுவதற்கான வாய்ப்பு இல்லை. அவரவர் வசிப்பிடத் திற்குச் சென்ற பின்னரே தண்ணீரைக் காணமுடியும். எனவே இம்முறையில் தண்ணீர் தீட்டுக்குள்ளாவதற்கு வாய்ப்பு இல்லை. இருந்த போதிலும் ஆதிக்கச்சாதியினரின் வசிப்பிடத்தில் அத் தொட்டியினை அமைப்பதன் நோக்கம் என்ன? சில இடங் களில் இத்தொட்டியில் தண்ணீர் ஏற்றுவதற்கு அமைக்கப்படும்

ஆழ்துளைக் குழாய் தலித்துகளின் வசிப்பிடத்தில் இருக்கிறது. இத்தகைய இடங்களிலும்கூட மேல்நிலைத் தொட்டி ஆதிக்கச் சாதியினரின் வசிப்பிடத்திலேயே அமைக்கப்படுகிறது. தெரிந்தோ தெரியாமலோ சில இடங்களில் அத்தொட்டி தலித்துகளின் பகுதியில் அமைக்கப்படுவதும் உண்டு. அவ்வாறு அமைந்து விட்டால் ஆதிக்கச்சாதியினர் அதிலிருந்து வருகின்ற தண்ணீ ரைப் பிடிப்பதில்லை. திருநெல்வேலி அருகே திருப்பணிகரிசல் குளம் என்ற கிராமத்தில் மேல்நிலைக்குடிநீர்த்தொட்டி தலித்து களின் நிலத்தில் அமைக்கப்பட்டது. இக்கிராமத்திற்கு அருகி லுள்ள பேட்டை என்ற கிராமத்திலிருந்து தண்ணீர் கொண்டு வரப்பட்டு தலித் நிலத்தில் அமைக்கப்பட்டிருந்த மேல்நிலைத் தொட்டியில் நீரேற்றப்பட்டு, பின்னர் அனைத்துச் சாதியினருக் கும் குழாய் வழியாகத் தண்ணீர் கொடுப்பது என்பது திட்டம். ஆனால் மேல்நிலைத் தொட்டி கட்டப்பட்டு தண்ணீர் வழங்கு வதற்கான அனைத்து ஏற்பாடுகளும் செய்யப்பட்ட பின்னர் ஆதிக்கச்சாதியினர் அத்தொட்டியிலிருந்து வரும் தண்ணீர் எங்களுக்கு வேண்டாம். அது பள்ளக்குடித் தண்ணீர் என்று தீண்டாமை பாராட்டினர். இதன் விளைவு அத்தொட்டி நடைமுறையில் பயனற்றதாக இருந்து வருகிறது. பின்னர் சாதி இந்துக்களின் நிலத்தில் வேறு ஒரு தொட்டி அமைக்கப்பட்டு தண்ணீர் வழங்கப்படுகிறது. எனவே மேல்நிலை நீர்த்தேக்கத் தொட்டி மறைமுகமாகத் தீண்டாமையைச் செயல்படுத்தி வருகிறது என்று உறுதியாகக் கூறலாம்.

மேல்நிலைத் தொட்டி முறை ஆதிக்கச்சாதியினர்க்குச் சாதகமாகவும் தலித்துகளுக்குப் பாதகமாகவும் இருக்கிறது. பொது நீராதாரங்களைத் தலித்துகள் அணுகக்கூடாது என்ற பாரம்பரிய முறையில் கடைபிடிக்கப்பட்ட நடைமுறை இப் புதிய முறையிலும் கடைபிடிக்கப்பட்டு வருகிறது. மேல்நிலைத் தொட்டி ஆதிக்கச்சாதியினரின் வசிப்பிடத்தில் இருக்கின்ற காரணத்தினால் தலித்துகள் பொதுவாக அங்குச் செல்வதில்லை. ஆதிக்கச்சாதியினரின் வசிப்பிடத்தில் மேல்நிலைத்தொட்டி அமைக்கப்படுகின்ற காரணத்தினால் தண்ணீர் எப்போதும் ஆதிக்கச்சாதியினரின் கட்டுப்பாட்டிலேயே இருக்கிறது. தலித்து களின் பகுதிகளுக்குக் குறைந்த கொள்ளளவு கொண்ட குழாய் அமைத்தல், குறைந்த நேரமே தண்ணீர் வழங்குதல் போன்ற வற்றின் மூலம் இப்புதிய முறையில் எளிதாகவும் தெரியாம லும் குறைவான தண்ணீரைத் தலித்துகளுக்கு வழங்குவதாகத் தெரிய வருகிறது. குளம், கிணறு போன்ற பாரம்பரிய முறையில் பொது நீராதாரங்களில் தலித்துகள் தண்ணீர் எடுப்பதனைத் தடுப்பதற்கு ஆதிக்கச்சாதியினர் பலரும் ஒன்றுகூடி முடிவெடுத்து குளத்திலோ அல்லது கிணறுகளிலோ காவல் காத்தல், தலித்துகள்

மீது வன்முறையினை ஏவுதல் போன்ற முறையினைப் பின்பற்ற வேண்டியிருந்தது. ஆனால் மேல்நிலை நீர்த்தேக்கத் தொட்டியி லிருந்து தலித்துகளுக்குத் தண்ணீர் வழங்குவதனைத் தவிர்ப்பது மிகவும் எளிதானது. ஆதிக்கச்சாதியினர் பலரும் ஒன்று கூடி முடிவெடுத்து ஒரேயொருவர் மட்டும் தலித்துகளின் பகுதி களுக்குச் செல்கின்ற குழாயினை அடைத்துவிட்டால் போது மானது. இதனை நடைமுறையில் ஆதிக்கச்சாதியினர் செய்து வருகின்றனர். மேல்நிலைத் தொட்டி முறை மூலம் தலித்து களுக்குத் தண்ணீர் குறைந்த அளவே வழங்கப்படுகிறது என்பதை ஒதுக்கப்பட்ட தொகுதியிலிருந்து தேர்ந்தெடுக்கப்பட்ட சட்ட மன்ற உறுப்பினர் மருத்துவர் கிருஷ்ணசாமி பேரவையில் பின்வருமாறு கூறினார்: "தண்ணீர்த் தொட்டியைப் பெரும் பாலும் சாதி இந்துக்களின் வசிப்பிடத்தில் அமைக்கின்ற காரணத்தினால் தலித் மக்களுக்கு முறையாகத் தண்ணீர் கிடைக்கவில்லை."[26] மேலே விவாதித்ததிலிருந்து மேல்நிலை குடிநீர்த் தேக்கத்தொட்டி ஆதிக்கச்சாதியினருக்கும் தலித்து களுக்கும் தண்ணீர் வழங்கியிருக்கிறது. ஆனால் சாதி ஆதிக்கத் தினை நிலைநிறுத்துவதில் அது ஆதிக்கச்சாதியினருக்கே சாதக மாக இருந்து வருகிறது என்பது தெளிவு. இப்புதிய முறையில் தீண்டாமை மறைமுகமாகத் கடைபிடிக்கப்படுவதைத் தலித்து கள் உணர்ந்ததாகத் தெரியவில்லை. மேலும் மேல்நிலைத் தொட்டி தங்கள் பகுதியிலேயே அமைக்கப்பட வேண்டும் என்றோ அல்லது பொதுவான பகுதியில் அமைக்கப்பட வேண்டும் என்றோ தலித்துகள் கோரியிருக்கவில்லை. இவற் றிற்குக் காரணம் மேல்நிலைத் தொட்டி மூலம் தலித்துகளின் தண்ணீர் தேவை நிறைவேற்றப்படுவதால் மேற்குறிப்பிட்ட உணர்வோ போராட்டமோ தலித்துகளிடத்தில் இல்லை.

காலனிய மற்றும் காலனியாட்சிக்குப் பிந்தைய அரசு களின் செயல்பாட்டினை காந்தி தோற்றுவித்த ஹரிஜன சேவா சங்கத்தின் செயல்பாட்டோடு ஒப்பீடு செய்வது அவசியம். தலித்துகளுக்குக் கிணறுகளை ஏற்படுத்தித் தருதல் என்பது ஹரிஜன சேவா சங்கத்தின் தொண்டு ஆகும். இச்சங்கம் ஆதிக்கச் சாதியினரின் பொதுக் கருத்துக்கள் சாதகமாக இருந்தால் மட்டுமே பொதுக் கிணறுகளைத் தலித்துகளுக்குத் திறந்துவிடு வதற்கு முயன்றது. இல்லையென்றால், காலனிய மற்றும் காலனி யாட்சிக்குப் பிந்தைய அரசுகளைப் போலவே தலித்துகளுக் கெனத் தனிக்கிணறுகளையே ஏற்படுத்திக் கொடுத்திருக்கிறது. பொது நீராதாரங்களின் மீதான தலித் உரிமையினைப் பொறுத்த மட்டிலும் காலனிய மற்றும் காலனியாட்சிக்குப் பிந்தைய

---

26. *TNLAD* (27 March 1997), p. 171.

அரசுகளுக்கும் காந்திக்கும் இடையே ஒத்தக் கருத்தே இருக்கிறது. இது நவீனத்துவத்திற்கு எதிரான சாதி சம்பிரதாயங்களைப் பாதுகாக்கும் தன்மை கொண்டது. இனிச் சாதிப் பாகுபாடுகளுக்கு எதிரான கோட்பாட்டினைக் கொண்டிருந்த நவீன அரசுகளான காலனிய அரசும் காலனியாட்சிக்குப் பிந்தைய அரசும் தலித்துகள் பொது நீராதாரங்களில் தண்ணீர் எடுப்பதனை நடைமுறைப்படுத்துவதற்குப் பதிலாக அவர்களுக்கென தனி நீராதர முறையினை ஏற்படுத்தியது ஏன்? என்பது குறித்து விவாதிக்கலாம்.

பொது நீராதாரங்களும் சாதி ஒழிப்பும்

எவற்றிலிருந்தெல்லாம் தலித்துகள் சமூக விலக்கம் செய்யப்பட்டிருக்கின்றனரோ, அவற்றை தலித்துகள் அணுகுவதும் அனுபவிப்பதுமே தீண்டாமை ஒழிப்பின் குறியீடு ஆகும். வேறு மொழியில் கூறுவதென்றால் பொதுச் சொத்துக்களையும் சமயம் மற்றும் சமயச் சார்பற்ற பொது வெளிகளைத் தலித்துகள் அணுகுதலும் அனுபவிப்பதுமே தீண்டாமை ஒழிப்பின் குறியீடு. இதன் அடுத்த கட்டம் சாதி ஒழிப்பு ஆகும். சாதி ஒழிப்பு சாதி மறுப்புத் திருமணங்கள் மூலமே நிகழ இயலும் என்ற பொதுவான கருத்து நிலவுகிறது. அம்பேத்கர், பெரியார் போன்றோர் சாதி மறுப்புத் திருமணத்தை வலியுறுத்தியுள்ளனர். அரசாங்கமும் சாதி மறுப்புத் திருமணங்களை ஊக்குவிக்கின்ற நோக்கில் அதற்கென ஊக்கப் பரிசு வழங்கி வருகிறது. சாதி மறுப்புத் திருமணங்கள் சாதி ஒழிப்பில் இன்றியமையாத பங்கினை வகிக்கின்றன என்பதை மறுப்பதற்கில்லை. ஆனால் சாதி ஒழிப்பின் தொடக்கப் புள்ளி, பொதுச் சொத்துக்களையும் சமய, சமயச் சார்பற்ற பொது வெளிகளையும் பிற சாதியினரைப் போல் தலித்துகளும் அணுகுதல் மற்றும் அனுபவித்தலில் இருக்கிறது. இச்செயல்பாடு சாதி மறுப்புத் திருமணம் செய்வதைவிட மிகவும் கடினமானது. சாதி மறுப்புத் திருமணத்தைப் பொறுத்தமட்டில், சம்பந்தப்பட்ட மணமகன்/மணமகள் வீட்டாரும் அவருடைய இரத்த உறவுகளும் அதற்கு எதிராக நிற்பர். இதில் சம்பந்தப்பட்ட சாதியினரின் பங்கு இரண்டாம் நிலையே வகிக்கிறது. சாதி மறுப்புத் திருமணங்கள் செய்துகொள்வோர் படுகொலை செய்யப்படுகின்றனர். உயிரோடு எரிக்கப்படுகின்றனர். அதேவேளையில் அத்தகைய திருமணங்கள் செய்தோரின் குடும்பங்கள் இணைந்து ஒற்றுமையுடன் வாழ்வதும் கவனத்தில் கொள்ளப்பட வேண்டும்.

ஓர் ஆண் அல்லது பெண்ணுக்கு அதன் எதிர் பாலினம் அவசியம். ஒருவர் தனக்கான துணையைத் தன் சுய சாதியிலிருந்தும் தன் சாதிக்குப் புறத்தே இருந்தும் தெரிவு செய்து

கொள்ள முடியும். புறத்தே இருந்து தன் துணையைத் தானே தெரிவு செய்து வாழ்க்கை நடத்துவது மிகவும் கடினமான செயல்தான். தனக்கான துணையைத் தனது சாதிக்குப் புறத்தே இருந்து தெரிவு செய்து வாழ்க்கை நடத்துகின்ற தம்பதியினர் பல்வேறு சமூக விலக்கல்களுக்கு ஆளாகிக் கொண்டிருக்கின் றனர் என்பது வெளிப்படை. சாதி மறுப்புத் திருமணங்களின் இன்றியமையாமையும் அத்திருமணங்கள் செய்து கொள்ளும் தம்பதியினர் சந்திக்கின்ற சிக்கல்களையும் குறைத்து மதிப்பிட்டு விட முடியாது. சாதி மறுப்புத் திருமணங்கள் செய்து கொண்ட வர்கள் அனுபவிக்கின்ற எவ்வித சிக்கலுக்கும் ஆளாகாமல் தனது சாதியிலிருந்து ஒரு துணையைத் தேடிக்கொண்டு வாழ்ந்துவிட முடியும். ஆனால், ஒரு சாதியினர் ஆதிக்கச்சாதி யினரின் ஏகபோகக் கட்டுப்பாட்டிலிருக்கின்ற பொதுச் சொத்தி லிருந்து விலக்கப்படும் போது உயிர் வாழும் நிலையே பெரும் இன்னலுக்காளாகிவிடுகிறது. ஒருவர் அல்லது ஒரு சாதியினர் பொதுச் சொத்துக்களிலிருந்தும் பொது வெளிகளிலிருந்தும் விலக்கப்படுவதையும் இணைத்துக்கொள்ளப்படுவதையும் நியாயப்படுத்துவதற்குப் புனிதம் X தீட்டு என்ற கருத்தாக்கம் முன்வைக்கப்படுகிறது. விலக்கப்பட்ட பொருளையும் வெளியை யும் ஒருவர் பயன்படுத்த வேண்டும் என்றால் ஒரு சாதியினரை அல்லது பாலினத்தை அசுத்தமானோர் என்ற பாகுபாட்டி லிருந்து ஒழித்தாக வேண்டும். பாகுபாட்டிலிருந்து ஒழித்தல் என்பது சாதிய மனங்களில் படிந்திருக்கும் கறையை ஒழித்தல் என்பதாகும். இச்செயல் மனமாற்றத்தினால் மட்டும் நிகழ்ந்து விடக்கூடியது அல்ல. அது எந்தப் பாகுபாட்டினை நியாயப் படுத்தி ஒரு சாதியினர் ஒரு பொருளிலிருந்து விலக்கப்பட் டிருக்கின்றனரோ அதில் அவர்களுக்கான அணுகுதல் மற்றும் அனுபவ உரிமையினை நடைமுறையில் செயல்படுத்துவதன் மூலமே நிகழும். அதாவது தலித்துகளுக்கு அரசியல் சாசனம் வழங்கியிருக்கின்ற பொதுச் சொத்தை அணுகுவதற்கும் அனுபவிப்பதற்குமான உரிமையினை நிலைநாட்டுவது அவர் கள் மீதான பாகுபாடு ஒழிவதற்கு வழிவகுக்கும். சாதிப் பாகுபாடு ஒழிப்பும் சமூக இணைப்பும் சாதி ஒழிப்பிற்கான வலுவான தளத்தினை ஏற்படுத்திக் கொடுக்கும். இப்புரிதல் காலனியாட்சியினரிடம் தெளிவாக இருந்திருப்பதனைக் காண முடிகிறது.

பொதுச் சொத்து, பொது வெளி ஆகியவற்றினைத் தலித்து கள் பயன்படுத்திக்கொள்வதற்குப் பாதுகாப்பு வழங்குவதற் குரிய நடவடிக்கை எடுக்கப்பட வேண்டும் என்ற மசோதா வினைச் சென்னை மாகாணப் பேரவையில் அறிமுகம் செய் வதற்குப் பித்தாபுரம் அரசர் கொடுத்திருந்தார். ஆனால் அது

அறிமுகம் செய்யப்படவில்லை. ஆனால் அம்மசோதா தொடர் பாக உள்ளாட்சி உறுப்பினர் சார்லஸ் தோடுன்றேர் பின்வரும் கருத்தினைத் தெரிவித்திருந்தார்: “ஒரேநாளில் சாதியினை ஒழித்துவிட முடியாது. பொதுக்கருத்தினைக் கடந்து வேகமாக அதனை நோக்கிச் செல்வது நல்லதைவிட கெட்ட நிகழ்வினை உருவாக்கும்.”[27] பொதுச் சொத்து மற்றும் பொதுவெளிகளில் தலித்துகளுக்கு உரிமை வேண்டும் என்பதற்காக நவீன சட்ட அங்கீகாரம் வேண்டுமெனத் தலித் நியமன பிரதிநிதி எம்.சி. ராஜா அறிமுகம் செய்த மசோதா மீது தன் கருத்தினைத் தெரிவித்த அவைத் தலைவர், “இத்தகைய சிக்கல்கள் ‘மரபு’ மற்றும் ‘சாதி’ இவையிரண்டோடும் தொடர்புடையதாக இருக்கின்றன. இவ்விரண்டும் அழிக்கப்படாதவரை சமத்துவம் பெறுவது இயலாது” என்றார். மேலும் மதம் தொடர்பான நிகழ்வுகளில் அரசாங்கம் தலையிட முடியாது என்றும் கூறினார். இதிலிருந்து பொதுச் சொத்து மற்றும் பொதுவெளிகளைத் தலித்துகள் அணுகுதல் மற்றும் அனுபவித்தல் சாதி ஒழிப்போடு தொடர்புடையது மட்டுமல்ல. சாதி ஒழிப்பு இல்லாமல் அவை சாத்தியமற்றவை என்றும் தெளிவாகவே காலனிய ஆட்சி யாளர்கள் புரிந்திருக்கின்றனர்.[28] இத்தகைய கருத்துக்களைக் கொண்டிருந்த போதிலும் அதற்குப் பின்னர் இரட்டைமலை சீனிவாசன், எம்.சி. ராஜா ஆகியோரால் அறிமுகம் செய்யப் பட்ட மசோதாக்கள் நிறைவேற்றப்பட்டன. இருப்பினும் பொதுச் சொத்து மற்றும் பொதுவெளிகளைத் தலித்துகள் அணுகுதல் மற்றும் அனுபவித்தல் என்பது மரபு சார்ந்த சட்டத்திட்டங் களுக்கு உட்பட்டது இதை நவீன சட்டத்தினால் மட்டும் நிறைவேற்றிவிட முடியும் என்பதனைவிடவும் சமூகச் சீர்திருத்த நடவடிக்கையாலேயே நிகழும் என்று காலனியாட்சியினர் புரிந்திருந்தனர்.

காலனியாட்சிக் காலத்தில் அவ்வாட்சியினர் எதனை வலியுறுத்தினரோ அதற்காகத் தலித் இயக்கமும் சுயமரியாதை இயக்கமும் போராடிக் கொண்டிருந்தன. காங்கிரசு இயக்கம் சாதி ஒழிப்பினை வலியுறுத்தவில்லை எனினும் தீண்டாமை ஒழிப்பு என்ற கொள்கையினைக் கொண்டிருந்தது என்பதைக் கவனத்தில் கொள்ள வேண்டும். தலித்துகளுக்கெனத் தனி நீராதாரம், பள்ளிக்கூடம் என்ற முறையினை அமல்படுத்து வதில் காலனியாட்சியினருக்கு முக்கிய நோக்கம் இருந்தது. இந்தியாவில் தனது ஏகாதிபத்தியத்தை நீடித்திருக்கச் செய்தல் என்பதே அந்நோக்கம். இருப்பினும், அவ்வாட்சி தலித்துகளின்

---

27. G.O. No. 23, Home (08 January 1920).

28. *MLCD* (20 November 1919), p.110.

முன்னேற்றத்திற்கு சாதகமான பல திட்டங்களை அமல்படுத்தியது. அவ்வாட்சி தலித்துகளுக்கெனச் சில உரிமைகளை வழங்குவதற்கு முன்வந்தபோதெல்லாம், தேசிய இயக்கம், தேச பக்தர்கள், தேசபக்த அறிஞர்கள் அதனைப் 'பிரித்தாளும் சூழ்ச்சி' என்று விமர்சித்தனர். ஆனால் காங்கிரசு இயக்கமும் இதர அரசியல் கட்சிகளும் ஆட்சிக்கு வந்த பின் வளர்ச்சித் திட்டங்கள் என்ற பெயரில் தலித்துகளுக்கெனத் தனி நீராதார முறையினையே அமல்படுத்தி வருகின்றன. தலித்துகளுக்கெனத் 'தனி' என்ற ஏற்பாட்டு முறை ஆதிக்கச்சாதியினருக்கும் தலித்துகளுக்கும் இடையே இருக்கின்ற இடைவெளியை மட்டுமின்றி மரபு ரீதியான அசமத்துவப் படிநிலை ஏற்றத் தாழ்வினையும் பேணிப்பாதுகாத்து வருகின்றது. சாதி ஒழிப்பின் இறுதிக் கட்டங்களில் ஒன்றான சாதி மறுப்புத் திருமணங்களுக்கு அரசாங்கம் ஊக்கத் தொகை தருகிறது. ஆனால் அதற்குத் தரப்படும் முக்கியத்துவம் பெரும் மாற்றத்தை ஏற்படுத்தும் தன்மை கொண்ட பொதுச் சொத்துக்களையும் பொது வெளிகளையும் தலித்துகள் அணுகுவதற்கும் அனுபவிப்பதற்கும் தரப்படாமல் இருப்பது பிரித்தாளும் சூழ்ச்சி என்றே எண்ணத் தோன்றுகிறது.

தலித்துகளுக்கெனத் தனிநீராதாரங்கள் ஏற்படுத்துதல், ஏற்கனவே இருந்து வருகின்ற நீராதாரங்களைப் பராமரித்தல் போன்ற செலவினங்களுக்காக அரசாங்கத்தின் நிதிநிலை அறிக்கையில் நிதி ஒதுக்கப்படுகின்றது. இத்தகைய நிதி ஒதுக்கப்படுதல் தலித்துகளின் தண்ணீர் தேவையினைப் பூர்த்தி செய்தல் என்ற கோணத்தில் அணுகினால் சரியான நடவடிக்கைதான். ஆனால் நிதி ஒதுக்கப்படுவதற்குப் பதிலாகப் பொது நீராதாரங்களில் தலித்துகளுக்கான உரிமையினை நிலைநாட்டுவதன் மூலம் தலித்துகளின் தண்ணீர்த் தேவையினைப் பூர்த்தி செய்து விட முடியும். தலித்துகள் பொதுநீராதாரங்களில் தண்ணீர் எடுப்பதனை நடைமுறைப்படுத்துவதற்குச் சிறிது காலம் அவர்களுக்குப் பாதுகாப்பு கொடுக்க வேண்டும். இப்பாதுகாப்பினைத் தலித் தலைவர்கள் குறிப்பாக ஆர்.வீரையன், இரட்டைமலை சீனிவாசன், எம்.சி. ராஜா போன்றோர் கோரியிருக்கின்றனர். இப் பாதுகாப்பு நடவடிக்கை என்பது அம்பேத்கர் வலியுறுத்தியது போல் ஆதிக்கச்சாதியினரை நிர்ப்பந்திப்பதுதானே தவிர வேறல்ல.[29] அரசாங்கம் இத்தகைய நிர்ப்பந்தங்களை – அரசாங்க மொழியில் இரும்புக்கரம் கொண்டு அடக்குவதன் மூலம் பொது நீராதாரங்களில் தலித்துகளின் உரிமையினை நிலைநாட்டிவிட முடியும்.

---

29. அம்பேத்கர் பேச்சும் எழுத்தும், தொகுதி. 16, ப. 225.

தனி நீராதார முறையினை அமல்படுத்தி வருகின்ற அரசாங்கம் தலித்துகளிடையே ஏற்றத்தாழ்வான கருத்தியல் கள் மற்றும் தீண்டாமை இருக்கின்றன என்பதை அறிந்திருக் கிறது. ஆதிக்கச்சாதியினர் தலித்துகள்மீது கொண்ட தீண்டாமை யின் காரணமாகவே அரசாங்கம் தலித்துகளுக்கெனத் தனிக் கிணறு முறையினை ஏற்படுத்தி வருகிறது. ஆனால், அதே சிக்கல் தலித்துகளிடம் இருக்கும்போது தலித்துகளுக்கிடையே உள்ள ஒவ்வொரு சாதிக்கெனத் தனிக்கிணறு ஏற்படுத்தவில்லை. அவர்கள் தங்களுக்கெனத் தனிக்கிணறு வேண்டும் என்று கோரும்போது அரசாங்கம் தலித்துகளுக்கென ஒரேஒரு கிணறு தான் ஒதுக்க முடியும் என்றும் அதில்தான் அனைத்துத் தலித் சாதிகளும் நீர் எடுத்துக்கொள்ள வேண்டும் என்றும் நிர்ப்பந் திக்கிறது. நலிவுற்ற சாதிகளானத் தலித்துகளை நிர்ப்பந்திக் கின்ற அரசு ஆதிக்கச்சாதியினரை நிர்ப்பந்தித்திருந்தால் தலித்து களுக்கெனத் தனி நீராதாரம் ஏற்படுத்தியிருக்க வேண்டிய தில்லை. இத்தகைய நிர்ப்பந்தத்தின் மூலம் பொருளாதார விரயத்தைத் தடுக்க இயலும். எனவே, சாதிகளுக்கிடையேயான ஒற்றுமை, சாதி ஒழிப்பு, போன்ற நோக்கிலிருந்து அணுகினால் தனிக்கிணறு முறை என்பது தேசத்தின் பொருளாதாரத்தையும் சுற்றுச் சூழலினையும் பாழாக்கும் செயலே. ஆனால் மரபு பேணப்படுவதற்காக ஜனநாயக அரசு பொருளாதாரத்தை விரயம் செய்கிறது.

ஜனநாயகம், சாதி இவை இரண்டும் ஒன்றுக்கொன்று முரணானவை. காலனியாட்சியும் காலனியாட்சிக்குப் பிந்தைய அரசும் கோட்பாட்டு அடிப்படையில் சாதிய முறைக் கோட் பாட்டிற்கு எதிரான கோட்பாட்டினைக் கொண்டிருந்திருக் கின்றன. ஜனநாயகத்தின் அடிப்படைக் கோட்பாடான சமத்துவத் திற்கு எதிராகவே நடந்து வருகிறது. இந் நடவடிக்கை ஜனநாயக அரசு தனக்கு முரணான சாதி அமைப்பின் கோட்பாட்டினை ஏற்றுக் கொண்டிருக்கிறது என்பதை வெளிப்படுத்துகிறது. எனவே, இந்தியாவில் ஜனநாயகம் கோட்பாட்டு அடிப்படை யிலும்கூட சாதிய அமைப்பின் கோட்பாட்டிற்கு எதிரானதாக இல்லை என்று கூறலாம். பொது நீராதாரங்களில் தலித்துகளின் ஜனநாயக உரிமையினைச் செயல்படுத்தி சமத்துவத்தை நிலை நாட்டுவதற்குப்பதில் தலித்துகளுக்கெனத் தனி நீராதார முறை யினை ஏற்படுத்திக் கொடுத்து அசமத்துவப் படிநிலைச் சாதி அமைப்பைப் பாதுகாத்து வருகிறது. சாதியச் சமூகத்தில் அவரவர் படிநிலைக்கு ஏற்றவாறு அனைத்தும் தனித்தனியாக இருந்தது போல் ஜனநாயக அரசும் அவ்வாறே செயல்படுவதால் ஜனநாயக அரசு கோட்பாடு மற்றும் நடைமுறையில் மரபிற்கு எதிரானதாக இல்லை என்பது திண்ணம்.

❖

முடிவுரை

இப்பொழுது அரிஜன மக்களுக்கு என்ன குறைகள் எந்தத் துறைகளில் இருக்கின்றனவோ அந்தக் குறைகள்தான் அப்பொழுதும் இருந்தன. இப்பொழுதுள்ள குறைகள்தாம் ஜஸ்டிஸ் கட்சி காலத்திலும் ஹரிஜனங்களுக்கு இருந்தன. அப் பொழுது இருந்ததற்கும் இப்பொழுது இருப்பதற்கும் எந்த அளவிலும் வித்தியாசம் இல்லை. அப்படியே தான் இருக்கின்றன[1] - சி.என். அண்ணாதுரை.

உலகமயமாக்கல் சூழலில் தண்ணீருக்குப் பொருளா தார மதிப்பு வழங்கப்பட்டதால் இது வரை பொதுச் சொத்தாக இருந்துவந்த தண்ணீர் தனியாரின் ஏகபோகக் கட்டுப்பாட்டிற்குள் வந்துவிட்டது என்ற வாதத்தினை மறுக்கிறது இந்நூல். உலகமயமாக்கல் சூழலில் தண்ணீர் அனுபவ உரிமையினைப் பொருளாதாரம் தீர்மானிக் கிறது என்றால் இந்தியாவில் அதே அனுபவ உரிமை யினைப் புனிதம் X தீட்டு என்ற கருத்தாக்கங்கள் தீர்மானிக் கின்றன. தண்ணீர் மீது பன்னாட்டு நிறுவனங்களின் ஏகபோகக் கட்டுப்பாட்டிற்கு உலகமயமாக்கல் வழி வகுத்தது என்றால் சாதியச் சூழலில் தண்ணீர் மீது ஆதிக்கச்சாதியினரின் ஏகபோகக் கட்டுப்பாட்டிற்கு வழிவகுத்தது புனிதம் X தீட்டு என்ற கருத்தாக்கம் ஆகும். இந்தியச் சாதியச் சமூகத்தில் இயற்கையான இரண்டு உயிர்ப் பொருட்களான தண்ணீர், தலித் உடல் ஆகியன புனிதம் X தீட்டு என்ற கருத்தாக்கங்களால் கட்டமைக்கப் பட்டிருக்கின்றன. தலித் உடல் அசுத்தமானது. தண்ணீர்

---

1. *MLCD* (24 March 1958), p. 342.

புனிதமானது, தீட்டு மற்றும் பாவத்தினை நீக்கக்கூடியது என்ற கற்பிதங்கள் தண்ணீருக்கும் தலித்துகளுக்குமான உறவு அறுபடுவதற்கான அடிப்படைக் காரணங்களாகும். ஆறு, குளம், கிணறு போன்றவற்றில் கிடைக்கக்கூடிய சுத்தமான நீர் சுத்த மான ஆதிக்கச்சாதிகளுக்கும் குட்டையில் கிடைக்கும் அசுத்த மான கலங்கிய நீர் தீட்டுக்குரிய அசுத்த சாதிகளுக்கும் வழங்கப் பட்டிருக்கிறது. எனவே, சாதியச் சமூகத்தில் சுத்தமான தண்ணீர் மருத்துவ மொழியில் கூறுவதென்றால் பாதுகாக்கப்பட்ட குடிநீர் தலித்துகளுக்கு மறுக்கப்பட்டிருக்கிறது. தீட்டுக்குரியவர்கள் என்ற கருத்தாக்கத்தின் மூலம் இந்த விலக்குதல் நியாயப்படுத்தப்படுகிறது. உலகமயமாக்கல் சூழல் சாதியச் சூழலிலிருந்து வேறுபட்டது. சாதியச் சூழலில் பணம் இருந் தாலும் தலித்துகளுக்கு நீராதாரங்களின் மீது உரிமை மறுக்கப் படுகிறது. ஆனால் உலகமயமாக்கல் சூழலில் பணம் இருக்கும் தலித்துகளுக்குத் தண்ணீர் கிடைக்கிறது. முக்கியமான அவலம் என்னவென்றால் வறியவர்களில் பெரும்பாலானோர் தலித்து களே. எனவே, பணமற்ற தலித்துகள் தண்ணீரின்றி இருக்க வேண்டிய நிலைக்குத் தள்ளப்பட்டிருக்கின்றனர். எனவே, உலகமயமாக்கல் என்பது தலித்துகளுக்குக் கூடுதல் சுமைதான். உலகமயமாக்கல் பின்புலத்திலிருந்து தண்ணீரைப் புரிந்து கொள்ளும் ஆய்வாளர்கள், மூன்றாம் உலகப்போர் தண்ணீர் மீதே நிகழும் என்றும், தண்ணீர் ஒடுக்குமுறைக்கான ஓர் ஆயுதம் என்றும் விவாதிக்கின்றனர். இந்த வாதத்தினைத் தலித்துகளின் வாழ்க்கை அனுபவத்திலிருந்து நோக்கும்போது தலித்துகளுக்கு அது புதிதல்ல; காரணம் அவர்கள் உலகமய மாக்கல் சூழலுக்கு முன்பிருந்தே இதனை அனுபவித்து வருகின்றனர். மேலும், இன்றைய காலத்தில் அசுத்தமான தண்ணீருக்கும் நோய்களுக்குமான உறவு குறித்து விவாதிக்கப் படுகிறது. இதுவும் தலித்துகளுக்குப் புதிதல்ல; காரணம், அவர்களுக்கு அசுத்தமான தண்ணீரே வழங்கப்பட்டிருக்கிறது. இக்காரணத்தினால் கொள்ளை நோய்கள் ஏற்பட்டுள்ளன. அசுத்தமான தண்ணீருக்கும் நோய்களுக்குமான உறவு குறித்துத் தலித் தலைவர்களும் அறிவாளிகளும் விவாதித்திருக்கின்றனர்.

மூன்றாம் உலகப்போர் தண்ணீர் மீதே நடக்கும் என்று அனுமானிக்கும் ஆய்வாளர்கள் உலக நாடுகளுக்கு இடையே யும் இந்தியாவில் மாநிலங்களுக்கு இடையேயும் கிராமங் களுக்கு இடையேயும் தண்ணீருக்காக நடைபெற்றுக் கொண்டிருக்கும் யுத்தங்களை ஆதாரமாக எடுத்துக் கூறுகின்

றனர். ஆதிக்கச்சாதியினரின் ஏகபோகக் கட்டுப்பாட்டிற்குள் இருக்கின்ற பொது நீராதாரங்களின் மீது தங்களுக்கும் உரிமை வேண்டும் என்று இந்தியா முழுமைக்கும் தலித்துகள் போராடிக் கொண்டிருக்கின்றனர். காலனியாட்சிக் காலத்தில் தண்ணீருக் காகத் தலித்துகள் தொடர் போராட்டத்தினை நடத்தியிருக் கின்றனர் இப்போராட்டத்தில் தலித் பெண்கள் முன்னணி வீரர்களாகச் காலனியாட்சிக்குப் பிந்தைய இந்தியாவிலும் போராடிக் கொண்டிருக்கின்றனர். காலனியாட்சிக்குப் பிந்தைய இந்தியாவில் சில அரசியல் காரணிகளால் தண்ணீருக்கான தலித்துகளின் தொடர்ப் போராட்டத்தில் தேர்வு செய்யப் பட்ட தலித் உறுப்பினர்களுக்குத் தலித்துகள் மீதான அக்கறை அறுந்துவிட்டது. இருப்பினும், இன்றும் தண்ணீருக்காகத் தலித்து களின் உள்ளூர்ப் போராட்டமும் அதனைத் தொடர்ந்து பொதுப் போராட்டமும் நடைபெற்றுக் கொண்டிருக்கின்றது. எனவே, தண்ணீருக்காகப் போராடுவது தலித்துகளுக்குப் புதிய அனுபவம் அல்ல; அது மிகப் பழைய அனுபவமே.

மக்களுக்காக மக்களாலேயே தேர்வு செய்யப்படுவதே ஜனநாயக அரசு. ஜனநாயக அரசு மக்களுக்கான அரசு என்று கூறப்படுகிறது. மரபு சார்ந்த அசமத்துவப் படிநிலைச் சாதிய அமைப்பிற்கு எதிரான சமத்துவக் கூறுகளைக் கொண்டிருப் பது ஜனநாயக அரசு என்று கூறப்படுகிறது. காலனிய அரசும் காலனியாட்சிக்குப் பிந்தைய அரசும் கோட்பாட்டு அடிப்படை யில் ஜனநாயக அரசுகள். ஆனால் நடைமுறையில் அவை ஜனநாயகக்கோட்பாட்டிற்கு எதிரான கொள்கையினைப் பின்பற்றியிருக்கின்றன. இந்த ஜனநாயக அரசுகள் தலித்து களுக்கு மறுக்கப்பட்டு வந்த தண்ணீரைக் கொடுத்து வருகின் றன. எனவே இதனைச் சமூக இணைப்பு என்று கூறலாம். அதாவது தண்ணீருக்கும் தலித்துகளுக்கும் இடையே கத்தரிக்கப் பட்ட உறவினை இணைக்கின்றன. ஆனால் இந்த இணைப்பு நிகழ்வுப் போக்கு படிநிலை அசமத்துவச் சமூக அமைப்பினை எவ்விதத்திலும் பலவீனப்படுத்தாமல் உள்ளது. மேல்நிலை நீர்த் தேக்கத் தொட்டியும் தலித்துகளின் குடியிருப்பும் நேரடியாகக் குழாய் மூலம் இணைக்கப்பட்டிருக்கின்றன. இது அன்றைய காலத்தில் இரக்கமுள்ள ஆதிக்கச்சாதியினர் தலித்துகளுக்குத் தண்ணீர் கொடுத்த முறையினை நினைவுபடுத்துகிறது. அதாவது இரக்கமுள்ள ஆதிக்கச்சாதியினர் தங்களின் கிணறுகளிலிருந்து சற்றுத் தொலைவில் ஒரு தொட்டியை ஏற்படுத்தியிருக்கின் றனர். தொட்டியையும் கிணற்றையும் சிறு வாய்க்கால் ஒன்று இணைத்திருக்கிறது. இரக்கமுள்ள ஆதிக்கச்சாதியினர் கிணற்றி

லிருந்து இறைத்து ஊற்றும் தண்ணீர் அத்தொட்டியைச் சென்று சேரும். அத்தொட்டியிலிருந்து தலித்துகள் தண்ணீர் எடுத்துக் கொண்டனர். இதே முறை உணவு விடுதிகளிலும் பின்பற்றப் பட்டிருக்கிறது. நீளமான மூங்கில் கம்பு ஒன்றினை இரண்டாகப் பிளந்து, அதன் ஒரு முனை உணவு விடுதியில் பொருத்தப் பட்டிருக்கும்; மறுமுனை உணவு விடுதிக்கு வெளியே நீண்டு கொண்டு இருக்கும். குடிநீர் தேவைப்படும் தலித்துகள் வெளியே நீண்டு கொண்டிருக்கும் மூங்கில் கம்பின் மறுமுனையில் நின்றால் அதனைப் பார்க்கின்ற இரக்கமுள்ள ஆதிக்கச்சாதி யினர் உணவு விடுதியில் பொருத்தப்பட்டிருக்கும் மூங்கில் கம்பில் தண்ணீர் ஊற்றுவர். அது மறுமுனையினை வந்தடை யும் போது தலித்துகள் தங்களது இரு கைகளையும் மடக்கி ஏந்திப் பிடித்துத் தண்ணீர் குடிக்க வேண்டும். இந்த முறை தான் இன்று மேல்நிலை நீர்த் தேக்கத் தொட்டி வடிவில் வந்து நிற்கிறது. இந்த இணைப்பு முறையில் தலித்துகளுக்குத் தண்ணீர் கிடைக்கிறது. ஆனால், பாகுபாடு பேணப்படுகிறது என்பது எடுத்துரைக்காமலேயே விளங்கும். இரக்கமுள்ள ஆதிக்கச்சாதியினர் தலித்துகளுக்குத் தண்ணீர் கொடுத்த முறை யில் ஆதிக்கச்சாதியினரும் தலித்துகளும் ஒருவரை ஒருவர் சற்றுத் தொலைவில் இருந்து கொண்டு நேரில் காணமுடியும். இந்த முறையில் பொதுக் களம் உருவாவதற்கான வாய்ப்பு இருந்தது. ஆனால் மேல்நிலை நீர்த் தேக்கத் தொட்டி முறையில் சிக்கல் இருக்கிறது. இது பொது நீராதாரம் இருக்கின்ற இடத் தினைத் தேடி மக்கள் செல்லுதல் என்பதற்குப் பதிலாக மக்களைத் தேடி தண்ணீர் செல்லுதல் என்ற தலைகீழ் மாற்றத் தினை ஏற்படுத்தியதன் விளைவாக தண்ணீருக்காகக் கூடுகின்ற பொது வெளியை ஒழித்து விட்டது. அதாவது சாதி ஒழிப்பின் தொடக்கப் புள்ளியும் ஒழிக்கப்பட்டுவிட்டது. மேலும், இந்தத் தனி நீராதாரக் கொள்கையின் மூலம் பொது நீராதாரங்களில் தண்ணீர் எடுக்க வேண்டும் என்ற போராட்டத்தினையும் ஒழித்துவிட்டது.

காலனியாட்சிக்குப் பிந்தைய அரசாங்கம் நவீன தொழில் நுட்பத்தின் மூலம் மரபினைப் பேணுகிறது. அதாவது நவீன அரசு, தனி நீராதார முறை மூலம் மரபான சாதியமைப் பினைப் பாதுகாத்து வருகிறது. காலனியாட்சிக்குப் பிந்தைய அரசு இவ்வாறுதான் இருக்கும் என்பதை அம்பேத்கர் ஏற்கனவே சுட்டிக்காட்டியிருப்பது நினைவு கொள்ளத்தக்கது. தனி நீராதாரம் வழங்கும் முறையினைச் செயல்படுத்தி வருகின்ற சூழலில் தண்ணீரே தனியார்மயமாகிவிட்டது. தனி நீராதார

முறையின் மீது எவ்விதக் கேள்வியையும் தேசிய நீரோட்ட அரசியல் கட்சிகள், தேச பக்தர்கள், உலகமய எதிர்ப்பாளர்கள் எழுப்பவில்லை. ஆனால் தண்ணீர் தனியார்மயத்திற்கு எதிராகப் போராடுகின்றனர். தண்ணீர் தனியார்மயம் ஒருவிதத்தில் தலித்துகளுக்கு நன்மையைத் தருவதாகத் தோன்றும். ஆனால் பெரும்பாலான தலித்துகள் வறுமையில் உழல்வதால் அது வெறும் கானல்நீரே. எனவே, ஆதிக்கச்சாதியினரின் ஏகபோகக் கட்டுப்பாட்டில் இருந்து வருகின்ற பொது நீராதாரங்களில் தங்களின் உரிமையினை நிலைநாட்டுவதற்கும் அரசாங்கம் ஏற்படுத்தித்தந்த தலித்துகளுக்கான தனி நீராதார முறையினையும் தண்ணீர் தனியார்மயத்தினையும் எதிர்த்துப் போராட வேண்டிய நிர்ப்பந்தம் தலித்துகளுக்கு இருக்கிறது.

❖

ஆதாரங்கள்

ஆங்கிலம்

Primary Sources

Government Department Files

Law (General).

L&M.

Public.

Reports

Fortnightly Report.

Report of the Commissioner for Scheduled Castes and Scheduled Tribes.

News Papers and Journals in English

Harijan.

Swarajya.

The Hindu.

The Modern Review.

The New Indian Express.

Debates

Madras Legislative Council Debates.

Tamilnadu Legislative Assembly Debates.

Letters

R. Srinivasan, Terrorising the Depressed Classes (a letter). *Swarajya.* 12 June 1925.

Letter Sent to the Tirunelveli District Magistrate by Maruthuvar Caste, 1926.

Secondary Sources

Articles and Books in English

Ambedkar, B. R. 'Caste in India', in Ghanshyam Shah (ed.). *Caste and Democratic Politics in India*. Delhi: Permanent Black, 2002.

Appasamy, Paul. Guhan et all, *Social Exclusion from a Welfare Rights Perspective in India*. Geneva: ILO Publications, 1996.

Beteille, A. 'Caste and Political Group Formation in Tamil Nad', in R. Kothari (ed.). *Caste in Indian Politics*. Poona: Orient Longman, 1970.

Berreman, G. *Caste and Other Inequalities: Essays on Inequality*. Meerut: Folklore Institute, 1979.

Bhatia, Bela. 'Dalit Rebellion againt Untouchability in Chakwada, Rajastan'. *Contribution to Indian Sociology*, 40, 1, 2006.

Dumont, Louis. *Homo Hierarchicus: The Caste System and Its Implications*. New Delhi: Oxford University Press, 1998.

Gandhi, Divya. 'Caste Atrocities in Karnataka'. *The Hindu*, 25 November 2006.

Gandhi, 'A Wail From Mela Arasur'. *Harijan*. 02 March 1934.

Geetha, V. Rajadurai, S.V. 'Dalits and Non-Brahmin Consciousness in Colonial Tamil Nadu'. *Economic and Political Weekly*, Vol. XXVIII, September 1993.

Ghurye, G.S. *Caste and Race in India*. Bombay: Popular Prakashan, 1994.

Gopalaswamy, L.N. 'Harijan Wells in Tamil Nad'. *Harijan*, 28 December 1935.

Gough, K. 'Caste in Tanjore Village', in E. Leach (ed.). *Aspects of Caste in South India, Ceylon and North-West Pakistan*. Cambridge: Cambridge University Press, 1960.

Guru, Gopal. 'Arhceology of Untouchability'. *Economic and Political Weekly*. 37, XLIV, 2009.

Gupta, K.R. 'Troubled Waters', in K.R. Gupta (ed), *Water Crisis in India*. New Delhi: Atlantic Publishers, 2008.

Hutton, *Caste in India - Its Nature, Function and Origins*. Delhi: OUP, 1951.

Jacob, K.S. 'Caste and Inequalities in Health'. *The Hindu*, 22 August 2009.

Jodhka, Surinder, S. 'Caste and Untouchability in Rural Punjab'. *Economic and Political Weekly.* May 2002.

Joshi, Deepa. Fawcett, Ben. 'Water, Hindu Mythology and an Unequal Social Order in India.' *www.wateraid.org*

Kaul, S.K. 'Extent of Social Disabilities and Tension Resulting there from the Socio-Legal Framework Required to Combat it'. Appendix LV in Report of the Commissioner for SC and ST, 1977-78.

Ludden, David. *Early Capitalims and Local History in South India*. New Delhi: Oxford University Press, 2005.

Malekar, Anosh. 'Landlords Exploit the Drought-hit Dalit Women'. *www.ambedkar.org*

Mangubhai, Jayshree & Irudayam, Aloysius. 'Water Battlegrounds on Caste'. *www.dalit.de*

Mencher, J. 'The Caste System Upside Down, or the Not-So-Mysterious East'. *Current Anthropology.* 15, 1974.

Oommen, T. K. 'Sources of Deprivation and Styles of Protest: The Case of the Dalits in India'. *Contributions to Indian Sociology.* 18, 1984.

Prakash, Anjal., and Sama, R.K. 'Social Undercurrents in Water-Scarce Village'. *Economic and Political Weekly*. 18 February 2006.

R.V., 'Harijan Disabilities in Tamil Nadu'. *Harijan.* Vol. XVI, 1952.

Sainath, P. 'Thirst for Profit'. *Frontline.* 21April 2006.

Shah, Ghanshyam. 'Hope and Despair: A Study of Untouchability and Atrocities in Gujarat'. *Journal of Indian School of Political Economy*. July – December 2000.

Srinivas, M.N. 'Some Reflections on the Nature of Caste Hierarchy'. *Contributions to Indian Sociology.* 18, 1984.

Soni, Jayashree, 'Water Accessibility and Marginalisation of Dalits: Some Observation of Rural Gujarat', Paper prepared for the workshop entitled 'Water, Law and the Commons' organized in Delhi from 8 to10 2006 by International Environmental Law Research Centre. *www.ielrc.org*

Suresh, V. Nayar, Vibhu. 'Needed a Padadigm Shift'. *The Hindu Magazine*. 26 October 2008.

Tirth, Swamy Anand. 'Untouchability in Tamilnad'. *Harijan*. Vol. XIX, 1955.

Tiwary, Rakesh. Phansalkar, Sanjiv J. 'Dalits' Access to Water: Patterns of Deprivation and Discrimination'. *International Journal of Rural Management*. 3, 2007.

Thorat, Sukhadeo. The Hindu Social System and Human Rights: Enforcement with Respect to Former Untouchables in India.

Viswanathan, S. *Dalits in Dravidian Land: Frontline Reports on Anti-Dalit Violence in TamilNadu, 1995 - 2004*. Pondicherry: Navayana, 2005.

தமிழ்

நேர்காணல்

பேச்சியம்மாள்(60), டி.கே.சி. நகர், தூத்துக்குடி மாவட்டம்.

இ. ராமையா (65), நாங்குனேரி, திருநெல்வேலி மாவட்டம்.

பத்திரிகை

குடியரசு.

தினமணி.

தினகரன்.

கட்டுரைகள் மற்றும் நூல்கள் (தமிழில்)

அம்பேத்கர்: பேச்சும் எழுத்தும் நூல் தொகுதி 9. புது டில்லி: டாக்டர் அம்பேத்கர் பவுண்டேசன், 1999.

அம்பேத்கர்: பேச்சும் எழுத்தும் நூல் தொகுதி 16. புது டில்லி: டாக்டர் அம்பேத்கர் பவுண்டேசன், 1999.

அலோய்சியஸ், ஞா. *அயோத்திதாசர் சிந்தனைகள் தொகுதி 2.* பாளையங்கோட்டை: நாட்டார் வழக் காற்றியல் ஆய்வு மையம், 1999.

ஆடலரசன், தஞ்சை, *தந்தை பெரியாரும் தாழ்த்தப் பட்டோரும்.* சென்னை: பெரியார் சுயமரியாதைப் பிரச்சார நிறுவன வெளியீடு, 1996.

இந்திரா. *நீர் பிறக்கும் முன்: தலித் மக்களின் தண்ணீருக் கான போராட்டம்.* நாகர்கோயில்: காலச்சுவடு பதிப்பகம், 2007.

குமார், ராசு, மே.து., சரவணன், ப. *மயிலை சீனி. வேங்கட சாமி ஆய்வுக் கட்டுரைகள், தொகுதி – 3.* சென்னை: மக்கள் வெளியீடு, 2001.

கேசவன், கோ. *கோயில் நுழைவுப் போராட்டங்கள்.* விழுப்புரம்: சரவண பாலு பதிப்பகம், 1997.

சந்திரா, ஆர். *தண்ணீர், தண்ணீர், தண்ணீர்.* சென்னை: பாரதி புத்தகாலயம், 2005.

செர்கேயெவ், ப.பி. *அனைவருக்குமான உடல் இயங்கு இயல்.* சென்னை: நியூ செஞ்சுரி புக் ஹவுஸ், 1983.

தர்மன், சோ. 'தண்ணீரும் பண்பாடும்'. *புதிய பார்வை,* ஜனவரி 16 – 31, 2005.

தண்ணீர்: தாகத்திற்கா இலாபத்திற்கா? சென்னை: மகஇக, விவிமு, புமாஇமு, புஜதொமு, 2005.

தனியார்மயமாகும் தண்ணீர். சென்னை: தமிழ்நாடு அறிவியல் இயக்கம், 2005.

தந்தை பெரியாரும் தாழ்த்தப்பட்டோரும். புதுக்கோட்டை: பகுத்தறிவாளர் கழகம், 1983.

'தாழ்த்தப்பட்டோர் துயரம்'. *ஆனந்தபோதினி.* தொகுதி. 17, பகுதி. 1, 1931.

பத்மாவதி, ஆ. *சோழர் ஆட்சியில் அரசும் மதமும்.* சென்னை: குமரன் பதிப்பகம், 2003.

பொன்னோவியம், அன்பு. *உணவில் ஒளிந்திருக்கும் சாதி.* சென்னை: சித்தார்த்தா பதிப்பகம், 2007, பக். 206.

ராசுகுமார்,மே. து. 'இடைக்காலத் தமிழகத்தில் வேளாண் வளர்ச்சியினால் ஏற்பட்ட சமூக – பொருளாதார மாற்றங் கள்'. *நாவாவின் ஆராய்ச்சி*, இதழ். 47. ஜனவரி: 1999.

வள்ளிநாயகம், ஏபி. *தென்னாட்டு அம்பேத்கர் தளபதி எம். கிருஷ்ணசாமி*. பள்ளிகொண்டா: சமூக விடுதலைக் கல்வி அறக்கட்டளை, 2004.

வேங்கிடசாமி, மயிலை சீனி. 'உடம்பும் உணவும்'. *ஆரம்பாசிரியன்*, மலர். 5, இதழ். 11, 1929.

நன்னன், மா. *பெரியாரியல்* (சென்னை: ஞாயிறு பதிப்பகம், 1993).

ஜீவசுந்தரி, பா. (தொகுப்பாளார்), தண்ணீர் சந்தைக்கல்ல மக்களுக்கே. சென்னை: நியூ செஞ்சுரி புக் ஹவுஸ், 2007.

அறிக்கை

கூத்திரம்பாக்கம் தலித்துகள் மீதான தாக்குதல்: உண்மை அறியும் குழு அறிக்கை. *கவிதாசரண்*. மே – ஜுன். 2003.

நாவல், நாடகம், சுயவரலாறு

அசோகமித்திரன். *தண்ணீர்*. சென்னை: கிழக்குப் பதிப்பகம், 2005.

சுவாமிநாதன். கோமல். *தண்ணீர் தண்ணீர்*. சென்னை: வானதி பதிப்பகம், 1997.

வால்மீகி, ஓம் பிரகாஷ். *ஜுதான்*. கோயம்புத்தூர்: விடியல் பதிப்பகம், 2003.

❖